# வஞ்சகர் உ



**ஒரு சுனாமிக்கு பிந்தைய 24 தினங்கள்**

# வஞ்சகர் உலகம்

## ஒரு சுனாமிக்கு பிந்தைய 24 தினங்கள்

**ஸீரோ டிகிரி இலக்கிய விருது 2025**
**குறும்பட்டியலில் தேர்ந்தெடுக்கப்பட்டது**

*N.R.* பிரபாகரன்

எழுத்து பிரசுரம்

Title: Vanjagar Ulagam
Author's Name: N.R. Prabakaran

Published by Ezutthu Prachuram



Ezutthu Prachuram
(An imprint of Zero Degree Publishing)
No.75 & 76, I Floor, Kuppusamy Street,
Balaji Nagar, Padi,
Chennai - 600050

Website: www.zerodegreepublishing.com
E Mail id: zerodegreepublishing@gmail.com
Phone: 89250 61999

Ezutthu Prachuram First Edition: December 2025
ISBN: 978-93-47206-69-6
TITLE NO EP: 603

Rs. 270/-

Cover Design & Layout: Vijayan, Creative Studio
Printed at Manipal Technologies, India

சமர்ப்பணம்

கடின காலங்களில் துணை நிற்பவர்களுக்கு!

# முன்னுரை

முதல் நன்றி என் குடும்பத்தினருக்கு - பெற்றோர் ராஜேந்திரன் - வளர்மதி, தங்கை நிவேதா, மனைவி சுகன்யா, குழந்தைகள் நிலா, வசீகரன். நீங்கள் இல்லாமல் நான் இல்லை.

இது எனது இரண்டாவது புத்தகம்! என் முதல் நாவலுக்கு நிபந்தனைகளற்ற ஆதரவை வழங்கிய என் அம்மாவிற்கும், சரியோ தவறோ எப்போதும் என்னோடு துணை நிற்கும் என் மனைவிக்கும் கூடுதல் அன்பு. நீங்களின்றி எனது பயணம் முதல் நாவலோடு முடிந்து போயிருக்கக்கூடும்.

எழுதுவதற்கான புதிய பயிற்சிகளையும், நுணுக்கங்களையும் கற்றுக்கொடுத்து உற்சாகமளித்த ஆசிரியர் பா.ராகவன் அவர்களுக்கு நன்றி.

இந்தமுறை எதைப்பற்றி எழுதலாம் என்று யோசித்தபோது வலையுலக நண்பர் ஆரூர் மூனா செந்திலின் நினைவு வந்தது. சிறை வாழ்க்கை தொடர்பான ஒரு நாவல் எழுதப்போகிறேன். அதற்கு உங்கள் அனுபவங்கள் தேவை என்று சொன்னபோது எந்த சங்கடமும் இல்லாமல் ஒப்புக்கொண்டார் செந்தில். அயனாவரத்தில் ஒரு டாஸ்மாக்கில் வைத்து, ஓல்ட் மாங்க் ரம் துணையுடன் நாவல் எழுதும் பணி துவங்கியது. நாவல் எழுதிக்கொண்டிருக்கும்போது சின்னச் சின்ன சந்தேகங்கள் தோன்றும் போதெல்லாம் செந்திலை அழைத்துக் கேட்பேன். சிறையில் டீ, காபி கிடைக்குமா, டாய்லெட்டில் வாளி இருக்குமா

என்பது போன்ற சின்னச் சின்ன அசட்டு சந்தேகங்கள். ஒவ்வொரு முறையும் சுணங்காமல் சந்தேகங்களை நிவர்த்தி செய்தார் செந்தில். அவருக்கு என்னுடைய நன்றி.

உலகெங்கும் கான்ஸ்பிரஸி தியரியை வைத்து நாவல் எழுதும் வழக்கம் உண்டு. ஆங்கிலத்தில் பிரபலமான டா வின்சி கோட் நாவலை உதாரணமாகச் சொல்லலாம். ஏன் தமிழில் அதிக வாசகர்களால் படிக்கப்பட்ட பொன்னியின் செல்வன் கான்ஸ்பிரஸி தியரி அடிப்படையில் எழுதப்பட்டதுதான். அப்படி என் வாழ்க்கையில் நடந்த ஒரு விஷயத்தை எடுத்துக்கொண்டு, அதில் கான்ஸ்பிரஸி தியரியைச் சேர்த்திருக்கிறேன். அன்பரசு என்கிற அந்த ஒரு கதாபாத்திரத்தை எழுதும்போது மட்டும் வழக்கத்தை விட, கூடுதல் கவனம் எடுத்து எழுதியிருக்கிறேன். அன்பரசு அண்ணனின் பெயரைப் பயன்படுத்திக்கொள்ள அனுமதியளித்த பெரியப்பா ராஜபாண்டியனுக்கும் பெரியம்மா பானுமதிக்கும் எனது நன்றி.

ஒருகாலத்தில், அதாவது சுமார் பதினைந்து வருடங்களுக்கு முன், எப்படியாவது ஒரு புத்தகத்தைப் பிரசுரித்துவிட வேண்டும் என்பது என் கனவாக இருந்தது. நாளடைவில் குறிப்பாக பிரிண்ட் ஆன் டிமாண்ட் போன்ற விஷயங்கள் வந்து, பணம் மட்டும் இருந்தால் போதும் யார் வேண்டுமானால் புத்தகம் பதிப்பிக்கலாம் என்கிற நிலை வந்தபோது அதன் மீது இருந்த ஆர்வம் வடிந்துபோனது. அந்த மாதிரி நமக்கு நாமே முறையில் இல்லாமல், தமிழின் முன்னணி பதிப்பகமான ஸீரோ டிகிரி நிறுவனம் நடத்தும், நம்பகத்தன்மை கொண்ட ஒரு போட்டியின் வழியாக எனது புத்தகம் அச்சுக்கு தகுதி கொண்டதாகத் தேர்வு செய்யப்பட்டுள்ளது மகிழ்ச்சி அளிக்கிறது. அதற்காக ஸீரோ டிகிரி பப்ளிஷிங் நிறுவனத்திற்கும், அதன் நிறுவனர்கள் ராம்ஜீ மற்றும் காயத்ரி இருவருக்கும் என் நன்றி.

*கடைசி நன்றி - last but not the least - என் புத்தகத்தை வாங்கிப் படித்துக்கொண்டிருக்கும் உங்களுக்கு!*

ஒரு சுனாமி. அதைத் தொடர்ந்து வரும் இருபத்தி நான்கு தினங்கள். சென்னை மத்திய சிறைச்சாலையில் சந்தித்துக் கொள்ளும், வெவ்வேறு பின்புலங்களைச் சேர்ந்த நான்கு இளைஞர்கள். அவர்களுடைய வாழ்க்கையில் அதற்கு முன்பும்

பின்பும் நடந்த விஷயங்களை உண்மையாகவும் உண்மை கலந்த புனைவுகளாகவும் முழுக்கற்பனையாகவும் கலந்து நான்-லீனியர் பாணியில் எழுதியிருக்கிறேன்.

படித்துவிட்டு, பாராட்டோ, விமர்சனமோ, வசையோ நான்கு வரியாவது எழுதுங்கள்.

nrflyingtaurus@gmail.com

என்றும் அன்புடன்,
*N.R.பிரபாகரன்*

# 1

அன்பரசு வந்துவிட்டான்!

இருபத்தி இரண்டு நாட்களுக்குப் பிறகு விடுதலைக் காற்றை சுவாசிக்கிறான். மணிகண்டன் அவனுக்காக காத்திருந்தான். மணியைக் கண்டதும் அன்பரசு ஓடிவந்து அவனது கரங்களைப் பற்றிக்கொண்டான். வார்த்தைகளற்ற சிறிய நன்றி நவில்தல்.

மணி, அன்பரசை வெளியே கொண்டு வருவதில் ஏற்பட்ட சிக்கல்களை விளக்கிக்கொண்டிருந்தான். அன்புக்கு அப்போது அந்த விளக்கங்கள் தேவைப்படவில்லை.

"ஒரு டீ குடிக்கலாமாண்ணா?"

மணிக்கு அச்சூழல் சற்று தாமதமாகவே உறைத்தது. விறுவிறுவென்று அன்புவை மூர் மார்க்கெட் பகுதியில் உள்ள ஒரு பிரியாணி கடைக்கு அழைத்துச் சென்றான். அன்புக்கு அப்போது பசிக்கவில்லை. வேண்டாம் என்றான். மணி நம்பவில்லை. அது எப்படி பசிக்காமல் போகும் என வற்புறுத்தினான். அன்பு விடாப்பிடியாக மறுத்து, ஒரு டீ மட்டும் போதும் என்றான். அடுத்த கடைக்கு நகர்ந்தார்கள்.

"மாஸ்டர், ரெண்டு டீ. ஒண்ணு மட்டும் ஸ்ட்ராங்கா"

"பாப்பா எப்படி இருக்கா?" என்றான் அன்பரசு.

"நல்லா இருக்கா அன்பு. என்னை மாதிரியே கொழுகொழுன்னு. வர்ற ஏழாம் தேதி பேர் வைக்கிறோம். கண்டிப்பா வந்துடு" என்றான் மணி.

தேநீர் வந்தது. சுதந்திரத் தேநீர்!

டீ குடித்து முடித்ததும் இருவரும் சென்ட்ரல் புறநகர் ரயில் நிலையம் நோக்கி நடந்தார்கள். அன்பு, "அண்ணா, நான் கிளம்புறேன்" என்றான்.

"வாடா, கும்மிடிப்பூண்டி வண்டி உங்க ஏரியா வழியாதான் போகும்" என்றான் மணி.

"இல்லண்ணா, நான் பஸ்ல போய்க்கிறேன். எனக்கு அதான் வசதி."

மணியின் வீடு அயனாவரத்தில் இருந்தது. அவன் ஆவடி போகிற ட்ரெயினில் ஏறி பெரம்பூர் கேரேஜ் வொர்க்ஸில் இறங்கி நடந்து போய்விடுவான். இருவரும் இருவேறு திசைகளில் பிரிந்தாக வேண்டிய நிலை.

"செலவுக்கு வைத்துக்கொள்."

மணி அவசரமாக சில நூறு ரூபாய்த் தாள்களை எடுத்து அன்புவின் பாக்கெட்டில் அவன் மறுக்க மறுக்கத் திணித்தான்.

மணி அவனது பார்வையிலிருந்து மறைந்தபின் அன்பு ரயில் நிலையத்திற்கு முன்பாக உள்ள பேருந்து நிறுத்தத்திற்கு வந்தான்.

நான்கு வார தாடி. தலைமுடியெல்லாம் செம்பட்டை ஆகியிருந்தது. அவனது சட்டையும், பேண்ட்டும் பழுப்பு நிறமா, அழுக்கு நிறமா என்று தெரியாதபடி இருந்தது. போதாதகுறைக்கு அவனுடைய அளவிற்கு ஒன்றரை மடங்கு இருந்தது. ஏனெனில் அது அவனது உடைகள் இல்லை. அவனுடன் பேருந்துக்காகக் காத்திருந்த பயணிகள் அவனைப் பிச்சைக்காரன் என்று நினைத்துக் கொள்வதற்கான சாத்தியங்கள் நிறைய இருந்தன. அவ்வாறு நடந்து விடாமலிருக்க, மணி அவனது பாக்கெட்டில் திணித்த நூறு ரூபாய்த் தாள்களை எடுத்து ஒழுங்குபடுத்தும் சாக்கில் அவர்கள் கண்களுக்குக் காட்டினான். இப்பொழுது பிச்சைக்காரன் என்று நினைக்கமாட்டார்கள். வேண்டுமென்றால் பைத்தியக்காரன் என்று நினைப்பார்கள். நினைத்துக்கொள்ளட்டும்.

திருவான்மியூரிலிருந்து திருவொற்றியூர் வரை செல்லும் தடம் எண் 1 வந்துக்கொண்டிருந்தது. காத்திருந்தவர்களில் கணிசமானோர் பேருந்து உள்ளே வந்து நின்றதும் இருக்கைகளைக் கைப்பற்றுவதற்குத் தயாரானார்கள். அன்பரசும் ஏறிக்கொண்டான். பிற்பகல் என்பதால் கூட்டம் அதிகமில்லை. அன்பரசுக்காகவே நடத்துநர் இருக்கைக்கு எதிரில் ஒரு இடம் காலியாக இருந்தது. அன்பு அங்கே அமர்ந்ததும் ஏற்கனவே அங்கே அமர்ந்திருந்த மத்யமர், அன்பு தன் மீது பட்டுவிடாதபடி தள்ளி அமர்ந்துகொண்டார்.

"தேரடி ஒண்ணு"

"ஏழ்ரூவா" என்றார் நடத்துநர்.

நூறில் ஒன்றினை நீட்டினான். சில்லறை தட்டுப்பாட்டின் பொருட்டு முனகியபடி, "ரெண்ரூவா இருக்காப்பாரு" என்றார்.

பார்க்காமலே, “இல்லை” என்றான்.

"இறங்கும்போது சில்லறை வாங்கிக்கோ" என்று டிக்கெட்டின் பின்னால் கையொப்பமிட்டுக் கொடுத்தார். ரிஸர்வ் பேங்க் கவர்னருக்கு நிகரான கையெழுத்து.

பேருந்து பர்மா பஜாரை கடந்துகொண்டிருந்தது. பாய்மாருங்க பஜார் என்பதுதான் வழுவி பர்மா பஜார் ஆகிவிட்டதோ என்று நினைக்கும்படி அவர்களின் ராஜ்யம் அங்கு கொடிகட்டிப் பறந்தது. உள்ளூர் சினிமாவிலிருந்து உலக சினிமா வரை அத்தனை பட சிடிக்களும் அங்கு கிடைக்கும். பைரஸியும் ஹராம் என்று நபிகள் ஒரு வார்த்தை சொல்லிவிட்டுப் போயிருக்கலாம்.

இன்னும் அதிகபட்சம் முப்பது நிமிடங்கள். வீட்டுக்குப் போய்விடலாம். அன்பு கணக்கிட்டான்.

அப்பா என்ன செய்துகொண்டிருப்பார். அநேகமாக பழைய சைக்கிளின் செயினுக்கு எண்ணெய் விட்டுக்கொண்டிருப்பார் அல்லது எக்ஸ்ஹாஸ்ட் ஃபேனை கழற்றித் துடைத்துக் கொண்டிருப்பார்.

பேருந்து தம்புச்செட்டி தெரு பக்கமாக வந்து ராயபுரம் பாலத்தின் மீது ஏறியது. அந்தப் பாலத்தைக் கடந்துவிட்டால் போதும், அதன் பின் தாய்மடிக்கு வந்துவிட்டதாகத் தோன்றும் அன்புவுக்கு. அன்றும் அப்படித்தான்.

இன்னும் இருபது, இருபத்தைந்து நிமிடங்கள். நிஜமாகவே தாய் மடியில் தஞ்சமடைந்துவிடுவான்.

அநேகமாக அவனது அம்மா அவனை மீட்டுத் தரும்படி அவளுக்குத் தெரிந்த ஹிந்துக் கடவுள்களிடம் வேண்டிக்கொண்டிருப்பாள். நிச்சயம் அவளுடைய வேண்டுதலில் அவனுக்கு ஒரு மொட்டை சேர்ந்திருக்கும். சிரித்தபடி தலைமுடியைத் தடவிப் பார்த்துக்கொண்டான். பக்கத்தில் அமர்ந்திருந்த மத்யமர் கல்மண்டபத்தில் இறங்குவதற்காக அவனைக் கலைத்தார். ஜன்னலோரம் நகர்ந்து அமர்ந்தான் அன்பு.

தம்பி நம்மைத் தேடியிருப்பானா, அழுதிருப்பானா என்று நினைத்துப் பார்த்தான் அன்பு. அவன் அழுதானோ இல்லையோ அன்புவுக்கு அழுகை வந்தது. கடலோரக் காற்று அவன் முகத்திலடித்தது. பேருந்து காசிமேடை கடந்துக்கொண்டிருந்தது.

இன்றைய தேதி ஜனவரி 19, 2005. சுனாமிக்கு பிந்தைய இருபத்தி நான்காம் தினம். ஆனாலும் அது போட்டுச் சென்ற கோரத் தாண்டவத்தின் தடயங்கள் அக்கடலோரப் பகுதியில் தெளிவாகத் தெரிந்தன. கடலலைகளில் இன்னமும் சீற்றம் இருந்தது போலிருந்தது.

இன்னும் பதினைந்தே நிமிடங்கள். வீட்டிற்குப் போய் அப்பா, அம்மா, தம்பி எல்லாரையும் பார்த்துவிடலாம். அநேகமாக சித்தப்பாதான் முதலில் பார்ப்பார். தாத்தாவுக்கு அடையாளம் தெரியுமா? யாருப்பா என்று கேட்பார். பேரன் என்றால் பாக்கெட்டில் துழாவி இரண்டு ரூபாய் எடுத்துக் கொடுப்பார்.

பேருந்து சுங்கச்சாவடி திருப்பத்தைக் கடந்து ஊர் எல்லைக்குள் நுழைந்துவிட்டது. அவ்வளவுதான் ஏரியாவுக்கு வந்தாயிற்று. அப்பேருந்தில் பயணிகள் இறங்க இறங்க சுமை குறைந்ததைப் போலவே, பேருந்து அவனது வீட்டை நெருங்க நெருங்க அவனது மனதிலிருந்த சுமை குறைந்துகொண்டிருந்தது.

ராகவேந்திரா தியேட்டரில் ஷகீலா மற்றும் ரேஷ்மா இணைந்து தோன்றும் யாமினி என்று போஸ்டர் ஒட்டியிருந்தது. அடுத்த நிறுத்தத்தில் இறங்க வேண்டும். வெங்கடேஸ்வராவில் இதற்கு இணையாக ஆங்கில பி-கிரேட் படம் ஒன்று வெளியாகியிருக்க

வேண்டும். போஸ்டரைத் தேடிக் கண்டடைந்தான். *Return to savage beach.* போஸ்டரில் துப்பாக்கி ஏந்திய கன்னியர்கள். உற்றுப்பார்த்தான். ம்ஹூம் கன்னியர்கள் என்று உறுதியாகச் சொல்ல முடியாது.

தேரடியில் இறங்கினான். பொங்கல் படங்கள் வேறு வெளியாகியிருந்தன. முதலில் நல்ல சினிமா ஒன்று பார்க்க வேண்டும். ஓடியன்மணியில் திருப்பாச்சி. எம்.எஸ்.எம்.மில் அரிதாக தமிழ்ப்படம் ரிலீஸ் செய்திருந்தார்கள். தேவதையைக் கண்டேன். மும்பை எக்ஸ்பிரஸ் எப்போது ரிலீஸ் ஆகும்?

திரைப்பட போஸ்டர்களுக்கு மத்தியில் ஒட்டப்பட்டிருந்த ஒரு கண்ணீர் அஞ்சலி போஸ்டரில் யாரோ அகால மரணமடைந்திருந்தார்கள். அந்த போஸ்டர் அவனுக்கு சற்று அணுக்கமாகத் தெரிந்த காரணத்தினால் மீள் பார்வையிட்டான்.

அது அவனுடைய கண்ணீர் அஞ்சலி போஸ்டர்!

*26* டிசம்பர் *2004*. ஞாயிற்றுக்கிழமை.

*நாங்கள்லாம் சுனாமிலயே சும்மிங்க போடுறவங்க* என்று ஹீரோ சினிமாவில் பஞ்ச் டயலாக் பேசுவார் என்றோ, *ஐ ஃபார் யூ. யூ ஃபார் மீ. சேர்ந்தாக்கா சுனாமி* என்று ஹீரோவும் ஹீரோயினும் டூயட் பாடுவார்கள் என்றோ, கவிஞர்கள் *ஏய் சுனாமியே!* என்று மரபில் எழுதுவார்கள் என்றோ யாரும் எதிர்பார்த்திராத காலைப்பொழுது.

அதுவரை இன்னதென்று அறிந்திராத அந்தப் புதிய பேரழிவு தெற்காசிய நாடுகளைத் தாக்கியது. மாலை நாளிதழ்கள் அதன் பெயரை எப்படி எழுதுவது என்றுகூட தெரியாமல் திணறின. முதல்நாள் அதனை திசுனாமி என்றும், பின்னர் சுனாமி என்றும், அடுத்தடுத்த தினங்களில் தமிழறிஞர்களின் தயவால் ஆழிப்பேரலை என்றும், அப்புறம் எதற்கு வம்பு என்று சுனாமி என்று பொது மொழியிலேயே எழுதத்துவங்கின. அப்பேரலை சில கிழக்கு ஆஃப்ரிக்க நாடுகளையும் சேர்த்து மொத்தம் பதினான்கு நாடுகளைப் பாதித்தது. அதிகாரபூர்வ இறப்பு எண்ணிக்கை மட்டும் இரண்டரை லட்சத்திற்கு மேல். அதில் பாதி இந்தோனேசிய மக்கள். இந்தியாவில் மட்டும் பதினைந்தாயிரம் மக்களுக்கு மேல் இறந்திருக்கலாம். இலங்கைத் தீவு இந்தியாவிற்கு ஒரு கேடயம் போல அமைந்ததை எண்ணி மகிழ முடியாதபடி அங்கேயும் ஏராளமான இழப்பு.

சுனாமி தமிழ்நாட்டுக் கடலோரப் பகுதிகளில் உள்ள பல்லாயிரக்கணக்கானவர்களின் வாழ்க்கையைப் புரட்டிப்போட்டது. அச்சுனாமிக்குப் பின்னான இருபத்தி நான்கு நாட்களில், சுனாமியினால் அல்லாமல் வேறு சில காரணங்களால் இன்னொரு நான்கு பேரின் வாழ்க்கையும் புரட்டிப் போடப்பட்டது - அன்பு, மணி, கிருபா, ஜேம்ஸ். அவர்கள் நான்கு பேரையும் இணைத்த புள்ளி - சென்னை மத்திய சிறைச்சாலை.

# 2

சுனாமிக்கு பிந்தைய ஐந்தாம் நாள்.

புத்தம் புதிய ஆண்டொன்று பிறக்க இன்னும் இருபத்தி சொச்ச நிமிடங்களே இருந்தன. ஆனால், அந்த இடத்தில் அதுகுறித்து யாருக்கும் உற்சாகம் இல்லை. அது சென்னை மத்திய சிறைச்சாலை - விசாரணைக் கைதிகளுக்கான தொகுதி.

மணியும் அன்புவும் கடந்த இரண்டு தினங்களில் அண்ணனும் தம்பியும் போல பழக ஆரம்பித்துவிட்டார்கள். அவர்களுக்கும் வேறு வழியில்லை.

டார்மிட்டரி பாணியில் கட்டப்பட்டிருந்த அந்த விசாலமான அறையில், அந்த ராத்திரி வேளையில் பல பேர் ஆழ்ந்த உறக்கத்தில் இருந்தார்கள். மணியும் அன்புவும் தூக்கம் வராமல் அவரவர் கதைகளைப் பேசிக்கொண்டிருந்தார்கள். அப்போது அங்கே அவர்கள் இருவரல்லாத இன்னொரு குரல். சரியாகச் சொல்வதென்றால் விசும்பல். அநேகமாக யாராவது புதுக்கைதியாக இருக்கலாம். அறையின் மூலையில் சுருண்டு படுத்திருந்தான் அவன். மணி அவனை உசுப்பினான். அவன் அரண்டுபோய் நகர்ந்தான். மணி அவனிடம் சில நிமிடங்கள் நைச்சியமாகப் பேசியும், ஆப்பிள் பழம் ஒன்றினைக் கொடுத்தும் சமாதானப்படுத்த வேண்டியிருந்தது. அவனது பெயர் கிருபா என்றான். இந்த கிருபா என்ன செய்தான்?

அதே நாள் காலை எட்டு மணி சென்னை நுங்கம்பாக்கம் ரயில் நிலையம். மக்கள் பொருளீட்டுவதற்காக கூட்டம் கூட்டமாக ஓடிக்கொண்டிருக்கும் நேரம். பீச் ஸ்டேஷனில் இருந்து தாம்பரம் வரை செல்லும் மின்சார ரயில் ஒன்று வந்து நின்றது. பயணிகள் தள்ளுமுள்ளுக்கிடையே ஒரு இளைஞன் வேகமாக ஓடிவந்து, பெண்கள் பெட்டியின் ஜன்னலில் கால் வைத்து ரயிலின் மீது ஏற முயன்றிருக்கிறான். உள்ளே இருந்த பெண்கள் எல்லாம் ஒரே கூச்சல். சத்தம் கேட்டு ஓடிவந்த ரயில்வே காவலர்கள் இளைஞனைப் பிடித்துக் கொண்டுபோனார்கள். அவன்தான் கிருபா. கிருபாகரன்.

கிருபாவின் மீது *RPF* செக்ஷன் *145* - நியூஸன்ஸ் கேஸ் பதிவதாக ஏற்பாடு. கிருபாவோ அங்கேயே அழுது அரற்றிக்கொண்டிருந்தான். அவனுக்கு உடனடியாக அங்கிருந்து நீங்க வேண்டிய தேவையிருந்தது. ரயில்வே காவலர்களுக்கு தமிழ் தெரிந்திருக்கவில்லை. வேறொரு ஊழியரை அழைத்து விசாரித்தபோதுதான் விஷயமே வேறு என்று தெரிய வந்தது. கிருபாவின் இலக்கு பெண்களை சீண்டுவதோ, ரயிலில் சாகசம் செய்வதோ அல்ல. அவனது இலக்கு மின்சார ரயிலின் உயர் அழுத்த மின்கம்பி. ரயிலின் மீது ஏறி அதனை ஒரு பிடி ! உடனடி மரணம். நெற்றிக்காசு வேண்டாம். ஃப்ரீஸர் பாக்ஸ் வேண்டாம். முகத்தை கடைசியா பாக்குறவங்க பாத்துக்கோங்க, நாளைக்கு காலைல ஒம்போது மணிக்கு பால் இது எதுவுமே தேவையில்லை. சூஸைட் அட்டெம்ப்ட் கேஸ்.

இதைக் கேட்ட மணி, அடப்பாவி, ரயில் வரும்போது தண்டவாளத்தின் முன்பு டைவ் அடித்திருந்தால் இந்நேரம் மார்ச்சுவரியில் அல்லவா இருந்திருப்பாய் என்று நினைத்துக்கொண்டான். சொல்லவில்லை.

கிருபாவிற்கு வயது இருபத்தைந்திலிருந்து முப்பதுக்குள் இருக்கலாம். தென் தமிழ்நாட்டிற்கே உரிய திராவிட நிறம். அவனது சொந்த ஊர் சாத்தூர் பக்கத்தில் உள்ள புதுப்பட்டி என்கிற கிராமம். அம்மா இறந்து சில வருடங்கள் ஆகிவிட்டன. புற்றுநோய். அப்பா இருக்கிறார். ஆனால் அம்மாவின் மறைவிற்காகவே காத்திருந்தனர் போல அவர் இறந்ததும் வேறொரு அம்மாவுடன் வாழ்ந்து கொண்டிருக்கிறார். அ.தி.மு.க.வினரை விட வேகம். தகவல் சொல்லியிருக்கிறார்கள். ஆனால் அவர் வருவதற்கான சாத்தியங்கள் மிக மிகக் குறைவு. வருவாரா மாட்டாரா என்று காத்திராமல்

கிருபாவை சிறைக்குக் கொண்டு வந்து அடைத்துவிட்டார்கள்.

கிருபா மரணத்தையே எதிர்கொள்ளத் தயாரானவன். அவன் சிறைக்கு அஞ்சவில்லை. அவனது விசும்பலுக்கு வேறொரு காரணமிருந்தது. கிருபா அதனைச் சொல்வதற்கே பயப்பட்டான். ஏனென்றால் அதைச் செய்தவர்கள் அந்த அறையிலேயேதான் இருந்தார்கள். ஒருவேளை கிருபா இப்போது இவர்களுடன் பேசுவதைக்கூட அவர்கள் கேட்டுக்கொண்டிருக்கலாம்.

மணியும், அன்புவும் சற்று தெம்பூட்டிய பிறகு கிருபா சற்று உடைந்த குரலில் நடந்தவற்றைச் சொல்லத் துவங்கினான்.

சிறைக்குள் வந்தபிறகு கிருபா தனியாகவே இருந்திருக்கிறான். அவனுடைய எண்ணமெல்லாம் சிறைக்குள் எப்படி தற்கொலை செய்துகொள்ளலாம் என்பதைச் சுற்றியே இருந்திருக்கிறது. கழிவறையில் நுழைந்து அலுமினிய வாளி, பீங்கான் போன்றவற்றை சோதித்துக்கொண்டிருந்தபோது ஒரு கைதி உள்ளே நுழைந்து, என்ன ஏதென்று கேட்டிருக்கிறான். கிருபா ஒன்றுமில்லை என்று பயந்தபடி மழுப்பவும், உள்ளே வந்த கைதிக்கு வேறு மாதிரி ஒரு சிந்தனை தோன்றியிருக்கிறது. புதிய ஆள், பயந்த சுபாவம், இளவயது. அவனுடைய நண்பர்கள் இருவருக்கு தகவல் சொல்ல, மூவரும் சேர்ந்து கிருபாவை பலவந்தப்படுத்தியிருக்கிறார்கள். கிருபா ஏற்கனவே தற்கொலை மனோபாவத்தில் இருந்தவன். அடிக்கத்தானே போகிறீர்கள். அடியுங்கள், அடித்துக் கொல்லுங்கள் என்று மனதில் நினைத்துக்கொண்டு எந்த எதிர்ப்பையும் காட்டாமல் இருந்திருக்கிறான். அவர்கள் கிருபாவின் கீழாடையை நீக்கியபிறகே அவனுக்கு விபரீதம் புரிந்திருக்கிறது. இரண்டு பேர் தங்கள் பலத்தை முழுமையாகப் பயன்படுத்தி கிருபாவைப் பிடித்துக்கொள்ள மூன்றாம் நபர் கிருபாவை ரணப்படுத்தியிருக்கிறார். இப்படியே மூன்று பேரும் மாறி மாறி...

துவைத்துப் பிழிந்த துணியைப் போல திரும்பியிருந்தான் கிருபா. அவனது குதத்துளையின் வழியாக ரத்தம் வழிந்து உடைகளில் படிந்திருந்தது. உள்ளாடையில் ரத்தம் தோய்ந்திருப்பதாக அவனிடமிருந்து அவர்கள் தெரிந்துகொண்டார்கள். அன்பு கிருபாவை அழைத்துச் சென்று, அவன் முதல்நாள் அணிந்து வந்த பச்சை நிறக் கட்டம் போட்ட சட்டையையும் பேண்ட்டையும் கொடுத்து மாற்றிக்கொள்ளச் செய்தான்.

கிருபா உடல் அளவை விட உள்ளத்தினால் அதிகம் காயப்பட்டிருந்தான். அவன் அந்தச் சம்பவத்தினால் தன்னை மிகவும் அசுத்தமாக உணர்ந்தான். அவனது தற்கொலை எண்ணம் முன்பை விட மேலோங்கியிருந்தது. இதையெல்லாம் அவன் அன்புவிடமும் மணியிடமும் தெரியப்படுத்தவில்லை.

நாளை சிறை அதிகாரிகளிடம் முறையிடலாமா என்று அன்பு, மணியிடம் கேட்டான். வேண்டாம். தேவையில்லாத பிரச்சனை. இதை இப்படியே விட்டுவிடலாம் என்றான் மணி. அன்புவால் அதனை ஏற்றுக்கொள்ள முடியவில்லை. மணியோ வேறு மாதிரி சிந்தித்தான். சிறையைப் பொறுத்தவரையில் கைதிகளை விட காவலர்களே ஆபத்தானவர்கள். மனசாட்சி என்பதே மரத்துப்போனவர்கள். அவர்களிடம் இந்த விஷயத்தைக் கொண்டு போய் அது வேறு மாதிரி முடிவதற்கான சாத்தியங்கள் நிறைய இருந்தன.

கிருபா ஆதரவற்றவன். அவனுக்கு சிறையில் என்ன நடந்தாலும் கேட்பதற்கு ஆள் இல்லை. மேலும் சிறையில் ஆண்கள் தொகுதி என்பது பெண் வாடையே படாத வறட்சியான பகுதி. இம்மாதிரியான சூழலில் கிருபா போன்ற ஒருவன் கிடைத்தால் அவனை வைத்துச் செய்வார்கள், விட்டரல்லி.

இப்போதைக்கு கிருபாவை தனியாக எங்கேயும் விடாமல் அவர்களுடைய பாதுகாப்பில் வைத்துக்கொண்டால் போதும். சூஸைட் கேஸுக்கு எளிதாக ஜாமீன் கிடைத்துவிடும். தனக்கு முன்பாகவே அவனை வெளியே அனுப்பிவிடலாம் என்று யோசித்தான் மணிகண்டன்.

கிருபாவை தங்கள் பார்வையில் பாதுகாப்பாக படுக்க வைத்துவிட்டு அன்புவும் மணியும் உறங்கிப் போனார்கள். அன்புவும், மணியும், கிருபாவும் சென்னை மத்திய சிறையில் உழன்றுகொண்டிருந்த அதே புத்தாண்டு இரவில் ஜேம்ஸ் பெங்களூரில் அவனது காதலி மோனாவுடன் கட்டிலில் புரண்டுகொண்டிருந்தான்.

நால்வருக்கும் சேர்த்து புத்தாண்டு பிறந்தது!

# 3

சுனாமிக்கு பிந்தைய மூன்றாம் நாள்.

காலை பதினொரு மணி.

ஒரு பக்கம் சென்னையின் கடற்கரையோரப் பகுதிகளை ராட்சத அலைகள் கலவரப்படுத்தியிருந்தன. அதே சமயம் அதற்கும் எங்களுக்கும் சம்பந்தம் இல்லை என்று அறிவித்தபடி ஸைபர் செல் போலீஸின் ஒரு குழுவினர் அயனாவரம் குருவப்பா மேஸ்திரி தெருவிலிருந்த ஆரஞ்சு கன்சல்டன்ஸி சர்வீஸஸ் வாசலில் வந்திறங்கினார்கள். காவல்துறை வாகனமில்லை. ஒரு டெம்போ டிராவலர். அவர்கள் தாங்கள் காவலர்கள் என்கிற உண்மை யாருக்கும் தெரியாதபடி மஃப்டி உடையில் வந்து, காலில் மட்டும் பூட்ஸ் போட்டுக்கொண்டு தடதடத்தார்கள்.

சில நாட்களுக்கு முன் நெதர்லாந்து தூதரகத்திலிருந்து இந்திய ஜனாதிபதியிடம் நேரடியாக ஒரு புகார் மனு.

"ஐயா,

தங்கள் நாட்டில் இயங்கிவரும் ஆரஞ்சு கன்சல்டன்ஸி நிறுவனத்திலிருந்து நெதர்லாந்தில் வேலை வாங்கித் தருவதாக ஒரு மோசடி நடைபெறுகிறது. நீங்கள் அது என்ன ஏதென்று கவனித்து உடனடியாகத் தக்க நடவடிக்கை எடுக்க வேண்டும்."

இப்படிக்குப் பிறகு மிடில் நேமில் *van* என்று வரக்கூடிய நெதர்லாந்து தூதரக அதிகாரியின் பெயர் இருந்தது.

அப்புகார் அங்கிருந்து தமிழ்நாட்டுக் காவல்துறை டி.ஜி.பி.க்கு வந்து, நெதர்லாந்து என்ன அய்யா நெதர்லாந்து... எங்கள் ஸ்காட்லாந்து வேகத்தைப் பார் என்று சுனாமியை முந்திக்கொண்டு வந்து சேர்ந்திருக்கிறார்கள் காவலர்கள்.

மூன்று இன்ஸ்பெக்டர்கள், நான்கு எஸ்.ஐ.க்கள், ஆண்களும் பெண்களுமாக ஏழெட்டு கான்ஸ்டபிள்கள். அநேகமாக அவர்கள் ஏதோ டெரரிஸ்ட் ஆபரேஷன் செய்யப்போவதாய் கற்பனை செய்துகொண்டு வந்திருப்பார்கள் போலிருக்கிறது. மணிகண்டன் நடத்திவந்த அந்த கன்சல்டன்ஸி ஒன்றும் பெரிய அலுவலகமெல்லாம் கிடையாது. சிறிய வீடு ஒன்றினை வாடகைக்கு எடுத்து ரெண்டு டெஸ்க்டாப் கணினிகள், லேண்ட்லைன் போன், பிரிண்டர் வாங்கிப் போட்டு அதனை ஓட்டிக்கொண்டிருந்தான். போன் வந்தால் எடுத்துப் பேசவும், மெயில்களுக்கு பதில் எழுதவும், ஆட்கள் யாராவது வேலை கேட்டு வந்தால் அவர்களை வழிநடத்தவும் இரண்டு சுமாரான இளம்பெண்களைப் பணியமர்த்தியிருந்தான். அவ்வளவுதான்.

காவலர்கள் வந்து இறங்கிய சமயம் அங்கே மணிகண்டன் இல்லை. முதலில் ஒரே ஒரு காவலர் மட்டும் வந்து வேலை வாய்ப்புக்காக விசாரிப்பது போல விவரங்கள் கேட்கிறார்.

"சார், ஃபர்ஸ்ட் பேங்க்ளூர்ல இருக்கிற பரத் ஹாஸ்பிடல்ஸுக்கு போய் ஒரு ஃபுல் பாடி செக்கப் எடுத்துட்டு வரணும். இதுக்கு த்ரீ தௌஸண்ட் ருபீஸ் சார்ஜ் ஆகும்."

"உங்க டெஸ்ட் ரிப்போர்ட்ஸ் கூடவே, இந்த ஃபார்ம் ஃபில் பண்ணி அதுல உங்க பாஸ்போர்ட் சைஸ் போட்டோ ஒட்டி..."

சொல்லிக்கொண்டிருக்கிற போதே தடதடவென ஆட்கள் உள்ளே நுழைய, பாப்பாக்கள் இரண்டும் பயந்துவிட்டன.

மணிகண்டனுக்கு தகவல் சொல்லப்பட்டது. அவனுக்கு இது பிரதான தொழில் கிடையாது. அவன் ரயில்வே தொழிற்சாலையில் பணிபுரியும் மத்திய அரசு ஊழியன். அங்கே தன்னை கவர் அப் செய்துகொள்ளச் சொல்லி சக ஊழியரிடம் சொல்லிவிட்டு மணிகண்டன் அவசரமாகக் கிளம்பி வந்தான்.

மணிகண்டன் பார்ப்பதற்கு இரண்டு ஆள் சைஸில் அடியாள் வேடத்திற்குப் பொருந்தக்கூடிய நபராகத் தெரிவான். ஒயிட்

அண்ட் ஒயிட் போட்டால் மட்டும் அவனுக்கு அரசியல்வாதி தோரணை வந்துவிடும். அதனாலேயே அவன் ஒர்க்ஷாப்பில் இருந்து நேராக வீட்டுக்குப் போய் வெள்ளை வேட்டி, வெள்ளைச் சட்டை போட்டுக்கொண்டு புல்லட்டில் புட் புட் புட்டென்று வந்து இறங்கினான்.

அதற்குள் சைபர் செல் ஆசாமிகள் கன்சல்டன்ஸியைக் கவிழ்த்துப் போட்டிருந்தார்கள். கணினிகளில் இருந்து ஹார்ட் டிஸ்க்கை தனியாக உருவியிருந்தார்கள். இரண்டு பெண்களும் வீட்டில் யாருக்கோ உடம்பு சரியில்லை என்பது போல முகத்தை வைத்துக்கொண்டு நின்றிருந்தார்கள்.

வந்திருந்தது சைபர் செல் பிரிவினர் என்பதாலும், மணிகண்டனின் தோற்றத்தைக் கருத்தில் கொண்டும் அவனை பொளேரென அறைந்து ஜட்டியுடன் ஓரமாக உட்கார வைக்கும் டிராமா எல்லாம் அங்கு நடக்கவில்லை. கௌரவமாகவே விசாரணை நடந்தது.

சில மாதங்களுக்கு முன் சார்லஸ், வெங்கட் என்று இரண்டு நபர்கள் மணியிடம் இந்த நெதர்லாந்து வேலை வாய்ப்புக்காக வந்திருந்தார்கள். ப்ரொஸீஜர்படி அவர்களின் மருத்துவ ரிப்போர்ட், விண்ணப்பப் படிவம் எல்லாம் வாங்கி வைத்துக் கொண்டான். ஆனால் மேற்கொண்டு எதுவும் முன்னேற்றம் இல்லாததால் இருவரும் சந்தேகப்பட்டு நெதர்லாந்து தூதரகத்தில் புகார் அளித்திருக்கிறார்கள். அங்கிருந்து விசாரித்து நெதர்லாந்தில் அப்படி ஒரு நிறுவனமே இல்லை என்பதையும், இது ஒரு மோசடி என்பதையும் கண்டுபிடித்து நடவடிக்கை எடுத்திருக்கிறார்கள்.

மணிகண்டன் கொஞ்சம்கூட பதற்றம் அடையவில்லை. ஏனெனில் அவன் வெறும் ஏஜெண்ட் மட்டும்தான். அவனிடம் வேலைக்கு ஆட்களைக் கேட்டிருந்தது மற்றொரு இந்திய நிறுவனம். மற்றபடி அவனுக்கும் இதற்கும் எந்த நேரடித் தொடர்பும் கிடையாது.

விகாஸ் ஃபவுண்டேஷன் என்கிற அந்த மூல நிறுவனத்தில் இருந்து வந்த மெயில்களை காவலர்களுக்குக் காட்டினான் மணிகண்டன். அதன் மேலாளர் மந்திரமூர்த்திதான் மணிகண்டனுக்கு காண்டாக்ட் பாய்ண்ட். அந்நிறுவனத்திற்காகத்தான் இவன் ஆட்களை எடுக்கிறான்.

மணிகண்டன் காவலர்கள் முன்னிலையில் மந்திரமூர்த்தியை அழைக்கிறான். ரிங் போகிறது.

"ஹலோ..."

"சார், நான் ஆரஞ்சு கன்சல்டன்ஸியில் இருந்து மணி பேசுகிறேன்"

"சொல்லுங்க சார்"

"சார், இந்த நெதர்லாந்து ஜாப் விஷயமா ஒரு என்கொய்ரி வந்திருக்கிறது"

"....."

"ஹலோ... சார்... ஹலோ கேக்குதா..."

"...."

"சார், நான் பேசுறது கேக்குதா..."

பொட். அடுத்தமுறை அழைத்தபோது மந்திரமூர்த்தி தொடர்பு எல்லைக்கு அப்பால் போயிருந்தார். ஒருவேளை போலீஸ் விஷயம் மந்திரமூர்த்திக்குத் தெரிந்திருக்குமோ. மணிகண்டன் இன்னும் கொஞ்சம் பொறுமையாக நடந்திருக்கலாம் என்று தன்னைத் தானே கடிந்துகொண்டான்.

நேரம் ஆகிக்கொண்டிருந்தது. ஸைபர் செல் ஆசாமிகளுக்கு மேலிட உத்தரவு வந்தது. அதன் பேரில் மணிகண்டனையும் இரண்டு பணியாளர்களையும் மேற்கொண்டு விசாரணைக்காக வேனில் ஏற்றி எழும்பூர் ஆணையர் அலுவலகத்திற்கு அழைத்துச் சென்றார்கள்.

மந்திரமூர்த்தியின் அலுவலக முகவரிக்குத் தனியாக ஆள் அனுப்பியிருந்தார்கள்.

அதுவரையில் போலீஸ் தரப்பில் இருந்து கவனிப்பில் எந்தக் குறையும் வைக்கவில்லை. மணிகண்டனுக்கும் அவனது ஊழியப் பெண்களுக்கும் பக்கத்தில் உள்ள உயர்தர சைவ ஹோட்டலில் இருந்து அளவுச் சாப்பாடு ஏற்பாடு செய்திருந்தார்கள்.

மணிகண்டனுக்கு உள்ளுக்குள் லேசாக பயம் இருந்தாலும் அதனை அவன் காட்டிக்கொள்ளவில்லை. இதோ இன்னும் கொஞ்ச நேரத்தில் இவனைப் பிடித்து அழைத்து வந்ததைப் போலவே மந்திரமூர்த்தியைப் பிடித்து வரப் போகிறார்கள். வந்ததும் மந்திரமூர்த்தியின் நிறுவனத்திலிருந்து வந்த ஈமெயில், டாக்குமெண்ட்ஸ் எல்லாம் காட்டிவிட்டு, சாப்பிட்ட மீல்ஸுக்கு

ஒரு பெரிய ஏப்பம் விட்டு, கமிஷனருக்கு ஒரு குட்பை சொல்லிவிட்டு கிளம்பவேண்டும். அவ்வளவுதான்.

சூரியன் மறையத் துவங்கியிருந்தது. மணிகண்டனின் பணியாளர்கள் இருவரும் எந்நேரமும் மடைதிறந்து கண்ணீர் பெருக்கெடுத்து ஓடக்கூடிய நிலையில் அமர்ந்திருந்தார்கள். மந்திரமூர்த்தி வந்தபாடில்லை. மணிகண்டன் காவலர்களிடம் பேசி பணியாளர்களுக்கும் நிறுவனத்திற்கும் எந்த சம்பந்தமும் இல்லை. அவர்கள் சம்பளத்திற்கு வேலை செய்பவர்கள். அவர்கள் வீட்டில் தேடுவார்கள் என்பதை நாசூக்காகத் தெரிவித்தான்.

மணிகண்டன் சொன்னது அவர்களுக்கு சரி என்று தோன்றியது. பெண்கள் விவகாரம். அவர்கள் வீடுகளுக்குத் தெரிந்து, அவர்கள் ஒன்றுமில்லாதவர்களாக இருந்தால் சிக்கலில்லை. படைபலம், சமூகப் பின்னணி என்று ஏதாவது இருந்து தொலைத்துவிட்டால் விஷயம் வேறு மாதிரி ஆகிவிடும். அவர்களுக்குத் தேவை ஒரு பலியாள். அதற்கு பொட்டாட்டம் மணிகண்டன் இருக்கிறான். இரண்டு பெண்களையும் வீட்டுக்கு அனுப்பி வைத்தார்கள்.

நேரம் இரவு எட்டு மணியாகிவிட்டது. சைபர் செல் காவலர்களால் மந்திரமூர்த்தியைக் கண்டுபிடிக்க முடியவில்லை. மணிகண்டன் சொன்னபடி ஒரு நிறுவனமோ, அப்படியொரு முகவரியோ இல்லை. மந்திரமூர்த்தி என்கிற ஒரு நபர், விகாஸ் ஃபவுண்டேஷன், மணிகண்டன் காண்பிக்கிற ஈமெயில்கள் எல்லாமே போலியாக இருக்கலாம் என காவல்துறையினர் சந்தேகித்தனர். அதற்குள் கமிஷனரிடமிருந்து காலம் தாழ்த்த வேண்டாமென உத்தரவு வருகிறது.

மணிகண்டனின் பெயரை *A1* என்று வைத்து முதல் தகவல் அறிக்கை தயார் செய்யப்படுகிறது. நாளை காலை அவனை கோர்ட்டில் ஆஜர்படுத்த வேண்டும். மணிகண்டனுக்கு இப்போது பதற்றம் தொற்றுகிறது. நம்மை வேனில் ஏற்றியதை தெருவில் யாரெல்லாம் பார்த்திருப்பார்கள், அர்ச்சனாவுக்குத் தகவல் சொல்லியிருப்பார்களா?

மணிக்கு யாரைத் தொடர்புகொள்வது என்று தெரியவில்லை. அப்போதைக்கு செல்போன் வைத்திருந்த ஒரே நண்பனான இம்மானுவேலை கமிஷனர் அலுவலக லேண்ட்லைனில் இருந்து அழைத்துத் தகவல் சொல்கிறான். சற்று நேரத்திற்கெல்லாம்

இம்மானுவேல் வந்ததும் நடந்த விஷயங்களைச் சுருக்கமாக அவனிடம் விளக்கிவிட்டு தன்னுடைய டூவீலர் சாவி, பர்ஸ் ஆகியவற்றை அவனிடம் கொடுத்து அனுப்புகிறான். அவன் குற்றமற்றவன் என்பதை அழுத்திச் சொல்கிறான்.

இரவு மணிகண்டனுக்கு அதே சிவில் ஹோட்டலில் இருந்து தோசை வந்தது. தங்குவதற்கு தாஸப்பிரகாஷில் ரூம் போட்டுத் தந்துவிடுவார்களோ.

மணிகண்டனை இம்முறை ஜிப்ஸியில் இரண்டு காவலர்களுடன் ஏற்றி எழும்பூர் காவல் நிலையத்திற்கு அழைத்து வந்தார்கள். அங்கே கோப்புகள் எல்லாம் அடுக்கி வைக்கப்பட்டிருந்த ஒரு அறையில் எலிகளுக்கு மத்தியில் படுத்துக்கொள்ள சிறிது இடம் ஒதுக்கிக் கொடுத்துவிட்டு, அறையை வெளித்தாழ்ப்பாள் போட்டு காவலர்கள் நீங்கினார்கள்.

மணிகண்டன் கண்களை மூடிப்பார்த்தான். தூக்கம் வரவில்லை.

அர்ச்சனா நம்புவாளா? குழந்தைக்கு எதுவும் ஆகிவிடக் கூடாது. லேபர் பெயின் வரும்போது யார் அர்ச்சனாவை ஹாஸ்பிடலுக்கு அழைத்துச் செல்வார்கள்?

"கங்கிராஜுலேஷன்ஸ் மணிகண்டன். உங்களுக்கு பையன் பிறந்திருக்கிறான்."

லேபர் வார்டில் இருந்து குழந்தையுடன் வெளிவரும் செவிலி, இங்க அர்ச்சனாவோட ஹஸ்பெண்ட் யார் என்று கேட்கும்போது... மணிகண்டனுக்கு கண்ணீரைக் கட்டுப்படுத்த முடியவில்லை.

# 4

சுனாமிக்கு பிந்தைய எட்டாவது நாள்.

தூத்துக்குடி அமர்வு நீதிமன்றம். புத்தாண்டு விடுமுறை முடிந்து வழக்கு விசாரணைகள் வேகமெடுக்கத் துவங்கியிருந்தன. மார்கழி மாதம் என்பதால் வெயிலின் தாக்கம் சற்று மட்டுப்பட்டிருந்தது. தூத்துக்குடி பிரஜைகளுக்கு அது குளிர்காலம். ஆனால் ஜேம்ஸை பொறுத்தவரையில் அது வெயில். ஏனெனில் ஜேம்ஸ் பிரிட்டிஷ் ஆசாமி. அவனது பூர்வீகம் லண்டனில் இருந்து முன்னூறு மைல் தொலைவிலுள்ள க்ரெஸ்வெல் என்கிற கடற்கரை கிராமம். அவனது கிராமத்தில் வெப்பநிலை பதினாறு டிகிரி செல்ஸியஸைத் தாண்டினால் அது கோடைகாலம் என்று பொருள். ஆனாலும் அவன் கடந்த இரண்டாண்டு காலமாக சென்னையில் வாழ்ந்து கொண்டு, ம்ஹூம் செத்துக்கொண்டிருப்பதால் அன்றைய வெயில் அவனுக்கு சகித்துக்கொள்ளக்கூடியதாக இருந்தது.

ஜேம்ஸ் மற்றும் அவனது குழுவினர் குற்றம் சாட்டப்பட்டிருந்த வழக்கின் தீர்ப்பு நாள் இன்று. அதன் பொருட்டே அவனை சென்னையிலிருந்து தூத்துக்குடிக்கு அழைத்து வந்திருக்கிறார்கள்.

ஜேம்ஸிடம் போய் தீர்ப்பு உனக்கு சாதகமாக வருமா என்று இப்போது யாராவது கேட்டால் அவன் நடிகர் சிம்பு போல பேசக்கூடும். (எனக்கு நம்பிக்கை வரலை. ஏன்னா எனக்கு நம்பிக்கை வந்துச்சு). அவனது மனநிலை அப்படியிருந்தது. அவனுக்கு ஏன்

நம்பிக்கை இல்லை என்றால் அதுவரையில் அவர்கள் தரப்பில் இருந்து வைக்கப்பட்ட வாதங்கள், ஆதாரங்களை எல்லாம் காவல்துறையும் நீதிமன்றமும் இடது கையால் புறம் தள்ளியது. மேலும் இந்தியக் காவல் மற்றும் நீதித்துறையில் புரையோடியிருக்கிற ஊழல். அவனுக்கு ஏன் நம்பிக்கை இருக்கிறது என்றால் அவனது நாட்டிலிருந்து இம்முறை கொடுக்கப்பட்டுள்ள அழுத்தம்.

தன்னுடைய பணிக்காலத்தின் அந்திமத்தில் இருந்த அந்த நீதிபதி தனக்கென அமைக்கப்பட்ட பிரத்யேக நாற்காலியில் வந்து அமர்ந்தார். தலையைத் தாழ்த்தி தன்னுடைய மூக்குக் கண்ணாடிக்கு மேல் வழியாக குற்றம் சாட்டப்பட்டவர்களை ஒரு தீர்க்கமான பார்வை பார்த்தார். ஜேம்ஸ் வழக்கின் கடைசி கட்ட விவாதம் நடைபெற்றது. ஆனால் ஜேம்ஸால் அதனைப் பார்க்க முடியவில்லை. கோர்ட்டில் அவ்வளவு கூட்டம். ஜேம்ஸ் வழக்கில் குற்றம் சாட்டப்பட்டவர்கள் மட்டும் அவனையும் சேர்த்து இருபத்தி ஒன்பது பேர். அதுபோக காவலர்கள், எம்பஸி ஆட்கள், வழக்கறிஞர்கள் என்று அத்தனை பேரும் அந்தச் சிறிய அறையில் குழுமியிருந்தார்கள். ஜேம்ஸின் பார்வைக்கு அவர்களுடைய வழக்கறிஞரின் பிருஷ்டங்கள்தான் தெரிந்தன.

அப்படியே அவனது பார்வைக்கு கோர்ட்டின் பருந்துக் காட்சி தெரிந்தால்கூட அதனால் அவனுக்கு பலன் எதுவும் இல்லை. அந்த கோர்ட் விவாதங்கள் முழுக்க முழுக்க தமிழிலேயே நடைபெற்றது. ஜேம்ஸ் இரண்டாண்டு காலம் சென்னையில் குப்பை கொட்டியிருந்தால்கூட அவனுக்கு தமிழில் ஒன்றிரண்டு வார்த்தைகள் தவிர எதுவும் தெரியாது.

நீண்ட நேரம் சென்ற அந்த விவாதத்தின் முடிவில் தீர்ப்பு மட்டும் வழங்கப்படாமல் கோர்ட் உணவு இடைவேளைக்காகக் கலைந்தது.

லிஸா, ஜேம்ஸின் மனைவி. அவள் அவனது அழைப்புக்காக காலையிலிருந்து (இங்கிலாந்து நேரத்தில் அதிகாலை) காத்திருப்பாள். பிரிட்டிஷ் தூதரகத்திலிருந்து வந்திருந்த தீப்தியின் உதவியுடன் லிஸாவை அழைத்து, தீர்ப்பு தாமதமாவது குறித்து சுருக்கமாகத் தெரிவித்தான்.

ஜேம்ஸ் இந்த வழக்கில் சிக்கியதிலிருந்து பிரிட்டிஷ் கன்ஸலேட்டும் அதன் ஊழியர்களில் ஒருவரான தீப்தியும் அவனுக்கு ஆதரவாக இருக்கிறார்கள். ஆனால் எதற்கும் பிரயோஜனப்படாத வெறும்

ஆதரவு மட்டும் தான். ஆங்கிலத்தில் சிம்பதி, எம்பதி, ஆக்ஷன் என்பார்கள். பிரிட்டிஷ் அரசு அவனிடம் சிம்பதி, எம்பதி இரண்டையும் பாரபட்சமின்றிக் காட்டியது. ஆனால் அதிலிருந்து அவனை மீட்பதற்கான நடவடிக்கையில் மட்டும் சுணக்கம் காண்பித்தது.

அவனைப் பொறுத்தவரையில் அரசை விட அவனுக்கு அதிகம் உதவி புரிந்தது பிரிட்டிஷ் ஊடகங்கள் தான். புகழ்பெற்ற பிரிட்டிஷ் நாளிதழ்கள் டைம்ஸ், டெலிகிராஃப், ஆபாசச் செய்திகளுக்கு முக்கியத்துவம் தரும் தி சன் நாளிதழ்கூட ஜேம்ஸைப் பற்றி கட்டுரைகளையும், தொடர்ச்சியான செய்திக்குறிப்புகளையும் வெளியிட்டன. நம்ம ஊரின் குற்றம் நடந்தது என்ன மாதிரி பிரிட்டிஷின் செய்தி டாகுமெண்டரிகள் ஜேம்ஸின் கதையை ஒளிபரப்பின. குறிப்பாக இவையனைத்தும் ஜேம்ஸ் அப்பாவி, நிரபராதி என்று திரும்பத் திரும்ப வலியுறுத்தியது அவனுக்குத் தெம்பூட்டியது.

உணவு இடைவேளை முடிந்து கோர்ட் மீண்டும் கூடும் நேரத்தில் வழக்கத்தை விட அதிமாக போலீஸ் படைகள் குவிக்கப்பட்டன. அதைக் கண்டதும் ஜேம்ஸ் கலக்கமுற்றான். தீர்ப்பு சாதகமாகத்தான் வரப்போகிறது எனில் எதற்காக இத்தனை போலீஸ். நீதிபதி மீண்டும் வந்து அமர்ந்தார். தீர்ப்பை வாசிக்கத் துவங்கினார். தமிழில் தான். ஜேம்ஸ் கூர்ந்து கவனித்தும் அவனுக்கு தீர்ப்பின் ஒரு பகுதிகூட புரியவில்லை. ஆனால் தீர்ப்பு வாசித்து முடித்தபிறகு அங்கே யாருடைய முகத்திலும் மகிழ்ச்சியில்லை. தீப்தி உடனடியாக வெளியே போன் பேசச் சென்றுவிட்டாள். யாரைக் கேட்பது என்று தெரியவில்லை.

பின்னர் அவர்களுடைய வழக்கறிஞர் எதிர்ப்பட்டார். ஜேம்ஸ் அவரை வழிமறித்து என்ன ஆயிற்று என்று கேட்டான். அவர் அவனிடம் இரண்டே சொற்கள் மட்டும்தான் சொன்னார்.

நிரூபணமாகிவிட்டது. ஐந்தாண்டுகள்.

# 5

தொண்ணூறுகளின் பிற்பகுதி.

கிருபாகரனின் அம்மா இறந்திருந்த சமயம். கொஞ்ச நாட்களுக்கு அப்பா அவனைப் பார்த்துக்கொண்டார் என்றாலும் வேறொரு குடும்பத்திற்கு தலைவர் ஸ்தானம் பெற்றுவிட்ட பிறகு இவனைக் கவனிப்பது படிப்படியாகக் குறைந்துபோனது. கிருபாவுக்கு ஏட்டுக்கல்வி ஏறவில்லை. பன்னிரண்டாம் வகுப்புத் தேர்வு எழுதிவிட்டு அதன் முடிவுகள் வரும் முன்பே ஊரை விட்டு வெளியேறி மெட்ராஸ் வந்து சேர்ந்தான்.

மெட்ராஸ் வந்தால் வேலை கிடைத்துவிடும். கடுமையாக உழைத்து பெரிய ஆள் ஆகிவிடலாம் என்று அவன் கனவு கண்டிருந்தான். அவனது ஊர்ப்பக்கம் அவனது முந்தைய தலைமுறை ஆட்கள் சிலர் அப்படித்தான். ஒன்றுமே இல்லாமல் சென்னைக்கு படையெடுத்தவர்கள். இன்றைக்கு மாபெரும் வணிகர்களாகவும், செல்வந்தர்களாகவும் இருக்கிறார்கள்.

அப்படி அவனுடைய ஊரிலிருந்து இங்கே வந்து உணவகம் நடத்திக்கொண்டிருந்த ஒருவர் அவனுக்கு முன்மாதிரி. கிருபா அவரது உணவகத்திற்குச் சென்றபோது கல்லாவில் அவர் இல்லை. அவரைத் தெரியும் என்று சொல்லி பணியாளர்களிடம் தன்னை அறிமுகப்படுத்திக்கொண்டான். அப்படிச் சொன்னதும் ராஜமரியாதை கிடைக்கும் என்று நினைத்தான் கிருபா. ஆனால்

அவர்கள் இவனைத் தலைமயிராகக் கூட மதிக்கவில்லை. ஓனர் வருகிறவரைக்கும் அப்படி உட்கார் என்று வெளியே அமர வைத்தார்கள். சில மணிநேரங்களுக்குப் பின் அவன் எதிர்பார்த்துக் காத்திருந்த அவனது ஊர்க்காரர் வந்தார். காட்சிகள் எதுவும் மாறவில்லை. அவர் கிருபாவை ஏறெடுத்துக் கூட பார்க்கவில்லை. வந்ததும் அவர் ஊழியர்களிடம் அன்றைய நாளின் நிலவரங்களைக் கேட்டுத் தெரிந்துகொண்டார். சுமார் பத்து நிமிட அளவளாவலுக்குப் பிறகு கல்லாவில் வந்து அமர்ந்தவரிடம் மெதுவாகச் சென்றான் கிருபா. தன்னை அறிமுகப்படுத்திக்கொள்ள முயன்றான். நீண்ட நேரத்திற்குப் பின் ஓரளவிற்கு அடையாளம் கண்டுகொண்ட அந்த உரிமையாளர் அதன் காரணமாக பெரிதும் உற்சாகமடைந்ததாகத் தெரியவில்லை. கல்லாவிலிருந்து பத்து ரூபாய்த் தாள் ஒன்றினை எடுத்து நீட்டினார். கிருபாவிற்கு அவமானமாய்ப் போனது.

கிருபா சென்னை வந்தபிறகு ஒரு விஷயத்தைக் கவனித்தான். சென்னையில் புதிது புதிதாக உணவகங்கள் முளைத்தபடி இருந்தன. ஏராளமான உணவகங்கள். ஒருவேளை சென்னை மக்கள் யாரும் வீட்டில் சமைக்கவே மாட்டார்களா என்று தீவிரமாக சிந்திக்கும் அளவிற்கு உணவகங்கள் மற்றும் அதில் கும்பல் கும்பலாக சாப்பிட வரும் மக்கள். அதனால் எப்படியும் அவனுக்கு ஏதாவது ஒரு உணவகத்தில் வேலை கிடைத்துவிடும் என்கிற நம்பிக்கை இருந்தது.

ஒவ்வொரு உணவகமாக ஏறி இறங்கினான். எங்கேயும் வேலை கிடைக்கவில்லை. பெரும்பாலானவர்கள் அவனை ஒரு பிச்சைக்காரனைப் பார்ப்பது போல பார்த்தார்கள். அழுக்குத்துணி, சவரம் செய்யப்படாத செம்பட்டை நிற தாடி. சிலர் இரக்கப்பட்டு அவனுக்கு உணவளித்தார்கள்.

கிருபாவிற்கு இது சரிப்பட்டு வரும் என்று தோன்றவில்லை. அவன் கேள்விப்பட்ட எல்லா கிராமத்து செல்வந்தர்களின் வெற்றிக்கதைகளும் கையில் பதினைந்து ரூபாய் வைத்துக் கொண்டு பஸ் ஏறினேன், மெட்ராஸ் பிளாட்ஃபாரங்களில் படுத்துத் தூங்கினேன், கடை கடையாக ஏறி இறங்கி வேலை கேட்டேன், படிப்படியாக முன்னேறினேன், முதலாளியானேன். எல்லாமே ஒரே டெம்ப்லேட்டில் இருந்தது. கிருபாவிற்கு மட்டும் அது அமையவில்லை.

கிருபா மீண்டும் ஊருக்குச் சென்று தன் தாய்வழி உறவினர்கள் சிலரை நாடி, கொஞ்சம் பணம் தயார் செய்தான். மீண்டும் சென்னை வந்து திருவல்லிக்கேணி பக்கம் ஏற்கனவே மூன்று பேர் தங்கியிருந்த ஒரு அறையில் நான்காவதாகக் குடிபுகுந்தான். பிளாட்ஃபாரத்தில் ஐந்து ரூபாய், பத்து ரூபாய்க்கு பழைய சட்டை, பேண்ட் கிடைத்தன. ஆனால் துணியை மலைபோல் குவித்து வைத்திருப்பார்கள். அதிலிருந்து அவனது அளவிற்கு பொருத்தமான சட்டை, பேண்ட்டை தேடி எடுப்பதே பெரும்பாடாக இருந்தது. மேன்ஷனில் அவனுக்கு நிறைய நண்பர்கள் கிடைத்தார்கள். அப்பொழுதுதான் அவன் ஒரு விஷயத்தைப் புரிந்துக்கொண்டான். வெறும் பதினைந்து ரூபாய் வைத்துக்கொண்டு பேருந்து ஏறியவர்கள் யாரும் தனியாளாக முன்னேறிவிடவில்லை. அவர்களுக்கு ஒரு கை தூக்கி முன்னேற்றிவிட யாரோ இருந்தார்கள். பெரிய ஆள் ஆனதும் பதினைந்து ரூபாய் கதை, பிளாட்பாரக் கதை எல்லாம் சொல்பவர்கள் வசதியாகத் தங்களை ஏற்றிவிட்டவர்களை மட்டும் மறந்துவிடுகிறார்கள். அதிலிருந்து அவன் புரிந்துகொண்டது, அவன் முதலில் சம்பாதிக்க வேண்டியது - காண்டாக்ட்ஸ்.

கிருபாவிற்கு அது கஷ்டமாக இருக்கவில்லை. அவன் இயல்பிலேயே அனைவரிடமும் கனிவாகப் பேசும் குணம் பெற்றிருந்தான். அவனது மேன்ஷனில் நூற்றுக்கணக்கான நபர்கள் தங்கியிருந்தார்கள். எல்லோரிடமும் பாரபட்சமின்றிப் பழகத் துவங்கினான். அதில் எந்தப் போலித்தனமும் இல்லை. அவனுக்குள் எப்படியாவது யாரையாவது பிடித்து ஒரு வேலை வாங்கிவிட வேண்டுமென்ற வேட்கை இருந்தாலும் அது மனதின் ஓர் ஓரமாக இருந்த சுயநலம். மற்றபடி அவன் அனைவரிடமும் வெகு இயல்பாகவே பழகினான். கிருபா தனக்கென்று ஒரு தம்ப் ரூல் வைத்துக்கொண்டான். யாரிடமும் போய் பணம் வேண்டும் என்று மட்டும் நிற்கமாட்டான். பணம் என்று வாயைத் திறந்ததும் நட்பிற்குள் விரிசல் எல்லாம் இல்லை, கோடாரிக் காம்பு ஒன்று தடாரென்று இரண்டாகப் பிளப்பதை அவன் கண்கூடாகப் பார்த்தான். அதே சமயம் வேறு யாராவது அவனிடம் பணம் கேட்டால் நேர்த்தியாக இல்லை என்று சொல்வதற்கு அவன் கற்று வைத்திருந்தான்.

கொஞ்ச நாட்களில் கிருபாவிற்கு அவனுடைய மேன்சன் நண்பர் மூலமாக ஒரு வேலை கிடைத்தது. ஹோட்டலில் டேபிள்

துடைப்பது, எச்சில் பாத்திரங்களை எடுப்பதுதான் வேலை. அப்போதைய பணத்தட்டுப்பாட்டிற்கு அது போதுமானதாக இருந்தது.

சோகம் என்னவென்றால் சென்னையில் எத்தனை எத்தனை உணவகங்கள் ஆரம்பிக்கப்பட்டதோ அதே வேகத்தில் அவை மூடப்படுவதும் நடந்தன. உணவகங்கள் கோலாகலமாகத் திறக்கப்படும். முதலில் ஒன்றிரண்டு மாதங்கள் ஊதியம் சரியாக வந்து சேரும். பின்னர் தாமதமாகும். நான்கைந்து மாதங்களில் உணவகம் நஷ்டத்தில் இயங்குவதாக மூடப்பட்டுவிடும். சில மாதங்கள் கழித்து, அதே கடையை வேறொரு நபர் கையில் எடுப்பார். பெரும் செலவு செய்து இண்டீரியர் எல்லாம் தலைகீழாக மாற்றுவார். மீண்டும் கோலாகலத் திறப்புவிழா, சில மாதங்களுக்குப் பின் இழுத்து மூடல். இப்படியே போய்க் கொண்டிருந்தது.

தமிழ் சினிமாவில் சில துண்டு நடிகர்களைப் பார்த்திருப்பீர்கள். அவர்களுடைய பெயர்கள் பெரும்பாலும் யாருக்கும் தெரிந்திருக்காது. அவ்வப்போது ஏதாவது சினிமாவில் ஒன்றிரண்டு காட்சிகள் வருவதுபோல தலையைக் காட்டியிருப்பார். திடீரென ஏதாவது படத்தில் போலீஸ்காரர் வேடம் கிடைத்திருக்கும். அதே ஒன்றிரண்டு காட்சிகள். அதன்பிறகு அவருக்குக் கிடைக்கும் வாய்ப்பு எல்லாமே போலீஸ் வேடமாகவே அமையும். அந்த மாதிரி கிருபா பணிபுரிந்த உணவகங்கள் ஒவ்வொன்றாக மூடப்பட்டாலும் அடுத்தடுத்து புதிது புதிதாகத் துவங்கப்பட்ட வெவ்வேறு உணவகங்களில் அவனுக்கு வேலை கிடைத்துக்கொண்டே இருந்தது. எல்லா ஹோட்டல்களிலும் அதே டேபிள் துடைக்கும், எச்சில் இலை எடுக்கும் வேலைதான். எல்லாரும் ஹோட்டல் தொடங்கினால் வேலை செய்வதற்கு ஆள் வேண்டும் அல்லவா.

ஏதோ அவன் வயிற்றுப்பாடு ஓடிக்கொண்டிருந்தது. வருடங்கள் சில கடந்திருந்தன. இப்போது கிருபாவிடம் ஊரிலிருந்து பதினைந்து ரூபாயுடன் வந்து பணக்காரனாகும் வேட்கை இல்லை. ஏதோ பிழைப்பை ஓட்டினால் போதும் என்கிற நிலைக்கு வந்துவிட்டான். ஹோட்டல்களில் டேபிள் துடைக்கும் பணியிலிருந்து ஆர்டர் எடுக்கும் பணிக்கு உயர்ந்துவிட்டான். அதுபோக ஹோட்டலுக்கு சரக்கு வாங்கி வருவது, கஸ்டமர்களுக்கு டெலிவரி கொடுப்பது, தேவைப்பட்டால் சமையல்கட்டில் உதவிபுரிவது என்று

வேலைகளைக் கற்றுக்கொண்டான். ஊரிலிருந்து கிளம்பி வருபவர்களுக்கு அறிவுரைக்கும் அரவணைக்கும் இடத்திற்கு அவன் உயர்ந்திருந்தான்.

இப்பொழுது கொஞ்ச நாட்களாக ஹோட்டல் வேலைக்கு வட இந்தியர்கள் வேலைக்கு வருவது அவனுக்குக் கவலையளிப்பதாக இருந்தது. புற்றீசல் போல படையெடுத்து வந்துகொண்டிருந்தார்கள் அவர்கள். குறைந்த ஊதியத்தில் ராத்திரி பகலாக வேலை செய்தார்கள். வட இந்தியர்களிடம் ஒரு பழக்கம் இருந்தது. வாடிக்கையாளர்களும் உணவக உரிமையாளர்களும் எவ்வளவு திட்டினாலும் வலிக்காமல் வாங்கிக்கொள்வார்கள். ஏனென்றால் அவர்களுக்கு மொழி தெரியாது. ஆனால், கிருபாகரனுக்கு அப்படியில்லை. அவனுக்கு நாளடைவில் தன்மானம் என்கிற புதிய உணர்வு மேலோங்கத் துவங்கியது.

அதன் காரணமாக அவன் வேறு துறையில் வேலை தேடத் துவங்கினான். எல்லாம் அவனுடைய காண்டாக்ட்ஸ் மூலம்தான். அவனது பழைய நண்பர்கள் சிலர் ஆட்டோ ஓட்டிக்கொண்டிருந்தார்கள். அவர்கள் மூலம் ஆட்டோ ஒன்றினை தினசரி வாடகைக்கு எடுத்து ஓட்டத்துவங்கினான். ஆட்டோ ஓட்டும் தொழிலில் ஒரு மிகப்பெரிய அனுகூலம் இருந்தது. முதலாளி வழிபாடு அங்கே அவனுக்குத் தேவைப்படவில்லை. அவனது முதலாளி அரசு உத்தியோகஸ்தர். அவர் ஆறு ஆட்டோக்களின் உரிமையாளர். ஆனால் தினசரி சாப்பாடு கட்டிக்கொண்டு அலுவலகம் சென்று வரும் ஊழியர். அவரிடம் வாரம் ஒருமுறை போய் ஆட்டோவிற்கான வாடகையை மட்டும் சரியாகக் கட்டிவிட்டால் போதும்.

கிருபா ஆட்டோ ஊழியராக சென்னையின் சந்து பொந்துகளில் நுழைந்து பார்த்தான். முன்பைவிட வருமானம் அதிகமானது. சினிமாக்களில் எல்லாம் நன்றாகப் போய்க்கொண்டிருக்கும் போது வில்லன் வருவார் இல்லையா. அதுபோல அவனுக்கும் ஒரு வில்லன் வந்தான், ஆள் வடிவில் அல்ல. அது சென்னையில் கால் டாக்ஸிக்கள் அடியெடுத்து வைத்த சமயம். அது அவனது தொழிலை உடனடியாக அச்சுறுத்தவில்லை. ஆனால் ஷேர் ஆட்டோக்கள் என்று சொல்லப்படும் கூண்டு ஆட்டோக்கள் நகரத்தில் பன்றிக்குட்டிகளைப் போல பெருகின. அதுபோக ஒவ்வொரு ஆட்டோ ஸ்டாண்டு ஆட்களும் ஒரு சங்கம், ஒரு கட்சி,

ஒரு சாதி என்று ஏதாவது சார்புடையவர்களாகவே இருந்தார்கள். இதெல்லாம் கிருபாகரனுக்குத் தோதுப்படவில்லை.

சென்னையில் அப்போது பிரபலமாகிக்கொண்டிருந்த ஒரு கால் டாக்ஸி நிறுவனத்தில் பணிக்குச் சேர்ந்தான். அங்கே அவனுக்கு கார் ஓட்டுவதற்கெனச் சில அடிப்படைப் பயிற்சிகள் வழங்கப்பட்டன. கிருபா ஏற்கனவே ஆட்டோ ஓட்டியிருக்கிறான். ஹோட்டல்களுக்கு லோடு எடுக்கும்போது குட்டி யானை ஓட்டியிருக்கிறான். ஆனால் கார் ஓட்டுவது அவனுக்குப் புதிதாக இருந்தது.

சென்னையில் அப்பொழுது கால் டாக்ஸிக்கு, இப்பொழுது இருப்பதுபோல ஆப் எல்லாம் கிடையாது. வாடிக்கையாளர்கள் முந்தைய நாள் இரவே கஸ்டமர் கேர் எண்ணுக்கு அழைத்து டாக்சி புக் செய்துவிடுவார்கள். டாக்சி நிறுவனத்தில் இருந்து டிரைவர்களுக்குத் தகவல் சொல்லிவிடுவார்கள். டிரைவர்கள் காலையில் குறித்த நேரத்தில் அங்கே ஆஜராகிவிட வேண்டும்.

டாக்சி புக் செய்பவர்கள் பெரும்பாலும் அடிக்கடி ஏரோபிளேன் ஏறும் பணக்காரர்களாகவே இருந்தார்கள். சில சமயங்களில் வாடிக்கையாளர்களுக்கு டிரைவர்களைப் பிடித்துவிட்டால் டாக்சி நிறுவனம் வழியாக இல்லாமல் தனியாக புக் செய்துகொள்வார்கள். அந்த வகையில் கிருபாகரனுக்கு புது காண்டாக்ட்ஸ் கிடைக்கத் துவங்கியது.

அதன் மூலமாக கிருபாவின் வாழ்க்கையில் ஒரு புது அத்தியாயம் துவங்கியது. பெண்!

# 6

**சு**னாமிக்கு அடுத்த நாள்.

நேரம் இரவு ஏழு இருக்கும். அன்பரசு அப்பொழுதுவரை தீர்மானமாக எந்த முடிவையும் எடுக்கவில்லை. டிவியில் சினிமா பாட்டு பார்த்துக்கொண்டு (ஆரிய உதடுகள் உன்னது. திராவிட உதடுகள் என்னது. ஆரியம் திராவிடம் ரெண்டும் கலக்கட்டுமே) கேஷுவலாக உட்கார்ந்திருந்த அவனை யாரேனும் பார்த்திருந்தால் அவனது மனதிற்குள் ஒரு யுத்தம் நடைபெற்றுக்கொண்டிருக்கிறது என்று கண்டுபிடித்திருக்க மாட்டார்கள்.

பாட்டு முடிந்து விளம்பரங்கள் ஓடிக்கொண்டிருந்தன. *ஜில்லென சிரித்து... தலை குனிந்து, நடை அளந்து, கண்ணால் சொல்லிடுவாய்...* அன்பரசு திடீரென முடிவு எடுத்தவனாய் எழுந்து வீட்டை விட்டு வெளியேறி நடக்கத் துவங்கினான். நல்லவேளையாக யாரும் பார்க்கவில்லை. பெரியம்மா பார்த்தால் இங்கே போறேன், அங்கே போறேன் என்று சொல்லக்கூடாது. போய்ட்டு வரேன் என்று உறுதியளிக்க வேண்டும். அவனுக்கு சட்டென பொய் சொல்ல வராது. மெயின் ரோட்டிலிருந்து வலது புறம் திரும்பி மார்க்கெட்டை நோக்கி நடக்கத் துவங்கினான்.

அன்பரசு அவனது மூளையை நிதானமாக யோசிக்க விடாதபடி வெவ்வேறு சிந்தனைகளில் அதனை ஆட்படுத்திக் கொண்டிருந்தான். நிதானமாக யோசித்தால் மனது மாறிவிடும்.

இடையிடையே என்ன செய்வதென்று தெரியாமல் கடைகளின் பெயர்ப்பலகைகளைப் படித்துக்கொண்டு வந்தான். முல்லைராஜா பழரசக் கடை.... ஸ்ரீ காமாட்சி அம்மன் ஸ்டோர்... பீச் ரோடு வந்தது. சாலையை இடதும் வலதும் பார்க்கப் பிரயத்தனப்படாமல் கடந்தான். எதற்காகப் பார்க்கவேண்டும். இடது புறம் திரும்பி சில தூரம் நடந்தான்.

பட்டினத்தார் ஜீவசமாதி அடைந்த இடம் வந்தது. பட்டினத்தார் ஈசனிடம் சென்று தனக்கு எப்பொழுது முக்தி கிடைக்கும் என்று கேட்டாராம். அதற்கு ஈசன் உன் கையில் இருக்கும் பேய்க்கரும்பு எந்த ஸ்தலத்தில் இனிக்கிறதோ அங்கு உனக்கு முக்தி கிடைக்கும் என்றாராம். பட்டினத்தார் பல ஸ்தலங்களுக்குச் சென்று ஈசன் புகழைப் பாடினார். ம்ஹூம் கரும்பு இனிக்கவில்லை. கடைசியாக திருவொற்றியூருக்கு வந்து டயர்டாகி கரும்பை எடுத்து ஒரு கடி கடிக்கிறார். பூம் ! கரும்பு இனிக்கிறது. இதுதான் ஸ்பாட் என்று முடிவு செய்கிறார்.

அன்பரசு கையில் கரும்பும் இல்லை, அது இனிக்கவும் இல்லை. ஆனால் அவனும் பட்டினத்தாரைப் போலவே இதுதான் ஸ்பாட் என்று தீர்மானிக்கிறான். அங்கிருந்து நூறு மீட்டர்களுக்குள் கடற்கரை. கடலலைகள் அன்பு, அன்பு என்று கூப்பிடுவது போலத் தோன்றியது. அடர் இருட்டு. தூரத்தில் சில மீன்பிடிப் படகுகள் புள்ளி வெளிச்சங்களைக் காட்டின. அலைகள் அவனது கால்களைக் குட்டி நாய் போல தொட்டுத் தொட்டுச் சென்றன.

காதற்ற ஊசியும் வாராது காண் உன் கடைவழிக்கே என்று பாடினார் பட்டினத்தார்.

தற்சமயம் அன்பரசின் உடைமை என்று பார்த்தால் ஒரு பச்சை நிறக் கட்டம் போட்ட சட்டையும், கருப்பு நிற பேண்ட்டும்தான்.

வீட்டிலிருந்து ஏறத்தாழ ஒரு கிலோ மீட்டர் நடந்து வந்துவிட்டான். இதோ இன்னும் ஒரு நூறு மீட்டர் மட்டும் முன்னோக்கி நடந்தால் போதும். நேற்று வந்த சீற்றம் இன்று வந்தால் அதுகூட தேவையில்லை.

அன்பரசு தன்னுடைய அஸெட் லிஸ்டில் உள்ளாடைகளைச் சேர்க்கலாமா வேண்டாமா என்று யோசித்துக்கொண்டே பேண்ட் பாக்கெட்டை துழாவியபோது அதில் சில நூறு ரூபாய்த் தாள்கள்

இருந்தன. அது அப்பாவுடைய பேண்ட். அன்பரசின் கண்களுக்கு ஒருமுறை அப்பாவின் முகம் மின்னல் வெட்டியது. அது அவனது சிந்தனையைக் குறுக்கீடு செய்து, நிதானத்திற்கு அழைத்து வந்தது.

அங்கே அவனுக்குக் கரும்பு இனிக்கவில்லை!

# 7

ஜேம்ஸ் ஒரு முன்னாள் ராணுவ வீரன்!

ஜேம்ஸ் சமீபத்தில்தான் தன்னுடைய முப்பது வயதைப் பூர்த்தி செய்திருந்தான். அவன் சென்னைக்கு வரும்போது இருந்த தோற்றத்திற்கும் தற்போதையதிற்கும் ஆறு அல்ல, அறுபது வித்தியாசங்கள் கண்டுபிடிக்கலாம். சுருக்கமாகச் சொல்வதென்றால் அவன் சென்னையில் இறங்கியபோது ஒரு *WWF* வீரனைப் போல இருந்தான். உயரம் சற்றுக் குறைவு. ஆனால் ஆள் ஆஜானுபாகு. கை முழுக்க டாட்டூ வரைந்து வைத்திருந்தான். இப்பொழுது ஏதோ மருத்துவ சிகிச்சைக்காக அப்போலோ ஆஸ்பத்திரிக்கு வந்தவன்போல மாறிவிட்டான்.

ஜேம்ஸ் பிறந்து வளர்ந்ததெல்லாம் இங்கிலாந்தில் உள்ள க்ரெஸ்வெல் என்கிற கடற்கரை கிராமம். போயும் போயும் இந்த கிராமத்தில் வந்து பிறந்து தொலைத்திருக்கிறோமே என்று அவன் பலமுறை வருத்தப்பட்டிருக்கிறான். ஆனால் அவன் சென்னை சிறையில் சிக்கித் தவித்தபோது அவனது கிராமமே அவனுக்காக ஒன்றுதிரண்டது. அவனுக்காகக் கையெழுத்து இயக்கங்கள், கவன ஈர்ப்பு போராட்டங்கள் நடத்தியிருக்கிறார்கள். பின்னாளில் ஜேம்ஸ் ஊரையும் ஊர் மக்களையும் நினைத்துப் பெருமிதப்பட்டான். வேறோர் ஊராக இருந்திருந்தால் இது நடந்திருக்குமா என்பது சந்தேகம்தான்.

குடும்பப் படங்களில் வருவதுபோல மகிழ்ச்சியான குடும்பம் ஜேம்ஸுடையது. அப்பா, அம்மா, ஒரு அண்ணன், ஒரு அக்கா, கடைக்குட்டி ஜேம்ஸ். அவன் தன்னுடைய டீனேஜில் அடி எடுத்து வைத்தபோது அவனது அம்மாவும் அப்பாவும் சட்டபூர்வமாகப் பிரிந்துவிட்டார்கள். அது குடும்பத்தின் சந்தோஷத்தை எந்த வகையிலும் சீர்குலைக்கவில்லை. அவர்கள் பிரிவிற்குப் பிறகும் வெறும் வார்த்தைகளில் மட்டும் இல்லாமல் நிஜமாகவே நல்ல நண்பர்களாகத் தொடர்ந்தார்கள். ஞாயிற்றுக்கிழமை ஆனால் அப்பா வீட்டுக்கு வந்துவிடுவார். அன்று அவருடைய சமையல் தான். ஜேம்ஸுக்கு அப்பா, அம்மா இருவரையும் சமமாகப் பிடிக்கும். அண்ணனையும், அக்காவையும் அதைவிட ஒரு சுற்று கூடுதலாகப் பிடிக்கும்.

ஜேம்ஸுக்கு அவனது வளர் இளம் பருவம் இன்னமும் பசுமையாக நினைவில் இருக்கிறது. அவனும் அவனது சகாக்களும் விடுமுறை தினங்களில் வீட்டில் இருந்ததாக நினைவே இல்லை. சைக்கிளை எடுத்துக்கொண்டு கிளம்பிவிடுவார்கள். வெயிலோ, மழையோ, புயலோ ஃபுட்பால் விளையாடிக் களிப்பார்கள். அப்பொழுது செல்போன் எல்லாம் கிடையாது. காலையில் போய் ராத்திரி வந்தாலும் வீட்டிலிருந்து தேடும் பிஸ்னஸ் எல்லாம் கிடையாது. இப்பொழுது உள்ள பெற்றோர்களோ தங்கள் குழந்தைகளைத் தங்கள் கண் பார்வையிலிருந்து அப்படி இப்படி போகவிடுவதில்லை.

ஜேம்ஸுக்கு விளையாட்டில் இருந்த ஆர்வம் படிப்பில் இல்லை. அதாவது ஒரு புதிய விஷயத்தைக் கற்றுக்கொள்ள விரும்புவான். ஆனால், பள்ளிக்கல்வி என்றால் கசப்பு. அநேகமாக ஆர்மியில் அவனது நண்பர்கள் எல்லோருமே அதே வகை ஆட்கள் தான். ஏதோ பள்ளிப்படிப்பை முடிக்க வேண்டும் என்கிற நோக்கில் அவ்வப்போது அட்டெண்டன்ஸ் மட்டும் போட்டுக் கொண்டார்கள்.

பள்ளிக்கல்வி முடிந்ததும் ஜேம்ஸுக்கு மரைனில் சேர வேண்டும் என்று ஆசை. ஆனால் குறிப்பிட்ட அந்தப் பிரிவில் சேர்வதற்கு உயரம் குறைந்தது ஐந்தரை அடி இருக்க வேண்டும். ஒரு நூலில் மிஸ் ஆயுடுத்து என்பார்கள் இல்லையா. அந்த மாதிரி ஒரேயொரு இன்ச் குறைவாக இருந்தான் ஜேம்ஸ். அதனால் நேவியிலிருந்து

ஆர்மிக்கு அவனுடைய முடிவை மாற்றி அமைத்துக்கொண்டான். பிரிட்டிஷ் ஆர்மியில் பல பிரிவுகள் இருந்தன. அவற்றில் அவனது விருப்பத்துறை பாரா என்று அன்போடு அழைக்கப்படும் பாராசூட் படை.

அப்பொழுது அவனது வயது வெறும் பதினேழு. அவனது அப்பா அவனிடம் வந்து, "பாராசூட் படையில் சேர்ந்தால் பறந்துகொண்டிருக்கிற ஹெலிகாப்டரில் இருந்து குதிக்கச் சொல்வார்கள். உனக்கு பயமில்லையா?" என்றார்.

அதற்கு ஜேம்ஸ், "*Utrinque Paratus*" என்றான்.

அது பாராசூட் படையினரின் தாரக மந்திரம். அதன் அர்த்தம் - எதற்கும் தயார்!

# 8

21ம் நூற்றாண்டின் துவக்ககாலம்.

கிருபாகரன் தன்னுடைய பதினேழு வயதில் சென்னைக்கு வந்தான். இப்பொழுது அவனது வயது இருபத்தி நான்கு. தன்னுடைய ஏழு வருட சென்னை வாழ்க்கையில் முதல்முறையாக அவன் பக்கம் பெண் வாசம் வீசத் துவங்கியது. யெஸ், அவன் காதலில் விழுந்தான்.

கிருபா காதலித்த பெண் வேறொரு மதத்தைச் சேர்ந்தவள். சரி, பிரச்சனையில்லை.

கிருபா காதலித்த பெண் வேறொரு சாதியைச் சேர்ந்தவள். சரி, பிரச்சனையில்லை.

கிருபா காதலித்த பெண் அவனைவிட எட்டு வருடங்கள் மூத்தவள். சரி, அதுகூட பிரச்சனையில்லை.

ஆனால், கிருபா காதலித்த பெண்ணுக்கு ஏற்கனவே ஒரேயொரு முறை திருமணம் ஆகியிருந்தது.

அது சென்னையில் பாரதி மற்றும் ஃபாஸ்ட் டிராக் நிறுவனங்கள் கால் டாக்சி சேவையைத் துவங்கியிருந்த காலகட்டம். கிருபா ஆட்டோவிலிருந்து மாறி, கால் டாக்சி ஓட்டத் துவங்கியிருந்தான்.

சென்னையின் ஆட்டோ ஓட்டுநர்களுக்கு பொதுவாக வாய் சும்மா இராது. ஒன்று ஆட்டோவிற்கு வெளியே இருக்கிறவர்களை வம்புக்கு இழுப்பார்கள். இல்லை என்றால் உள்ளே இருப்பவர்களிடம் வீண்

பேச்சு தொடுப்பார்கள். எல்லாம் அரசியலையும் சினிமாவையும் பற்றிதான். உள்ளே இருப்பவரும் அப்படிப் பேசுபவராக இருந்துவிட்டால் தொல்லை இல்லை. இல்லாவிட்டால் அவரது பாடு திண்டாட்டம் தான். இவன்கள் சொல்லும் கதைகளை எல்லாம் கேட்டு உம் வேறு கொட்ட வேண்டும்.

டாக்சி ஓட்டுநர்கள் பெரும்பாலும் ஆட்டோவிலிருந்து ப்ரொமோட் ஆனவர்கள் என்பதால் அவர்களுக்கு அதே வாயில் சனி இருந்தது. கிருபா அவர்களைப்போல கிடையாது. தேவையில்லாமல் ஒரு கூடுதல் சொல் உதிர்க்கமாட்டான். வாடிக்கையாளர்களின் குறிப்பறிந்து நடந்துகொள்வான். யாருக்கு ரேடியோ வைக்க வேண்டும், வைக்கக் கூடாது என்று அவனுக்குத் தெரியும். எப்போது விண்டோவை இறக்க / ஏற்ற வேண்டும் என்று அவனுக்குத் தெரியும். கொஞ்ச நாட்களில் காரின் சூட்சுமங்கள் அவனுக்குப் புரிந்துபோனது. லாகவமாக வாகனம் செலுத்தும் சாரதி ஆனான்.

கிருபாவின் நன்னடத்தை காரணமாக அவனுக்கு சில நேரடி வாடிக்கையாளர்கள் கிடைக்க ஆரம்பித்தனர். அப்படி கிடைத்த ஒரு வாடிக்கையாளர் வெங்கடேசன். வெங்கடேசன் ஒரு ஆடிட்டர். வயது நாற்பதுக்கு நெருக்கம் இருக்கும். முன் நெற்றி மேலேறத் துவங்கியிருந்தது. வெங்கடேசன் இந்தியா முழுவதும் பல தனியார் நிறுவனங்களுக்கும், தனி நபர்களுக்கும் ஆடிட்டிங் செய்து கொடுத்துக் கொண்டிருந்தார். அதன் காரணமாக அவர் அவ்வப்போது விமானத்தில் பறக்க வேண்டியிருந்தது. அவரிடம் கார் இருந்தது. ஆனாலும் ஒவ்வொரு முறை வெளியூர் செல்லும்போதும் மேற்கு மாம்பலத்திலிருந்து மீனம்பாக்கத்திற்கு வாடகை கார் பிடிக்க வேண்டியிருந்தது. பணத்திற்கு ஒன்றும் குறைவில்லை. கால் டாக்சி புக் செய்வதற்கு அதிகம் பிரயத்தனப்பட வேண்டியிருந்தது. சில நேரம் கால் டாக்சி ஆட்கள் சொன்ன நேரத்தில் வந்து சேராமல் வயிற்றில் புளியைக் கரைத்தார்கள். வேலைப்பளுவில் கால் டாக்சி புக் செய்ய மறந்துவிட்டால் போச்சு. மேலும் வெங்கடேசன் போன்ற ஒயிட் காலர் ஆசாமிகளுக்கு இந்த மாதிரி போன் செய்து கால் டாக்சி புக் செய்யும் சமாச்சாரங்கள் எல்லாம் சரிப்பட்டு வரவில்லை. ஒன்றிரண்டு முறை கிருபாவுடன் பயணித்தபிறகு, வெங்கடேசன், கிருபாவை தன்னிடம் டிரைவராக வேலைக்குச் சேர்ந்துவிடுமாறு கேட்டுக்கொண்டார்.

கிருபாவிற்கு ஜாக்பாட் அடித்தது. அவன் எதிர்பார்த்துக் காத்துக்கொண்டிருந்த சினிமாட்டிக் தருணம் அதுதான். ஒரு பணக்கார பெரிய மனிதரின் சகவாசம். அவருடைய அன்புக்கு பாத்திரமாகி, அவர் திடீரென ஒருநாள் புதுக் கார் சாவியைக் கொண்டு வந்து கிருபாவிடம் சர்ப்ரைஸாகக் கொடுத்து, "இன்னைல இருந்து நீ டிரைவர் இல்லை. ஓனர்" என்று சொல்வார். அதன்பின் கிருபா ஒன்றை நான்காக்கி, நான்கை நாற்பதாக்கி, டிராவல்ஸ் நிறுவனத்தின் அதிபராவதுபோல கனவு கண்டான். வெங்கடேசனுக்கு உடனடியாக ஒத்திசைந்தான்.

கிருபா, வெங்கடேசனின் வீட்டிற்குப் போனதும் முதலில் அவளைத்தான் பார்த்தான். பார்த்ததும் அவளது அழகில் கிறங்கிப்போனான். அவளது நிறத்தில் ஒரு துடிப்பு இருந்தது. ரத்தச் சிவப்பு என்பார்களே அந்த நிறம். அவளை ஒருமுறை பார்ப்பவர்கள் குறைந்தபட்சம் இன்னொரு முறை திரும்பிப் பார்க்காமல் போகவே முடியாது. திரும்பிப் பார்ப்பதோடு நிறுத்திக் கொள்ளாமல் அவளை ஒருமுறையாவது, ஒரே ஒருமுறையாவது அனுபவிக்க வேண்டும் என்று ஏங்குவார்கள். அவளது வடிவமே மற்றவள்களைக் காட்டிலும் பிரத்யேகமாக இருந்தது. அவளுடைய முன்னழகும் பின்னழகும் ஒன்றோடொன்று போட்டிபோட்டன. அவளைப் பார்த்த அந்த ஐந்தேகால் நொடிகளிலேயே அவளது மிடுக்கையும், தோரணையையும் கண்டு பிரமித்துப் போனான் கிருபா. வெங்கடேசன் கிருபாவின் கண்களில் பொங்கி வழியும் காமத்தைக் கண்டுணர்ந்துகொண்டு, "கம் ஆன் கிருபா, ஷீ ஈஸ் ஆல் யுவர்ஸ்" என்று... ம்ஹூம் நீங்கள் நினைப்பதுபோல அல்ல. சாவியைத் தூக்கி அவனிடம் போட்டார். அவள் என்பவள் வெங்கடேசனின் மார்ஸ் ரெட் நிற ஃபோர்ட் எஸ்கார்ட்!

தினசரி காலை எட்டு மணிக்கு வெங்கடேசனின் வீட்டுக்கு வந்துவிட வேண்டும். எட்டரை மணி வாக்கில் வெங்கடேசன் தயாராகிவிடுவார். அவரை அழைத்துக்கொண்டு ஆழ்வார்பேட்டை அலுவலகத்தில் விட வேண்டும். பின்னர் மதியம் வீட்டிலிருந்து டிபன் கேரியர் கொடுத்து விடுவார்கள் அதைக் கொண்டு போய் அலுவலகத்தில் தர வேண்டும். மீண்டும் மாலை வெங்கடேசனை வீட்டிற்கு அழைத்து வந்து விட்டு ஆறு மணிக்கு வீட்டுக்குச் சென்றுவிடலாம். இதற்கிடையே புஜ்ஜு என்று அழைக்கப்பட்ட ஹரீஷை ஸ்கூலுக்கு அழைத்துச் சென்று விடுவது, மீண்டும்

ஸ்கூலில் இருந்து வீட்டிற்கு அழைத்து வருவது, வெங்கடேசன் சில தஸ்தாவேஜுக்களைக் கொண்டுபோய் அங்கே கொடு, இங்கே கொடு என்பார், சில சமயங்களில் வீட்டில் ஏதாவது வேலை சொல்வார்கள். அவ்வளவுதான்.

ஒரே இரவில் கிருபாவின் வாழ்க்கை மாறிப்போயிருந்தது. வியர்வை இல்லை. அலைச்சல் அதிகம் இல்லை. கால் டாக்சியில் வாடிக்கையாளர் கேட்டுக்கொண்டாலொழிய காரில் ஏசி போட முடியாது. இங்கே ஏசி போடாமல் காரைத் தொடுவதே இல்லை. வெங்கடேசன் கார் கராஜின் அருகிலேயே ஒரு சிறிய ஓய்வறையை ஏற்பாடு செய்திருந்தார். மதியம் சாப்பிட்ட பிறகு ஒரு குட்டித் தூக்கம். வெங்கடேசனுக்குக் கூட அது வாய்க்காது. சுகவாசியாக வாழ்ந்துகொண்டிருந்தான். பெரும்பாலும் மாலை ஆறு மணிக்கு மேல் சும்மா இருந்ததால் அந்த நேரத்தில் மீண்டும் ஆட்டோ ஓட்டலாமா என்று யோசித்துப் பார்த்தான். அவனது ஈகோ அதற்கு இடம் கொடுக்கவில்லை. வாழ்க்கை எனும் ஏணியில் ஒருமுறை ஏறினால் மீண்டும் இறங்கக் கூடாது என்று அவன் யோசித்தான்.

அத்துடன் ஒருமுறை ஃபோர்ட் எஸ்கார்ட் ஓட்டிய மனிதன் அதன்பின் வேறு வாகனங்களைத் தொடுவது என்பது ஸ்திரி துரோகத்திற்கு ஒப்பானது. ஆம், நிஜமாகவே எஸ்கார்ட் ஒரு பெண் தரும் போதையைத் தந்தது. ஒவ்வொரு முறை அதன் ஸ்டியரிங்கை தொட்டுத் திரும்பும்போதும் ஓட்டுநருக்கும் சாலைக்கும் இடையே ஒரு மானஸீக உரையாடலையே நிகழ்த்தும் ஃபோர்ட் எஸ்கார்ட்.

வெங்கடேசனின் காரையே இவ்வளவு மோகிக்கும் கிருபா அவரது மனைவியை என்னவெல்லாம் செய்திருப்பான். அவளது பெயர் லலிதா!

# 9

சுனாமிக்கு பிந்தைய நான்காம் நாள்.

எழும்பூர் காவல் நிலையக் கோப்பு அறையில் உறங்கிக்கொண்டிருந்த மணிகண்டனை, ஒரு கான்ஸ்டபிள் வந்து எழுப்பிவிட்டார். அந்தக் கோப்பு அறையிலேயே காலைக்கடன்களை முடிக்கவும், குளிக்கவும் அட்டாச்ட் பாத்ரூம் இருந்தது.

இந்த சரவண பவன் மீல்ஸ், மசால் தோசை, அட்டாச்ட் பாத்ரூம் போன்ற வசதிகள் எல்லாம் மணிகண்டனுக்கு மிகவும் புதிதாக இருந்தது. யோசித்துப் பார்த்தால் அவனைக் கைது செய்து வைத்திருக்கும் காவலர்களுக்கும் அவனுக்கும் தனிப்பட்ட விரோதம் எதுவும் இல்லை. சொல்லப்போனால் அந்த நிமிடத்தைப் பொறுத்தவரையில் காவல்துறைக்கு மணிகண்டன் தேவையாய் இருந்தான். மணிகண்டனை அடித்துத் துன்புறுத்துவதாலோ, அவமானப்படுத்துவதாலோ, பட்டினி போடுவதாலோ, அடிப்படை வசதிகள் செய்துகொடுக்காமல் இருப்பதாலோ இழப்பு காவல்துறைக்கே. ஒருவேளை மணிகண்டன் தர்ணா ஏதாவது செய்தாலோ அல்லது நைஸாக அங்கிருந்து தப்பித்துப் போய்விட்டாலோ அச்சூழலைக் காவல்துறையினர் சமாளித்துவிடுவார்கள் என்று வைத்துக்கொள்ளுங்கள். இருந்தாலும் அது அவர்களுக்கு ஒரு தேவையில்லாத தலைவலி தான். ஒருவேளை மாஜிஸ்திரேட் முன்னிலையில் போய் மணிகண்டன், அய்யா

என்னை அடித்துத் துன்புறுத்துகிறார்கள் என்று சொல்லிவிட்டால் அது இன்னும் சிக்கல். அவர்களின் நோக்கமெல்லாம் அலுங்காமல் குலுங்காமல் மணிகண்டனை கோர்ட்டில் சமர்ப்பிக்க வேண்டும். சேகரித்த தரவுகளை நீதிபதியிடம் ஒப்படைக்க வேண்டும். அதன்பிறகு கோர்ட்டாவது மயிராவது.

அன்று காலை கோர்ட் தொடங்கியதும் முதல் கேஸ் மணிகண்டனுடையதுதான். மந்திரமூர்த்தி என்று ஒரு நபர் வாழ்ந்ததாகவோ, அவருக்கு இந்த கேஸுடன் தொடர்பு இருப்பதாகவோ காவல்துறையினர் யாரும் காட்டிக்கொள்ளவே இல்லை. மணிகண்டன் மட்டும்தான் இதற்கு முழு முதல் காரணி என்பதுபோல அறிக்கை சமர்ப்பித்திருந்தார்கள். நீதிபதி வழக்கு விசாரணையை இரண்டு வாரங்களுக்குத் தள்ளிவைத்தார்.

சென்னை மத்திய சிறை. ஒரு பக்கம் பூங்கா நகர் ரயில் நிலையம். இன்னொரு பக்கம் கூவம் ஜீவநதி. இரண்டிற்கும் நடுவில் அமைந்திருந்தது அந்தச் சிறை வளாகம். கேட்டில் கோப்புகளைப் பரிசோதித்துவிட்டு உள்ளே அனுமதித்தார்கள். உள்ளே சென்றதும் மணிகண்டன் ஆயுதம், கீயூதம் வைத்திருக்கிறானா என்று ஒரு காவலர் பரிசோதித்தார். அப்புறம் ஒரு சுவர் மறைப்பு. அதன் பின்னால் சென்று முழு நிர்வாணமாக அமர்ந்து ஒருமுறை இருமிக் காட்ட வேண்டும். இந்த சோதனையைத் தாண்டும் வரை அது யாராக இருந்தாலும் அவரது மீது காவலர்களுக்கு ஒரு சந்தேகக்கண். கஞ்சாவை ஜிப்லாக் கவரில் போட்டு குதத்துளைக்குள் சொருகி உள்ளே கொண்டு வந்துவிடுகிறார்கள் என்பதற்காக இந்த ஏற்பாடு. மணிகண்டனைப் பார்த்ததும் சிறைக் காவலர்களுக்கு கூடுதல் சந்தேகம் அவனது நவதுவாரங்களையும் கடுமையாக சோதனை செய்தார்கள். உள்ளே லத்தியை மட்டும்தான் விட்டுப் பார்க்கவில்லை.

மத்திய சிறை மூன்று தொகுதிகளாகப் பிரிக்கப்பட்டிருந்தன. தொகுதி 1: தண்டனைக் கைதிகள் பிரிவு. தொகுதி 2: விசாரணைக் கைதிகள் பிரிவு. மூன்றாவதாக பெண்கள் தொகுதி.

மணிகண்டனை விசாரணைக் கைதிகள் பிரிவின் டார்மிட்டரியில் அடைத்தார்கள். அவன் உள்ளே நுழைந்தபோது அச்சிறைத் தொகுதியில் ஐம்பதுக்கும் மேலான கைதிகள் இருந்தனர். அவர்களில் அன்பு மட்டும் தனித்திருந்தான். மணிகண்டன்

சிறை நடைமுறைகளைக் கேட்டுத் தெரிந்துகொள்வதுபோல அவனுடன் ஒட்டிக்கொண்டான்.

மாலையில் மணிகண்டனைப் பார்க்க யாரோ விஸிட்டர் வந்திருப்பதாகச் சொன்னார்கள். ஒருவேளை அர்ச்சனா? வயிற்றில் குழந்தையுடன் அவள் வந்திருப்பதற்கு சாத்தியங்கள் குறைவு. ஒருவேளை அப்பா அல்லது அசோக்? யோசித்துக்கொண்டே விஸிட்டர்ஸ் பகுதிக்குச் சென்றபோது அங்கே நின்றுகொண்டிருந்தவர் மணிகண்டன். அவருடைய பெயரும் அதேதான். ஆனால் டி.ஆர்.மணிகண்டன். சுருக்கமாக டி.ஆர்.எம். என்பார்கள். மணிகண்டன் கன்சல்டன்ஸி நிறுவியபோது அவனுக்கு தொழில்ரீதியாக உதவியவர். கிட்டத்தட்ட ஒரு மானசீக குரு. டி.ஆர்.எம். இவ்வளவு தூரம் வந்து மணிகண்டனைப் பார்ப்பார் என்று அவன் எதிர்பார்க்கவில்லை. கூடவே இன்னொரு காரியத்தையும் செய்தார் டி.ஆர்.எம். இரண்டாயிரம் ரூபாய் பணத்தை டோக்கன்களாக மாற்றி மணியிடம் கொடுத்தார். மணிகண்டனுக்கு அப்பொழுது அந்த டோக்கன்களின் மதிப்பு தெரியவில்லை.

# 10

சுனாமிக்கு அடுத்த நாள்.

நேரம் இரவு எட்டைத் தாண்டியிருந்தது. அன்பரசு நூறு ரூபாய்த் தாள்களை எண்ணிப் பார்த்தான். நான்கு இருந்தன. அதுபோக மூன்று ஐம்பது ரூபாய்த் தாள்கள் இருந்தன. பேருந்தில் ஏறி செண்ட்ரல் ரயில் நிலையத்தைச் சென்றடைந்தான். அவனிடம் நுனிக்கரும்பு இல்லை. அறிவிப்புப் பலகையில் முதலில் எந்த ஊருக்கான ட்ரெயின் இருக்கிறதோ அந்த ஊர் என்று நினைத்துக்கொண்டான்.

காவேரி எக்ஸ்பிரஸ் என்று தேர்வு செய்தது பலகை.

டிக்கெட் கவுண்டரில் ஒரு பேங்களூர் என்றான். கவுண்டர் ஆள் ஏதோ கேள்வி கேட்டார். அன்பரசுக்கு அது புரிந்தும் புரியாமலும் தலையை மேலும் கீழும் அசைத்து ஆமோதித்தான். ஒன் தர்ட்டி என்றார். மீதித்தொகையைப் பெற்றுக்கொண்டு பார்த்தபோது ரயிலுக்கு இன்னும் பதினைந்து நிமிடங்கள் நேரமிருந்தது.

வயிற்றில் ஏதோ பசி மாதிரி தெரிந்தது. இந்தியாவில் ட்ரெயின் என்றைக்கு குறிப்பிட்ட நேரத்திற்கு கிளம்பியிருக்கிறது. ஸ்டேஷனுக்கு வெளியே சற்று தூரம் இருந்த வண்டிக்கடையில் மூன்று பரோட்டாக்களை சால்னாவின் துணையோடு உள்ளே தள்ளினான்.

திரும்ப வந்து பார்த்தபோது காவேரி கிளம்பியிருந்தாள். ஆச்சர்யம்தான். அன்பு அதிகம் அலட்டிக்கொள்ளவில்லை. அடுத்த பெங்களூர் ட்ரெயின் எப்பொழுது என்று பார்த்தான். கர்நாடகா சூப்பர் ஃபாஸ்ட் எக்ஸ்பிரஸ். பிளாட்ஃபாரத்தில் அமர்ந்து ஆனந்த விகடனில் அசட்டு ஜோக்ஸ் படித்து,

*"தலைவரே, நம்ம கட்சியிலே சிறுவர் அணி தொடங்கப் போறீங்களாமே"*

*"என்னய்யா பண்றது. பேரன் தலைவர் ஆகணும்னு ஆசைப்படுறான்."*

இரவு பதினொரு மணிக்கு நெருக்கமாக வந்த, ரயிலில் ஏறி அமர்ந்தான்.

பெங்களூர் போகிறோம். அங்கே போய் என்ன செய்யப் போகிறோம் என்றெல்லாம் உத்தேசம் இல்லை. கையில் ஒரு முன்னூறு ரூபாய் பக்கம் இருக்கலாம். அதன் பலம் என்னவென்று பரிசோதித்துப் பார்க்கலாம்.

எதிரில் கணவன், மனைவி, நான்கு வயது மகன் என்று ஒரு கன்னடக் குடும்பம்.

அந்தப் பையன் அவனது லுல்லாவை வெளியே எடுத்து விளையாடிக்கொண்டிருந்தான்.

"எல்லரிக்கு தோரிஸபேடா... ஒலகே ஹகி..." என்று அதட்டினார் அவனது அப்பா.

உடனே அவரது மனைவி, "நிம்ம மகனே ஹல்லவா. நிம்மன்டெயே இர்த்தானே" என்று குத்தலாகச் சொன்னார்.

அன்பரசு அந்தப் பையனைப் பார்த்து சிரித்தான்.

கொஞ்ச நேரத்திற்கெல்லாம் டி.டி.ஆர். வந்தார். ஒவ்வொருவராக டிக்கெட் பரிசோதித்து, அன்பரசின் முறை வந்ததும் டிக்கெட் தகவல்களைப் படித்துவிட்டு அன்பரசுவை ஒருமுறை நிமிர்ந்து பார்த்தார். "நீங்க கொஞ்சம் இப்படி வாங்க சார்" என்று ஓரமாக அழைத்துச் சென்றார்.

"என்னாச்சு சார்"

"சார், நீங்க வாங்கியிருக்கிறது எக்ஸ்பிரஸ் டிக்கெட். இது சூப்பர் ஃபாஸ்ட். இதுக்கு இருபது ரூபாய் டிக்கெட் அதிகம்"

அன்பரசு அவ்வளவாக ரயிலில் பயணித்ததில்லை. அவனுக்கு அதுகுறித்து தெரியவில்லை.

"அதற்கென்ன, இதோ இருபது ரூபாய் தந்துடறேன்."

"சார், அப்படியில்லை. டிக்கெட் எடுக்கும்போது எக்ஸ்ட்ரா இருபது கொடுத்து எடுத்திருக்கணும். இப்ப முடியாது."

"இப்ப என்ன சார் செய்யணும்."

வேறொரு சமயமாக இருந்தால் டி.டி.ஆர். அன்பரசுக்கு மாற்று யோசனை சொல்லி அவருக்கும் சற்று வருமானம் பார்த்திருப்பார். மாதக்கடைசி. அவருக்கும் டார்கெட் முடிக்க வேண்டும்.

"சார், ஒண்ணு ஐநூறு ரூபாய் ஃபைன் கட்டணும். இல்லன்னா ஆறு மாசம் ஜெயிலுக்குப் போகணும்."

அன்பரசு பன்னிரண்டு நொடிகள் யோசித்தான்.

"சார், ஒருவேளை ஐநூறு ரூபாய் இல்லன்னா."

"அதான் சொன்னேனே. ஜெயிலுக்குப் போகணும்."

"சரி, ஜெயிலுக்குப் போறேன் சார்."

டி.டி.ஆர். அந்த பதிலை எதிர்பார்த்திருக்கவில்லை.

ரயில் ஆவடியில் சில நிமிடங்கள் நிறுத்தப்பட்டு, அன்பரசு ஆர்.பி.எஃப்.பிடம் ஒப்படைக்கப்பட்டான். மணி நள்ளிரவைக் கடந்திருந்தது. அன்பரசின் வீட்டில் அவனைத் தேடத் துவங்கியிருந்தார்கள்.

# 11

சுனாமிக்குப் பிந்தைய எட்டாவது நாள்.

நிரூபணமாகிவிட்டது. ஐந்தாண்டுகள். இந்த இரண்டு சொற்களை ஜேம்ஸால் ஏற்றுக்கொள்ளவே முடியவில்லை.

இதோ இந்தக் காவல்துறை ஆசாமி கையில் வைத்திருக்கும் துப்பாக்கியைப் பிடுங்கி அத்தனை பேரையும் சுட்டுக் கொல்லப்போகிறேன். இந்த நீதிமன்றத்தையே அடித்து உடைத்து துவம்சம் செய்யப் போகிறேன். நேராக விமான நிலையத்திற்குச் சென்று துப்பாக்கி முனையில் ஒரு ஃபிளைட்டை கடத்தப் போகிறேன். பைலட் தலையில் கண்ணை வைத்து, வழியில் எங்கேயும் நிறுத்தாதே நேராக லண்டன் போ. ம்ஹூம் வேண்டாம், நேராக க்ரெஸ்வெல்லில் போய் நிறுத்து.

கற்பனையில் ஒரு போர்க்களத்தையே நிகழ்த்திப் பார்த்தான் ஜேம்ஸ். அவனுக்கு எல்லோருடைய மீதும் கோபம். ஆனால் யாரிடமும் காட்ட முடியவில்லை.

வன்முறையில் காட்ட முடியாத கோபத்தை வேறு வகையில் காட்டினான். ஐந்து வருடங்கள் சிறை. அவ்வளவுதானே. நான் யாருக்கும் பயப்படப் போவதில்லை. ஐந்து வருட சிறை தண்டனையையும் முழுமையாக அனுபவிக்கப்போகிறேன். கதறவோ கண்ணீர் வடிக்கவோ போவதில்லை. எனக்கு இதில் துளியும் வருத்தமில்லை என்பதுபோல முகத்தை கம்பீரமாக வைத்துக்கொண்டான்.

தூத்துக்குடியிலிருந்து சென்னை முன்னூறு மைல்களுக்கு மேல். க்ரெஸ்வெல்லிருந்து லண்டன் தொலைவை விட அதிகம். காவல்துறையினர் ஜேம்ஸையும் குற்றம் சாட்டப்பட்ட மற்றவர்களையும் (இப்பொழுதிலிருந்து குற்றவாளிகள்) ஒரு பழங்கால வெள்ளை நிற மினி பேருந்தில் ஏற்றினார்கள். இந்தியர்கள் பன்னிரண்டு பேரை மட்டும் பாளையங்கோட்டை சிறையில் அடைக்க உத்தரவு. அதற்கு அர்த்தம் அவர்கள் எப்படியோ செத்துத் தொலையட்டும் என்பதுதான். அதற்காக மற்றவர்களை ஃபைவ் ஸ்டார் ஹோட்டலில் தங்க வைக்கப் போகிறார்கள் என்று பொருளில்லை. மற்றவர்களின் உயிர் அவர்களுக்குத் தேவை. இல்லையென்றால் அது சர்வதேச பிரச்சனை ஆகிவிடும். அதனால் அவர்களை சென்னை மத்திய சிறையில் சாகாமல் சாகட்டும் என்று விடப்போகிறார்கள்.

எப்படிப் பார்த்தாலும் அதிகபட்சம் இருபது பேருக்கு மேலே அமர முடியாத பேருந்து அது. அதில் காவலர்களையும் சேர்த்து முப்பது பேருக்கு மேல். அடுத்த முக்கால் நாட்கள் அந்த பேருந்து தான். ஜேம்ஸ் க்ரில்லில் சொருகிய சிக்கனைப் போல குமையப் போகிறான்.

நள்ளிரவு. பேருந்து அப்போதுதான் மதுரையையே தாண்டியிருந்தது. பேருந்தில் காவலர்கள், கைதிகள் எல்லாருமே அரைகுறை உறக்கத்தில் இருந்தார்கள். ஓட்டுநரையும் ஜேம்ஸையும் தவிர. ஓட்டுநரும் அரைத்தூக்கத்தில் இருக்கலாம். தாட் பூட் என்று பேருந்தை ஓட்டிக்கொண்டிருக்கிறார்.

ஜேம்ஸ் அப்போது மரணபயத்தில் உட்கார்ந்திருந்தான். ஜேம்ஸுக்கு அருகிலிருந்த காவலர் துப்பாக்கியை வான் நோக்கிப் பிடித்தபிடி உறங்கிக்கொண்டிருந்தான். அவனுக்கு அதைப் பார்த்ததும் தலையில் அடித்துக்கொள்ள வேண்டும் போலிருந்தது. அது லீ-என்ஃபீல்ட் 303 ரக துப்பாக்கி. பிரிட்டிஷ் ராணுவத்தில் முதலாம் மற்றும் இரண்டாம் உலகப்போர் காலகட்டத்தில் பயன்படுத்தப்பட்டது. அநேகமாக இந்தியாவிற்கு சுதந்திரம் அளித்ததும், தேவைப்படாது என்று இங்கே போட்டுச் சென்ற குப்பைகளை இவன்கள் எடுத்துத் துடைத்து வைத்து இன்னும் பய ன்படுத்திக்கொண்டிருக்கிறார்கள். துருப் பிடித்துப் போயிருந்தது அது. சுடுமா சுடாதா என்பதுகூட சந்தேகம்தான். ஆனால் அந்த கான்ஸ்டபிள் அதனைப் பிடித்திருந்த தோரணையைப் பார்த்தால்,

ஓட்டுநர் ஏதாவது குண்டுகுழியில் மடாரென்று இறக்கும்போது, கொஞ்சம் அசந்தால் ட்ரிக்கர் அழுத்தப்பட்டு ஜேம்ஸின் மூளை சிதறலாம்.

ஜேம்ஸ் அப்படி யோசித்தது கொஞ்சம் வினோதம்தான் என்றாலும் இந்தியா போன்ற நாடுகளில் மரணம் என்பது எப்படி வேண்டுமானாலும், யாருக்கும், எந்த நேரத்திலும் வரக்கூடும். நள்ளிரவு தாண்டி ஜேம்ஸ் லேசாக கண் அசந்த பொழுது நிஜமாகவே மடாரென்று பலத்த சத்தம் கேட்டது. மொத்தப் பேருந்தும் அரண்டுபோய் எழுந்து பார்த்தபோது அதிர்ஷ்டவசமாக அத்தனை பேரின் மூளைகளும் பத்திரமாக இருந்தன.

# 12

**சு**னாமிக்கு பிந்தைய ஏழாம் நாள்.

டி.ஆர்.எம். கொடுத்த டோக்கன்களின் காரணமாக மணிகண்டன் சிறையில் ஒரு வி.ஐ.பி. போல இருந்தான். சிறையைப் பொறுத்தவரையில் வைட்டமின் 'ப'விற்கு நேரடி அதிகாரமில்லை. அங்கு எல்லாமே டோக்கன்களும் பீடியும் தான். பீடிக்கு சிறையில் அதிகாரபூர்வ அனுமதி உண்டு. எல்லாம் காரணமாகத்தான். டோக்கன் கொடுத்தால் பீடி கிடைக்கும். மூன்று பீடி கொடுத்தால் நல்ல சாப்பாடு. ஆறு பீடி கொடுத்தால் சிக்கன் ரைஸ். பதினைந்து பீடி கொடுத்தால் ஒரு அசைவ விருந்தே கிடைக்கும்.

மணிகண்டனின் தயவில் அன்பரசுவும் கிருபாவும் கூட பலனடைந்தார்கள்.

அன்பரசு கிருபாவிடம் அவனை பலவந்தப்படுத்திய நபர்கள் யாரென்று கேட்டுத் தெரிந்துகொண்டான். அவர்கள் மூவரும் பார்ப்பதற்கு பவுன்ஸர்கள் மாதிரி இருந்தார்கள். இஸ்லாமியர்கள். அன்பரசுவும் மணிகண்டனும் வேறு யாரும் கிருபாவை நெருங்க முடியாதபடி அவர்கள் பாதுகாப்பிலேயே வைத்துக்கொண்டார்கள். அவர்களும் அந்த இஸ்லாமிய பவுன்ஸர்கள் பக்கம் செல்லவே இல்லை. அதற்குக் காரணம் அவர்களுடைய வழக்கு சற்று விசித்திரமாக இருந்தது.

அது ஒரு நெட்வொர்க். ஆனால் சிறிய நெட்வொர்க். நான்கு ஆண்கள் மற்றும் ஒரு பெண். இந்த நான்கு பேருடைய வேலை ஆர்குட்டில் வெவ்வேறு பெண் பெயர்களில் பல போலி கணக்குகளைத் துவங்குவது. அந்தக் கணக்கைப் பார்த்தால் அது போலி கணக்கு என்றே சொல்ல முடியாது. ப்ரொஃபைல் பிக்கில் ஒரு பூ அல்லது புஷ்பம் படம் இருக்கும். பெயர் திவ்யா, ப்ரியா இப்படி ஏதாவது. உள்ளே நிறைய நண்பர்கள், நண்பிகள். பாதிக்கு மேல் இவர்களே உருவாக்கிய போலி கணக்குகள். மீதி இவர்கள் நிஜமாகவே பெண் என்று நம்பி ரிக்வஸ்ட் அனுப்பும் காஜி ஆசாமிகள். இந்த காஜியார்கள்தான் அந்த நெட்வொர்க்கின் டார்கெட். காஜியார் ஒருவேளை காலேஜ் படித்துக்கொண்டிருக்கும் நபர், வேலை வெட்டி இல்லாதவர் என்று தெரிய வந்தால் எண்ணிக்கைக்கு மட்டும் இருக்கட்டும் என்று விட்டுவிடுவார்கள். கொஞ்சம் பணம் புழங்கும் ஆசாமி. முக்கியமாக ஐ.டி. ஆள், பிஸினஸ் ஆள் என்று தெரிந்துவிட்டால் அவர்தான் இவர்களுடைய தலைமை காஜியார்.

முதலில் ஹாய் என்று சாதாரணமாகத் துவங்குவார்கள். கொஞ்ச நேரத்தில் நீங்கள் அறிவாகப் பேசுகிறீர்கள், நீங்கள் ரசனையான ஆள் என்று முகஸ்துதியைப் போடுவார்கள். அவ்வளவுதான் எதிராளி உருக ஆரம்பித்துவிடுவார். ஒரு கட்டத்தில் அந்த நபரை திரிசங்கு ஸ்வர்க்கத்தில் நிறுத்திவிட்டு அடுத்த ஆளைப் பிடிக்கப் போய்விடுவார்கள். திரிசங்கு நபரோ நன்றாகப் பேசிக்கொண்டிருந்த பெண் திடீரென பேசுவதை நிறுத்திவிட்டாள் என்று தெரிந்து இன்பாக்ஸில் உருண்டு பிரண்டு அழுதுகொண்டிருப்பார்.

*Hello*

*Sapteengala*

*Y no response*

*Busy ah*

*Good morning*

*Ennachu pa*

*Ungalai miss panren*

*En mela kovama*

இந்த என் மேல கோவமா என்கிற மெஸேஜ்தான் சரியான

பாய்லிங் பாயிண்ட். ஆமாம், கோபம்தான் என்று கொஞ்சம் சிணுங்க ஆரம்பித்தால் பார்ட்டி கொஞ்ச நேரத்திற்கெல்லாம் இப்ப நான் என்ன செய்யணும் என்கிற மோடுக்கு வந்துவிடுவார். சாதரணமான போன் ரீசார்ஜில் துவங்கி லட்சக்கணக்கான ரூபாய் வரை அவர்களிடம் இருந்து தேற்றுவிடுகிறார்கள்.

இந்த "என் மேல கோவமா" என்கிற கேள்வியை விட ஃபேக் ஐடிக்களை கேட்கக் கூடாத கேள்வி ஒன்று இருக்கிறது. அது - "என்ன டிரஸ் போட்ருக்க". அதை மட்டும் கேட்டுவிட்டால் போதும். அடுத்து "உள்ளே?", "என்ன கலர்", "சைஸ்?" என்று நீளும் சாட் ஒரே ராத்திரியில் நான் உன்னை கல்யாணம் பண்ணிக்க ஆசைப்படுறேன். இல்லை, உன்னைத் தனியா வீடு எடுத்துப் பார்த்துக்கிறேன் என்று சொல்லும் அளவிற்கு எதிர்தரப்பு நபரை ஒழுகவிடுவதுதான் இந்த பவுன்சர் ஆசாமிகளின் வேலை. இந்த முழு ப்ராசஸில் எப்பொழுதாவது எதிர்தரப்பு ஆளுக்கு நாம் பேசிக்கொண்டிருப்பது பெண்தானா என்று சந்தேகம் வந்துவிட்டால் மட்டும் குழுவில் இருக்கும் பெண்ணுக்கு வேலை. அதுவும் "அவர் இருக்கிறார்", "இப்பல்லாம் பேச முடியாது", "ஒரேயொரு டைம்தான் சரியா?" போன்ற சதாய்ப்புகளுக்குப் பிறகு சில நிமிடங்கள் மீனுக்குக் காட்டப்படும் புழுவைப் போல. இந்த ஒரு தடவை புழுவைப் பார்த்தவர்களுக்கு அதன் பிறகு அது பெண்தானா என்கிற சந்தேகமே ஏழாது.

பிக் பட்சரிங் ஸ்காம் என்பார்கள். சாட்டில் இவர்கள் கண்டுபிடிக்கும் ஆட்களை முதலில் எனக்கு ரீசார்ஜ் செய்துவிடு என்பதில் ஆரம்பிக்கிறது. பார்ட்டி உஷாரான ஆள் என்றால் இருநூறு, முன்னூறு தொலைத்த கையோடு எஸ்கேப். இல்லை என்றால் அடுத்தடுத்த கட்டமாக வீட்டு வாடகை கட்ட வேண்டும், குழந்தைக்கு ஸ்கூல் ஃபீஸ் கட்ட வேண்டும் என்று தொழுவத்தில் கட்டிவைத்த பசுமாட்டிடம் கறப்பதைப் போல கறந்துகொண்டே இருக்க வேண்டியதுதான். எவ்வளவு தூரம் அந்த நபர் இழுத்த இழுப்புக்கு வருகிறாரோ அதைப் பொருட்டு விலை உயர்ந்த போன், நகை என்று சுருட்டிக்கொண்டே இருக்கிறார்கள். உச்சபட்சமாக இதற்கு மேல் முடியவே முடியாது என்று அந்த நபர் கைவிரிக்கும்போது அவரை குழு பெண்ணுடன் அந்தரங்கமாக இருக்க வைத்து அதனைப் படம் எடுத்துவைத்து மிரட்டத் துவங்குகிறார்கள்.

ஒரு கட்டத்தில் குழுவிற்குள் உள்பூசல். ஏன் என்று யூகிப்பதில் யாருக்கும் சிரமமே இருக்காது. எல்லாம் குழுவில் இருந்த அந்தப் பெண்ணுக்காகத்தான். செக்ஸ் ஸ்காம் குழு இல்லையா. அதனாலே அக்குழுவுக்கு உள்ளேயே பல்வேறு காம்பினேஷனில் செக்ஸ் நடந்திருக்கிறது. இப்பூசலின் விளைவாக குழுவில் இருக்கும் ஒரு நபர் அந்தப் பெண்ணின் துணையுடன் மீதி மூன்று ஆண்களையும் காவல்துறையிடம் சிக்க வைத்துவிட்டு, தப்பித்துவிட்டார்கள். இந்நேரம் அவர்கள் இருவரும் வேறு ஏதாவது மாநிலத்திற்குப் போய் தங்கள் ஸ்காமை தொடங்கியிருப்பார்கள்.

இந்த நான்கு ஆண், ஒரு பெண் நெட்வொர்க் செய்த ஸ்காம்களில் இன்னும் ஏராளமான இருண்ட பக்கங்கள் இருந்தன. இப்பொழுது இவர்கள் மூவரை வெளியே விட்டால் கூட அந்தப் பெண்ணின் துணை இல்லாமலேயே தங்கள் தொழிலைப் பார்த்துக்கொள்ள முடியும். அதையெல்லாம் எழுத்தில் கொண்டு வர முடியாது. கிருபாகரனுக்கு சிறைக் கழிவறையில் நடந்த சம்பவத்தை வைத்து மற்றதை நீங்களே யூகித்துக்கொள்ளுங்கள்.

# 13

*1991.*

மணிகண்டன் அப்போது சென்னை அசோக் நகரில் அவனது பெற்றோருடன் தங்கியிருந்தான். ஆடி மாதக்காற்று சென்னைக்கு ஆறுதலைத் தந்துகொண்டிருந்தது. மணிகண்டன் அங்கிருந்து திருவல்லிக்கேணியில் தங்கியிருந்த அவனது நண்பன் பார்த்திபனை சந்திக்கச் சென்றான். பார்த்திபனின் அறைக்குச் சென்றபோது அவனது நண்பர்கள் சாயந்திர பூஜைக்கு ஜரூராகத் தயாராகிக் கொண்டிருந்தார்கள். அழையா விருந்தாளியாகப் போய் நின்ற மணிகண்டனுக்கு அச்சூழல் சங்கடமாக இருந்தது. பார்த்திபனின் நண்பர்களுக்கும் சங்கடம்தான். ஆனால் வெளியே காட்டிக்கொள்ளாமல், "வாங்க சகா, எங்களோட ஜாயின் பண்ணிக்கோங்க" என்றான் ஒருவன். பெயர் கூட தெரியாத நண்பனுடைய நண்பனை ஜோதியில் ஐக்கியமாக அழைப்பதே தமிழரின் விருந்தோம்பல் பண்புக்கு ஒரு நல்ல சான்று.

மணிகண்டன் வேறொரு பெரிய சிக்கலில் இருந்தான். அவனால் அந்தச் சமயத்தில் சிரிக்கக் கூட முடியவில்லை. பார்த்திபனை அழைத்து, உன்னிடம் கொஞ்சம் தனியாகப் பேச வேண்டும் என்று கிசுகிசுத்தான். பார்த்திபன் அவனுடன் வெளியே வந்து டீக்கடையில் கிங்ஸ் பற்ற வைத்தான், "உனக்கு வில்ஸ் நேவி கட் தானே."

"இல்லை, இப்ப வேண்டாம்."

"சரி, சொல்லு என்ன பிரச்சனை?"

"உன்னை பெரிய மனுஷனாக்கப் போறேன். உனக்கு சம்மதமா?"

"ஏன். நான் ஆல்ரெடி பெரிய மனுஷன்தான். விஷயம் என்னன்னு சொல்லு."

"எனக்குத் தெரிஞ்ச ஒரு பையனுக்கு ரகசிய கல்யாணம் செஞ்சு வைக்கணும்."

"ஹே, அவ்வளவுதானா விஷயம். பொண்ணு யாரு. என்ன பிரச்சனை?"

"சொல்றேன். அதுக்கு முன்னாடி பண்ணி வைக்க முடியுமா முடியாதான்னு சொல்லு."

"கண்டிப்பாடா. இதெல்லாம் ஒரு விஷயமா. நீ யாரு என்னன்னு விவரம் சொல்லு."

"பையன் பேரு மணிகண்டன்."

"ஹேய்ய்ய், என்ன மச்சான் சொல்ற. நெஜமாவா. பொண்ணு யாரு."

"அர்ச்சனான்னு. என்கூட வேலை பாக்குற பொண்ணு."

"கங்கிராட்ஸ் மச்சான் கங்கிராட்ஸ். மொதல்ல இப்ப நம்ம ஒரு பார்ட்டி பண்ணியே ஆகணும். வா ரூமுக்கு போலாம். இந்நேரம் நம்ம பசங்க எல்லாத்தையும் செட் பண்ணி வச்சிருப்பானுங்க."

"வேணாம்டா. நான் குடிக்கிறதை நிறுத்திட்டேன்" மணிகண்டன் தலையைத் தொங்கப்போட்டபடி சொன்னான்.

பார்த்திபன் ஃபேர்ஸ்ட் நைட்டில் வெட்கப்படும் மனைவியின் தாடையைப் பிடித்து நிமிர்த்தும் பாங்கில் அவனைப் பிடித்து நிமிர்த்தி, "டேய் டேய் டேய்" என்று கலாட்டா செய்தான்.

"நிறுத்தி ஆறு மாசமாச்சு."

மணிகண்டனுக்கு அவர்களுடைய குழுவில் குருஜி என்றொரு பெயர் உண்டு. சரக்கு போட்டால் (சரக்கு அடிப்பதையே அவன் மஹாதியானம் என்றுதான் சொல்லுவான்) ஒரு ஆன்மிக குருவைப் போல மாறி தத்துவங்களையும் போதனைகளையும் அள்ளித் தெளிப்பான்.

அவன் குடியை நிறுத்திவிட்டான் என்பதை பார்த்திபனால் நம்ப முடியவில்லை.

"யாரு அவங்க நிறுத்தச் சொன்னாங்களா. பேரு ஏதோ சொன்னியே. அர்ச்சனா."

"அப்படில்லாம் இல்லை."

"ஆங் நொப்படிலாம் இல்ல. என்னைச் சொல்லிட்டு நீதான்டா இப்ப பெரிய மனுஷனாகிட்டு வந்து நிக்கிற", பார்த்திபனுக்கு மணிகண்டனை கலாய்த்துத் தள்ள சரியான சான்ஸ் சிக்கியிருக்கிறது.

இதே விஷயத்தை மணிகண்டன் அவர்களுடைய மொத்த நண்பர்கள் குழுமியிருக்கும்போது சொல்லியிருந்தால், மணிகண்டனை நடுவில் உட்கார வைத்துக் கும்மி அடித்து, மஞ்சள் நீராட்டு விழாவே நடத்தியிருப்பார்கள்.

"சரி விடு, என்ன பிரச்சனை. வீட்ல ஒத்துக்கலயா?"

"வீட்ல இன்னும் சொல்லல. சொல்றது சரிப்பட்டு வராதுன்னு தோணுது. அவங்க வேற கேஸ்ட். ஆந்திரா பக்கம்."

"அவங்க வீட்ல?"

"அங்க இன்னும் மோசம். லவ்ன்னு சொன்னாலே வீட்டை விட்டுத் துரத்திடுவாங்க."

"சரி நீ வொரி பண்ணிக்காத. நம்ம பார்த்துக்கலாம். எப்ப என்னன்னு சொல்லு."

"வர்ற ஞாயிற்றுக்கிழமை. நாள் நல்லா இருக்கு. காலை ஒன்பது - பத்தரை. வடபழனி கோவில்ல யோசிச்சிருக்கேன். மறுநாள் ரிஜிஸ்டர் ஆபீஸில் பதிவு பண்ணணும். இந்தப் பிளான் ஓகேவான்னு நீங்கதான் சொல்லணும்."

"அப்ப எல்லாத்தையுமே நீயே முடிவு பண்ணிட்டுதான் வந்திருக்க?"

"ம்ம்ம்."

"சரி, உனக்கு ஓகேன்னா அப்படியே பண்ணிடலாம்."

"எனக்கு ஓகேதான். ஆனா, கோவில்ல கல்யாணம் பண்ணிக்கிற ப்ரொஸீஜர்ஸ் எல்லாம் நீங்கதான் பார்த்துக்கணும். ரிஜிஸ்டர்

ஆபீஸ் ஃபார்மாலிட்டீஸூம். எனக்கு இதெல்லாம் பழக்கம் இல்ல."

"அடிங்கொம்மாள, நாங்க மட்டும் என்ன வாரம் ஒண்ணா பண்ணிட்டு இருக்கோம்", விளையாட்டாக கை ஓங்கினான் பார்த்திபன்.

"நீ ஒண்ணும் கவலைப்படாத மச்சான். எல்லாம் நாங்க பாத்துக்குறோம். நீ பொண்ணை மட்டும் கரெக்ட்டா அழைச்சிட்டு வந்துடு."

மணிகண்டன் பார்த்திபனிடமிருந்து இப்படியொரு நிபந்தனையில்லாத ஒப்புதலை எதிர்பார்க்கவில்லை. ஞாயிறுக்கு இன்னும் மூன்று நாட்கள் இருந்தன. மணிகண்டனுக்கு அது வரையில் தூக்கமே வரவில்லை. அர்ச்சனா அவனைக் காட்டிலும் தைரியமாக இருந்தாள். சேர்த்து வைத்திருந்த காசில் மாங்கல்யம் வாங்கி அதனை மஞ்சள் கயிற்றில் கோர்த்து வைத்திருந்தான். அர்ச்சனாவுக்கும் அவனுக்கும் புதுத்துணி எல்லாம் எடுத்து வைத்தாயிற்று. மாலைக்கு பார்த்திபன் சொல்லியிருப்பதாகச் சொன்னான். இரண்டு தினங்களாக அவன் பார்த்த சினிமாக்கள் ஒவ்வொன்றாக அவனது நினைவுக்கு வந்து போயின.

தாலியை எடுத்துக் கட்டப்போகும் நேரத்தில், "நிறுத்துங்க" என்று யாராவது கத்துவார்கள் அல்லது கோவில் சுவரை இடித்துத் தள்ளிவிட்டு பிராகாரத்திற்குள் கார் ஒன்று வந்து நிற்கும் என்றெல்லாம் கவலைப்பட்டான்.

ஞாயிறு வந்தது. மணிகண்டனின் வாழ்க்கையையே மாற்றப்போகும் ஞாயிறு. அர்ச்சனாவை அழைத்துக்கொண்டு வடபழனிக்குப் போய் இறங்கினான். பார்த்திபனும் இன்னும் சில நண்பர்களும் காத்திருந்தார்கள். பார்த்திபன் கையில் மாலையைக் காணோம். நண்பர்கள் ஒருத்தரும் கல்யாணத்துக்கு உடுத்தி வந்தது போலத் தெரியவில்லை.

"மாலை எங்கடா?"

"சொல்றேன்டா. மொதல்ல கோயிலுக்கு உள்ளே போயிடலாம்."

மணிகண்டனுக்கு ஏதோ தவறாகப்பட்டது. அர்ச்சனாவின் கரங்களை இறுகப்பற்றிக்கொண்டான். என்ன நடந்தாலும் சரி, அர்ச்சனாவை மட்டும் விட்டுவிடக் கூடாது. கோவிலுக்கு உள்ளே நுழைந்தார்கள். மணிகண்டனுக்கு மனது

படபடவென்று அடித்துக்கொண்டது. எல்லாத்தையும் நாங்கள் பார்த்துக்கொள்கிறோம் என்று சொல்லிவிட்டு இப்போது ஏதோ சொதப்பிவிட்டார்கள் என்று பல்லைக் கடித்துக்கொண்டான்.

கோவிலின் உள்ளே மணிகண்டனின் அப்பா புன்னகைத்தபடி அவர்களை எதிர்நோக்கிக் காத்திருந்தார். மணிகண்டன் அதை சுத்தமாக எதிர்பார்க்கவில்லை. அவனுக்கு கண்ணீர் ஊற்ற ஆரம்பித்துவிட்டது. அப்பாவைப் போய் கட்டிக்கொண்டு மனதார அழுதான்.

"ஏன்டா, என்கிட்டே சொல்லியிருந்தா நான் மாட்டேன்னா சொல்லியிருப்பேன்", அப்பாவும் அழுதுகொண்டிருந்தார்.

அர்ச்சனா சூழ்நிலையை எப்படி எதிர்கொள்வது என்று தெரியாமல் நின்றுகொண்டிருந்தாள்.

அப்பாவும் மகனும் அழுது முடித்ததும், அப்பா அர்ச்சனாவை ஏறெடுத்துப் பார்த்தார். பார்த்திபன் அவளை அப்பாவின் காலில் விழும்படி சைகை காட்டினான். முதல்முறை பட்டுப்புடவை கட்டியிருந்ததால் அர்ச்சனாவுக்கு பட்டென காலில் விழுவதற்கு சிரமமாக இருந்தது. திருட்டுக் கல்யாணம் என்பதால் அதற்கு ஒத்திகை பார்க்கவில்லை. காலில் விழ முனைந்தவளை அப்பா தடுத்து நிறுத்தினார், "இருக்கட்டும்மா".

பார்த்திபனுக்கு மணிகண்டனின் அப்பா நல்ல பழக்கம். நேரே அவரைச் சந்தித்து விஷயத்தைச் சொல்லியிருக்கிறான். அப்பாவுக்கு வருத்தம். சாதியோ, மொழியோ காரணமில்லை. மகன் தன்னிடம் நேரடியாக வந்து சொல்லாமல் மூன்றாமவன் வந்து சொல்கிறானே என்றுதான். மணிகண்டனின் அம்மாவையும் அழைத்து வந்து அவர்கள் முன்னிலையிலேயே வடபழனி கோவிலில் திருமணம் செய்து வைப்பதுதான் பார்த்திபனின் திட்டம். மணிகண்டனின் அப்பா அதற்கு ஒப்புக்கொள்ளவில்லை. "அதெப்படி, என் பையன் கல்யாணத்தை நான் பெருசா எல்லாருக்கும் சொல்லி பண்ணுவேன்" என்று சொல்லிவிட்டார்.

மணமக்களை பொறுப்பான கையில் ஒப்படைத்தாயிற்று. பார்த்திபனுக்கு நெகிழ்ச்சியாக இருந்தது. அந்த ஞாயிறு, மணிகண்டன் எதிர்பார்த்த சினிமா க்ளைமாக்ஸ் போல இல்லாமல் பழைய எம்.ஜி.ஆர். படங்களில் போடும் சுபம் ஃபிரேம் மாதிரி இருந்தது.

# 14

சுனாமிக்கு பிந்தைய ஒன்பதாம் நாள்.

நள்ளிரவில் தூத்துக்குடியிலிருந்து சென்னை நோக்கி வந்துகொண்டிருந்த அந்தப் பேருந்தில் திடீரென அதிபயங்கர சப்தம் கேட்டது. அத்தனை ரைஃபிள்களிலும் தோட்டாக்கள் பத்திரமாக இருந்தன. பேருந்தின் டயர் வெடித்திருந்தது. அதனை மாற்றிவிட்டு சென்னை மத்திய சிறைக்கு வந்து சேர்வதற்குள் முழுதாக பதினான்கு மணி நேரங்கள் ஆகிவிட்டன. ஜேம்ஸ் கொஞ்சம் கூடத் தூங்கவில்லை.

ஜேம்ஸுக்கு சென்னை மத்திய சிறை புதிதல்ல. இதற்கு முன்பு அவன் சுமார் ஆறு மாதங்கள் சிறையில் இருந்திருக்கிறான். ஆனால் அது தொகுதி இரண்டு - விசாரணைக்கைதிகள் பிரிவு. இப்பொழுது அவன் தண்டனைக்கைதியாக ப்ரொமோஷனாகி வந்திருக்கிறான். தொகுதி ஒன்றில் அடைக்கப்பட வேண்டும். ஆனால் தொகுதி ஒன்றில் ஏற்கனவே கைதிகளின் எண்ணிக்கை அதிகமாக இருப்பதாலும், அத்தொகுதியின் சில பகுதிகளில் பராமரிப்புப் பணி நடைபெறுவதாலும் தற்காலிகமாக ஜேம்ஸும் அன்றைய தினம் தண்டனை அறிவிக்கப்பட்ட மற்ற கைதிகளும் விசாரணைக் கைதிகள் பிரிவில் அடைக்கப்பட்டனர். அதுதான் ஜேம்ஸ் கேள்விப்பட்ட காரணம். வேறு சில காரணங்களும் இருக்கலாம். சில சமயங்களில் வி.ஐ.பி.கள் (வி.ஐ.பி.கள் என்றால்

தீவிரவாதிகள், பிரபல ரௌடிகள், ஊரையே உலுக்கிய வழக்கில் தண்டனை பெற்றவர்) யாரேனும் வந்திருந்தால் முப்பது, நாற்பது பேர் தங்க வேண்டிய பிளாக்கில் அந்த ஒரு கைதியை மட்டும் தங்க வைப்பார்கள். அக்கைதியின் பாதுகாப்பிற்காக. அதனால் மற்ற கைதிகளுக்கு இடமில்லாமல் போகலாம்.

ஜேம்ஸுடன் அவனையும் சேர்த்து பதினேழு வெளிநாட்டுக் கைதிகள். அனால் அவர்களில் அவன் மட்டும்தான் பிரிட்டிஷ் ஆசாமி. ஒன்பது பேர் அமெரிக்கர்கள். ஏழு பேர் எஸ்டோனியர்கள். எஸ்டோனியா என்பது ரஷ்யாவிற்கு அருகாமையில் உள்ள ஒரு சிறிய தேசம். ஆனால் அவர்களுக்கும் ரஷ்யாவிற்கும் வரலாற்றுக் கசப்புகள் உண்டு. எதிரிக்கு எதிரி நண்பன் என்பது போல அவர்களுக்கு அமெரிக்கர்கள் என்றால் உடன்பாடு. எஸ்டோனியர்கள் குறைந்த ஊதியத்தில் வேலைக்கு வருவார்கள் என்பதால் அமெரிக்கா அவர்களைப் பயன்படுத்திக்கொள்கிறது.

ஜேம்ஸின் முந்தைய சிறை வாசத்தின் போது அவர்கள் பதினேழு பேரும் நட்பாக இருந்தார்கள். ஆனால் அதனை நீண்டகாலம் தக்கவைத்துக் கொள்ள முடியவில்லை. அதற்கு பல்வேறு அரசியல், தனிப்பட்ட காரணங்கள். அமெரிக்கர்களுக்கும், எஸ்டோனியர்களுக்கும் கூட ஆகவில்லை. அதனால் அவர்கள் மூன்றாகப் பிரிந்துவிட்டார்கள். மற்றவர்களுக்கு பிரச்சனையில்லை. அவரவர் தேசத்து ஆட்களே குழுவாக இருந்தார்கள். ஆனால் ஜேம்ஸ் தனியனாயிற்றே. தமிழர்கள் வேறு அவனை ஏதோ வேற்றுகிரக ஆள் போல மேலும் கீழும் பார்த்தார்கள். அதுவும் அவனுக்குப் புதிதில்லை.

அவன் சிறைக்குள் வந்தபோது அன்பரசு மட்டும்தான் அவனுக்கு நட்புக்கரம் நீட்டினான். அன்பரசு நல்ல ஆங்கிலத்தில் பேசியதால் இரண்டு பேருக்கும் ஒத்துப்போனது. மணிகண்டன்தான், "கொஞ்சம் பார்த்துப் பழகு. ஏதாவது ட்ரக் கேஸாக இருக்கும்" என்று பயமுறுத்தினான்.

ஆனால் ஜேம்ஸின் வழக்கு ட்ரக்ஸ் சம்பந்தப்பட்டது இல்லை. அதற்கும் மேலே.

# 15

கிருபாகரன் முதல் முறையாக லலிதாவைப் பார்த்தபோது ஃபோர்ட் எஸ்கார்ட்டிடம் அவன் கண்ட அத்தனை வசீகரங்களும் அவளிடமும் இருந்தன. சுண்டினால் ரத்தம் வருகிற நிறம். பெண்களிடம் முப்பதுகளில் தோன்றும் வனப்பு. அவளைப் பார்த்தால் யாராக இருந்தாலும் ஒரு முறையாவது, ஒரேயொரு முறையாவது... ஆனால் கிருபா அவளை இரண்டு நொடிகளுக்கு மேல் பார்க்கவில்லை. அவனுக்கு அப்படி ஓர் எண்ணமே தோன்றவில்லை. அவனைப் பொறுத்தவரையில் அவள் அவனது எஜமானரின் மனைவி. எஜமானி. எஜமானரிடம் தன்னைப் பற்றி நல்ல விதமாகச் சொல்லி, தன் வாழ்க்கையை மாற்றப் போகிறவள்.

"ஏங்க..."

"ம்ம்ம்..."

"நம்ம கிருபா இருக்கான்ல..."

"ம்ம்ம்..."

"அவனுக்கு யாரும் இல்லைங்க. நம்மதான் அவனுக்கு ஏதாவது வழிபண்ணனும்..."

"என் மனசுலயும் அதாண்டி ஓடிண்டிருக்கு..."

"யாரையாவது ஏற்கனவே பார்த்து வச்சிருக்கேளா?"

"ம்ம்ம். நம்ம சுப்ரமணியன்கிட்ட வீட்டு வேலை செய்றாளோல்லயோ."

"ஆஹ்ன். ஜெகதீஸ்வரியோ என்னவோ."

"ஆமாம், அவளே தான். அவ நம்ம கிருபாவுக்கு பொருத்தமா இருப்பான்னு தோன்றது. அவளுக்கும் யாரும் இல்லை."

"நேக்கும் சரின்னுதான் படுறது."

"அப்ப சரி, கார்த்தால நான் ஒருக்க சுப்பிரமணிட்ட பேசிடுறேன்."

கிருபாகரனின் கற்பனைகள் இப்படியாக கொஞ்சம் எல்லையை மீறிப் போய்க்கொண்டிருந்தது. வெங்கடேசன்தான் தாலியை எடுத்துக் கொடுக்க வேண்டும் என்பதுவரை தீர்மானம் செய்து வைத்திருந்தான்.

ஆனால் தேவன் ஏற்கனவே எழுதி பவுண்ட் செய்து வைத்திருந்த ஸ்க்ரிப்ட் வேறு மாதிரி இருந்தது.

வெங்கடேசனின் வீட்டிலிருந்த ஹரீஷ் (செல்லப்பெயர் புஜ்ஜு) அப்போதுதான் எல்.கே.ஜி. சேர்ந்திருந்தான். அது வெங்கடேசனின் குழந்தை என்றுதான் நினைத்திருந்தான் கிருபா. ஆனால் அது அவரது தங்கையின் குழந்தை. குழந்தையை ஸ்கூலில் சேர்த்த சமயம் பார்த்து தங்கை கணவருக்கு டெல்லி டிரான்ஸ்ஃபர். புஜ்ஜுவை அந்த ஒரு வருடத்திற்கு மட்டும் வெங்கடேசனின் பொறுப்பில் பார்த்துக்கொள்ள ஏற்பாடு. புஜ்ஜுவின் பொருட்டு தான் டிரைவர் தேவைப்பட்டது என்று கிருபா பின்னாளில் தெரிந்துகொண்டான். அவனை பள்ளிக்கூடம் அழைத்துச் செல்ல வேண்டும், மீண்டும் அழைத்து வர வேண்டும். புஜ்ஜு சமர்த்துப்பிள்ளை. ஆனால் ஸ்கூல் வாசல் வரை அத்தை வந்து டாட்டா காட்ட வேண்டும் என்று மட்டும் அடம்பிடிப்பான். அதனால் அவ்வப்போது லலிதாவும் காரில் ஏறிக்கொள்வாள். வீட்டிலிருந்து பள்ளிக்கு தோராயமாக ஏழு நிமிடங்கள். திரும்ப வரும்போது அந்த ஏழு நிமிடங்கள் கிருபாவும் லலிதாவும் தனியாக பயணிக்க வேண்டும். சரியாகச் சொல்வதென்றால் தினமும் அந்த ஏழு அவனுக்கு கொஞ்சம் சங்கடமான நிமிடங்கள்தான். வழக்கமாக தேவையை மீறி எதுவும் பேசாத கிருபா, அவளிடம்

மட்டும் "மேடம், அய்யாவுக்கு லஞ்ச் எத்தனை மணிக்கு ரெடி ஆகும்", "மேடம், புஜ்ஜூவுக்கு நாளைக்கு ஸ்கூல் உண்டா" என்று எதையாவது கேட்டுக்கொண்டிருப்பான். அது அவளிடம் அவனுக்கு இருந்த மரியாதையும், அவளிடம் சீக்கிரம் இணக்கமாகி விட வேண்டும் என்கிற படபடப்புதானேயொழிய வேறொன்றும் இல்லை.

அவன் எதிர்பார்த்தபடி அந்த வீட்டில் அவன் கொஞ்சம் கொஞ்சமாக இணக்கமாகிக் கொண்டிருந்தான். வீட்டில் நாளும் கிழமையும் வந்தால், "காக்காய்க்கு படையல் வைக்கறச்ச கிருபாவுக்கும் கொஞ்சம் போட்டுக் கொடுத்துடும்மா" என்பார் வெங்கடேசன். கிருபாவும் சாப்பிட்டுவிட்டு அடுத்த முறை அவளைப் பார்க்கும்போது உளமார நன்றி சொல்வான். அன்னமிட்ட கை. அவ்வப்போது வெங்கடேசனுக்கு லஞ்ச் கேரியர் கொடுத்து அனுப்பும்போது கூடவே, கிருபாவுக்கும் ஒரு தனி டிபன் பாக்ஸ் வரத்துவங்கியது. வெங்கடேசன் வேலை டென்ஷனில் பத்து, பன்னிரண்டு நிமிடங்களில் அவசரமாக சாப்பிட்டு முடித்துவிட்டு பாத்திரங்களைக் கொடுத்து அனுப்பிவிடுவார். கிருபா அப்படியில்லை. நிதானமாக ரசித்து சாப்பிடுவான். அவன் எத்தனையோ உணவகங்களில் வேலை பார்த்திருக்கிறான். ஆனால் லலிதாவிடம் இருந்த கைப்பக்குவம் தனித்துவம் வாய்ந்தது. டிபன் பாக்ஸை திரும்ப ஒப்படைக்கும்போது சாப்பாடு குறித்து ஒன்றிரண்டு வாக்கியங்களாவது பேசாமல் இருக்க மாட்டான்.

"மேடம், இன்னைக்கு வத்தக்குழம்பு ஒண்ணு வச்சீங்களே. ஐயோ, என்ன டேஸ்ட் மேடம். இதுவரைக்கும் இப்படி சாப்பிட்டதே இல்லை மேடம். அய்யா ரொம்ப கொடுத்து வச்சவரு மேடம்."

அதுதான் முதல் விதை என்று கிருபாவுக்கு அப்பொழுது தெரியாது.

வெங்கடேசன் லலிதாவுக்கு வீட்டில் சகல வசதிகளையும் செய்து கொடுத்திருந்தான். டி.வி., பிளேயர், ஃப்ரிட்ஜ், வாஷிங் மெஷின், ஏசி எல்லாமே குறைவில்லாமல் இருந்தது. ஆனால் பெண்களின் எதிர்பார்ப்புகள் எப்பொழுதும் எளிமையானவை. தினசரி காலையில் எழுந்ததும் சமையலறைக்குப் புகுந்து ஓர் அதிரடி கட்டிப்பிடிப்பு (ஐயோ ச்சீ விடுங்க), ஆபீஸ் கிளம்பும்போது ஒரு நெற்றி முத்தம், அடிக்கடி ஐ லவ் யூ, எப்பொழுதாவது ஐ மிஸ் யூ, சாப்பிட்டுவிட்டு அவள் சமையலைப் பற்றி சமைத்த கைக்கு

தங்க வளையல், மோதிரம் என்கிற அளவிற்கு இல்லாவிட்டாலும் அதுகுறித்து சிலாகிக்க வேண்டும், மாலையில் வீட்டுக்கு வரும்போது மனைவியை மனதில் நினைத்து அவளுக்கு பூவோ, பலகாரமோ வாங்கி வர வேண்டும், ராத்திரி டின்னரை ஆற அமர அனுபவித்து சாப்பிட்டு அவள் முந்தானைக்குள் மயங்கிக்கிடக்க வேண்டும். அவ்வளவுதான்.

வெங்கடேசன் இதுபோன்ற லௌகீக விஷயங்களில் கொஞ்சம் வீக். அவன் நல்லவன்தான். ஆனால் ரொம்ப நல்லவனாக இருந்ததே அவனுடைய பிரச்சனை. அதன் காரணமாக அவனுக்கும் லலிதாவுக்கு ஒரு சின்ன இடைவெளி இருந்தது. அந்தச் சின்ன இடைவெளியில்தான் கிருபா அவனுக்கே தெரியாமல் நுழைந்துக் கொண்டிருந்தான்.

கிருபாவுக்கு டிபன் பாக்ஸ் வரும் ஃப்ரீக்வன்ஸி அதிகரித்து, நாள் தவறாமல் வரத்தொடங்கியது. கிருபாவும் ஒருநாள்கூட அவனது மேடமின் சமையலைப் புகழாமல் இருந்ததே இல்லை. நாளடைவில் வெங்கடேசனுக்கு சமைக்கும்போது கிருபாவுக்கும் சேர்த்து சமைத்தது போக, கிருபாவுக்காகவே சமைக்கத் தொடங்கினாள் லலிதா.

இந்தியா முழுக்க வீடுகளில் பெண்கள்தான் சமைக்கிறார்கள். எங்கேயோ நூற்றில் ஒன்றிரண்டு விதிவிலக்குகள் தவிர்த்து. ஏன் உலகம் முழுக்க எடுத்துக் கொண்டால் கூட பெரும்பாலும் ஆண்கள்தான் ப்ரெட் வின்னர்ஸ். பெண்கள் ஹோம் மேக்கர்ஸ். ஆனால் ஹோட்டல்களில், ரெஸ்டாரண்ட்களில் எல்லாம் சொல்லி வைத்தாற்போல ஆண்கள் சமையல்தான். விதிவிலக்குகளை விட்டு விடுங்கள். நியாயமாக சமையல் துறையில் பெண்கள் அல்லவா கொடிகட்டிப் பறக்க வேண்டும். யோசித்துப் பார்த்தால் ஒரு விஷயம் புரியும். பெண்களால் எந்தக் காலத்திலும் ரோட்டில் போகிற வருகிறவனுக்கெல்லாம் சமைத்துப் போட முடியாது. அவர்களைப் பொறுத்தவரையில் சமையல் என்பது உணர்வு சார்ந்தது. சாப்பிடும் நபர்களின் மீது அவளுக்கு ஒரு அவுன்ஸ் அன்பாவது இருந்தாலொழிய அவளால் சமைக்க முடியாது.

லலிதா ஒவ்வொரு வேளை சமைக்கும்போதும் கிருபாவை நினைத்துக்கொண்டே சமைத்தாள். அவன் சாப்பிட்டுவிட்டு என்ன ஃபீட்பேக் தருவான் என்கிற ஆர்வக் குறுகுறுப்புதான்

காரணம். வேறொன்றும் இல்லை. அப்புறம் அவளையறியாமல் அவன் மீது ஒரு சின்ன அன்பு. சில சமயங்களில் வெங்கடேசனே "இன்னைக்கு கிளையண்ட் வர்றாரும்மா. நான் அவரோட சாப்பிட்டுக்குறேன். லஞ்ச் வேண்டாம்" என்று சொல்லிவிட்டால் கூட கிருபாவுக்கு வரவேண்டிய டிபன் பாக்ஸ் தவறாமல் வந்து சேர்ந்தது. சில சமயம் வெங்கடேசன் மூன்று, நான்கு நாட்கள் சேர்ந்தாற்போல வெளியூர் சென்றுவிடுவார்.

அப்படி அவர் வெளியூர் செல்லும் வேளைகளில் கிருபாவை வீட்டுக்குப் போகாமல் கராஜ் அறையிலேயே தங்கிக்கொள்ள சொல்லிவிடுவார். மனைவியின் பாதுகாப்பிற்காக. அப்பொழுதும் அவனது டிபன் பாக்ஸ் தவறாமல் வந்தது. ஒருமுறை அதிகாலையில் லலிதா எழுந்து கோலம் போடப்போகும்போது இரவு வைக்கப்பட்ட டிபன் பாக்ஸ் அப்படியே இருந்ததைக் கவனித்தாள். கிருபாவை வெளியே காணவில்லை. கராஜ் அறைக்குள் எட்டிப் பார்த்தாள். கிருபா சுருண்டு படுத்திருப்பது தெரிந்தது. உள்ளே நுழைந்து அவனது அருகில் சென்றாள். அவன் நடுங்கிக்கொண்டிருந்தான். அவனது நெற்றியில் புறங்கையை வைத்துத் தொட்டுப் பார்த்தாள். கொதித்தது. உடனடியாக வெந்நீர் போட்டுக் கொடுத்தாள். அரிசிக்கஞ்சி காய்ச்சி அவனை வற்புறுத்திக் குடிக்க வைத்தாள். அவன் தேறி வர ஒன்றிரண்டு நாட்கள் ஆனது. அதுவரையில் அவள் அவ்வப்போது கராஜ் அறைக்கு போவதும் வருவதுமாய் இருந்தாள்.

வெங்கடேசன் ஊருக்குத் திரும்பி வருவதற்குள் கிருபாவுக்கு எப்படியோ உடல்நிலை சரியாகிவிட்டது. கிருபாவுக்கு உடம்பு சரியில்லாமல் போன விஷயத்தையோ, அது எப்படி சரியானது என்ற விஷயத்தையோ வெங்கடேசனிடம் லலிதாவும் சொல்லவில்லை, கிருபாவும் சொல்லவில்லை.

# 16

மணிகண்டனின் பெற்றோர் அர்ச்சனாவின் வீட்டுக்குச் சென்று முறைப்படி பெண் கேட்டார்கள்.

அர்ச்சனா முன்கூட்டியே அவளது அப்பா, அம்மாவிடம் சொல்லி வைத்திருந்தாள். முன்பே எதிர்பார்த்தது போல இருவரும் காச்சு மூச்சு என்று கத்தினார்கள். தெலுங்கில்.

திடீரென மணிகண்டனின் குடும்பத்தினர் வீட்டுக்கு வந்ததும் அர்ச்சனாவின் அப்பாவுக்கு தர்மசங்கடம். அர்ச்சனாவுக்கு ஒரு தம்பி இருக்கிறான். பெயர் அசோக். பெங்களூரில் தங்கி பணிபுரிகிறான். அவன் மட்டும் இருந்திருந்தால் மணிகண்டனின் குடும்பத்தை உள்ளேயே சேர்த்திருக்கமாட்டான். அர்ச்சனாவின் அப்பாவால் அப்படி வீட்டுக்கு வந்தவர்களை வெளியே போ என்று முகத்தில் அடித்தாற்போல சொல்ல முடியவில்லை. உள்ளே அழைத்து உட்கார வைக்கும்படி ஆகிவிட்டது. ஆனாலும் கட்டி வைக்க முடியாது என்கிற அவரது முடிவில் உறுதியாகவே இருந்தார்.

"நம்பி கட்டி வைங்க சார். உங்க பொண்ணை எங்க வீட்டுப் பொண்ணு மாதிரி பாத்துக்குறோம்."

"சார், எங்களுக்கு நகை, பணம், இந்த வரதட்சணை பிசினஸ்லாம் வேண்டாம். உங்க பொண்ணை மட்டும் கொடுத்தா போதும்."

மணிகண்டனே அவனது பெற்றோர் இவ்வளவு தூரம் இறங்கி வருவார்கள் என்று எதிர்பார்க்கவில்லை.

"நாங்களும் எங்க ஊரில் பெரிய கேஸ்ட்தான். நீங்க வேணும்ன்னா வெளியே விசாரிச்சுப் பாருங்க."

அர்ச்சனாவின் அப்பா எதற்கும் மசியவில்லை. பிடித்து வைத்த சிலைபோல அமர்ந்துகொண்டு சொன்னதையே சொல்லிக்கொண்டிருந்தார்.

மணிகண்டனுக்கு எதையாவது எடுத்து அந்த ஆளின் மண்டையை உடைக்க வேண்டும் போலத் தோன்றியது.

"யோவ் மாமா, எப்படி இருந்தாலும் கல்யாணத்துக்கு அப்புறம் என்கிட்டே வந்து மாப்ளன்னு குழைவல்ல. அப்ப பாத்துக்குறேன்" என்று மனதில் நினைத்துக்கொண்டான்.

எதுவும் இறுதி முடிவு எடுக்கப்படாமல், "பொறுமையா யோசிச்சு நல்ல முடிவா எடுங்க. நாங்க வர்றோம்" என்று கிளம்பினார்கள்.

அர்ச்சனாவின் அப்பா விட்டது சனி என்று அவர்களை வழியனுப்பி வைத்தார். அவர்கள் தலை அந்தத் தெருவை விட்டு மறைந்ததும், அர்ச்சனாவை அடித்து சாத்திவிட்டார். அன்றிலிருந்து அர்ச்சனா வீட்டுச்சிறையில் வைக்கப்பட்டாள்.

மணிகண்டனின் வீட்டிலும் கொஞ்சம் விட்டுப் பிடிப்போம். ஆடி மாசம் முடியட்டும் என்று சொல்லிவிட்டார்கள். அவன் காதலியைப் பார்க்க முடியாமல் தவித்தான். பார்த்திபனுக்கு ஏன் இந்த வேண்டாத வேலை. பேசாமல் அன்றைக்கே வடபழனி கோவிலில் கல்யாணம் செய்து வைத்திருந்தால் இந்நேரம் அர்ச்சனா என் மனைவி என்று நினைத்துக்கொண்டான்.

ஒருவேளை இந்த மொத்தத் திட்டமும் இருவரையும் பிரித்துவிடுவதற்காகப் போடப்பட்ட நாடகமா என்றுகூட அவனுக்கு சந்தேகமாக இருந்தது. அர்ச்சனாவை வீட்டில் பூட்டி வைத்துவிட்டார்கள். அப்பாவும் பொறுத்திரு என்று சொல்லிவிட்டார். ஒருவேளை யாரும் அடுத்த கட்டத்தைப் பற்றியே பேசாமல் இதை இப்படியே கிடப்பில் போட்டுவிட்டால்? மணிகண்டன் விபரீதமாக யோசிக்கத் துவங்கினான்.

முதல்முறையாக தமிழ் மாதம் ஒன்று எப்போது முடியும் என்று காலண்டரைப் பார்த்து தினங்களை எண்ணிக்கொண்டிருந்தான். மணிகண்டனின் அப்பா இதைப் பற்றியெல்லாம் கவலைப்படாமல் உலவிக்கொண்டிருந்தார்.

ஒருவழியாக ஆடி மாதம் முடிவுக்கு வந்தது.

மணிகண்டன் பயந்தபடி ஒன்றுமில்லை. அவனது அப்பா ஆவணி மாதம் முதல் முகூர்த்த நாளில் அவனையும் அழைத்துக்கொண்டு உறவினர்கள் படையோடு, பூ, பழம் வைக்கப்பட்ட தட்டுகளோடு அர்ச்சனாவின் வீட்டுக்கு முன்பு போய் நின்றுவிட்டார்.

அர்ச்சனாவின் அப்பா அவர்களை வீட்டிற்கு உள்ளேயே சேர்க்கவில்லை. இந்தமுறை அசோக்கும் கூட இருந்தான்.

"மொதல்ல, நீங்க எங்க பொண்ணை வெளிய வரச்சொல்லுங்க", மணிகண்டனின் அப்பா திட்டவட்டமாக அறிவித்தார்.

கொஞ்ச நேரத்திற்கு அந்த இடம் அல்லோலகல்லோலப்பட்டது. மணிகண்டன் வேறு பதற்றமாய் இருந்தான். கடைசியில் அர்ச்சனாவை வெளியே அழைப்பதாகவும், அவள் ஒப்புக்கொண்டால் அழைத்துச் செல்லுங்கள். இல்லை என்றால் இத்தோடு இந்த விஷயத்தை முடித்துக் கொள்ளவேண்டும் என்றார் அர்ச்சனாவின் அப்பா.

மணிகண்டனின் அப்பாவுக்கும் அது சரியென்று பட்டது. ஒப்புக்கொண்டார்.

அர்ச்சனா அழைக்கப்பட்டாள்.

அவளது முகம் அழுது அழுது வீங்கியிருந்தது.

வந்திருந்த கும்பலைப் பார்த்துக் கொஞ்சம் பதற்றமானாள். மணிகண்டனையும் பார்த்தாள். அவளுக்கு என்ன சொல்வதென்று தெரியவில்லை. இவ்வளவு பேர் முன்னிலையில் அப்பாவை எப்படி விட்டுக்கொடுக்க முடியும். அதே சமயம் மணிகண்டனை நினைத்துப் பார்த்தாள். அவனது அப்பாவின் நம்பிக்கை அவளுக்கு ஆச்சர்யமாக இருந்தது. இப்பொழுது மட்டும் அவள் வரமுடியாது என்று சொல்லிவிட்டால் அந்தக் குடும்பமே இருண்டுவிடும். தன் மீது நம்பிக்கை வைத்து வந்திருக்கும் குடும்பத்தை ஏமாற்றக்கூடாது என்றும் அவளுக்குத் தோன்றியது.

அர்ச்சனா என்ன சொல்லப்போகிறாள் என்று எல்லோரும் காத்திருந்தார்கள்.

இபொழுது விட்டுவிட்டால் மணிகண்டனைத் திரும்பப் பெறவே முடியாது என்பது அர்ச்சனாவுக்குப் புரிந்தது. அப்பா பின்னாளில் புரிந்துகொள்வார் என்று அவள் நினைத்தாள். அம்மாவை ஒருமுறை திரும்பிப் பார்த்தாள். அவளுக்குப் புரிந்துவிட்டது. அழத்துவங்கினாள். அசோக் உள்ளேயிருந்து அர்ச்சனாவின் ஃப்ரேம் செய்யப்பட்ட புகைப்படங்களை எல்லாம் கொண்டு வந்து தெருவில் போட்டான். அப்பாவைப் பார்த்தாள். அவர் அதற்கு மேல் அங்கே நிற்க முடியாமல் விறுவிறுவென்று உள்ளே சென்றுவிட்டார். அர்ச்சனா வீட்டை விட்டு வெளியேறினாள்.

# 17

பிரிட்டிஷ் ராணுவத்தில் ஒரு நபர் சேரவேண்டுமென்றால் முதலில் *BARB* என்னும் தகுதித் தேர்வை கடக்க வேண்டும். *British Army Recruitment Battery*. ஒரு நபர் எவ்வளவு விரைவாகவும் தர்க்கபூர்வமாகவும் சிந்திக்கிறார் என்பதைக் கண்டறிவதற்கான தேர்வு.

*BARB*ல் இருந்து ஓர் உதாரணக் கேள்வி.

ராமு சோமுவை விட உயரம். ரமேஷ், ராமுவை விட உயரம். சுரேஷ், ரமேஷை விட உயரம். நால்வரில் உயரமானவர் யார் ?

ஜேம்ஸுக்கு இம்மாதிரி மூளை பலத்தை சோதிக்கும் தேர்வுகள் அத்துப்படி. அவன் அதனை எளிதாகத் தட்டித் தூக்கினான்.

பாராசூட் படையில் சேர்வதே அவனது விருப்பம். அவனது அப்பா ஒருமுறை துப்பாக்கிப் படையைப் பரிசீலிக்கலாமே என்றார். துப்பாக்கிப் படையினர் அணியும் சிகப்பு-வெள்ளை சேவல் கொண்டை கொண்ட தொப்பியே அவனுக்கு ஒவ்வாமையாக இருந்தது. பறந்தால் பாராசூட் என்று தெளிவாகச் சொல்லிவிட்டான். பாராசூட் படையினர் அணியும் மெரூன் நிற பெரே அவனுக்குக் கூடுதலாகப் பிடித்திருந்தது.

அந்த மெரூன் பெரேவை அவன் அணியவேண்டுமென்றால் பி கம்பெனி என்கிற பெகாஸஸ் கம்பெனியின் உடல் மற்றும்

மன உறுதியைச் சோதிக்கும் தேர்வுகளை அவன் கடக்க வேண்டும். பெகாஸஸ் கம்பெனியின் பயிற்சி மற்றும் தேர்வு முறை மூன்றரை வாரங்களை உள்ளடக்கியது. முதல் இரண்டரை வாரங்கள் பயிற்சி. கடைசி வாரம் தேர்வுகள். தேர்வின் கடைசி நாளில் முடிவுகள் அறிவிக்கப்பட்டுவிடும். பெகாஸஸ் கம்பெனி நடத்திய பயிற்சி மையம் அவனது கிராமத்திலிருந்து சுமார் எண்பது மைல் தொலைவில் இருந்தது. ஜேம்ஸ் அங்கே சென்றடைந்தபோது எல்லாம் பெரிய பெரிய ஆட்களாக நின்றுகொண்டிருந்தார்கள். எல்லோருமே பாராசூட் படையில் சேர்வதற்காக வந்திருந்தார்கள். அந்தக் கூட்டத்திலேயே ஜேம்ஸ்தான் இருப்பதிலேயே குறைந்த வயதுடையவன். தோற்றத்தில் சிறியவனும் அவனே தான். ஜேம்ஸ் "எதற்கும் தயார்" என்று ஒருமுறை மனதிற்குள் சொல்லிக்கொண்டான்.

அத்தேர்வுக் குழுவின் சார்ஜண்ட், ஜேம்ஸின் ஊர்க்காரர் என்று அவன் அடையாளம் கண்டுகொண்டான். அவருக்கும் இவனைத் தெரிந்திருக்கக்கூடும். இதுவே நம்ம ஊராக இருந்தால் ஒரே ஊர்க்காரன், ஒரே ஆள் என்று அந்த ஆளிடம் இருந்து ஜேம்ஸ் ஏதாவது சலுகையை எதிர்பார்த்திருக்கலாம். அங்கே, அதுவும் ராணுவத்தேர்வில் அதெல்லாம் சாத்தியமில்லை. ஜேம்ஸ் வேறு, ஊர்க்காரருக்கு தலைகுனிவை ஏற்படுத்திவிடாதபடி நன்றாக செயலாற்ற வேண்டும் என்று நினைத்துக்கொண்டான்.

இந்த இரண்டரை வாரப்பயிற்சியில் போட்டியாளரின் கோபத்தைத் தூண்டி அவரது பொறுமையை சோதிக்கும் பயிற்சிகூட உண்டு.

"ஏய் யாருப்பா நீ. வயசு இருபதுன்னு சொல்ற. ஆள் பார்க்க கெழவனாட்டம் இருக்க."

"மூக்கைப் பாரு முக்குக்கடையில போடுற மொளகா பஜ்ஜி மாதிரி."

ஒரு மனிதன் மிகவும் ஒல்லியாகவோ, குண்டாகவோ, குள்ளமாகவோ இருந்துவிட்டால் போதும் அவனை ஓட்டித்தள்ளிவிடுவார்கள். சம்பந்தப்பட்ட நபர் அதற்கெல்லாம் கலங்காமல் அது என்ன ரசமா. அதை ஊத்து. அதுல பூனை கெடக்குதான்னு பார்ப்போம் என்கிற வகையில் டீல் செய்ய வேண்டும்.

ஜேம்ஸுக்கு அதனை சமாளிப்பது பெரிய பிரச்சனையாக இல்லை. ஆனால் பயிற்சி காலத்தில் அணிய வேண்டிய தொப்பி

தான். அதனை கண்ட் கேப் என்பார்கள். அந்தத் தொப்பிக்கு ஏன் அந்தப் பெயர் வந்ததென்றால் மடித்து வைத்த அந்தத் தொப்பியை மேலே இருந்து பார்த்தால் பெண்குறி வடிவில் இருக்கும். அதனாலேயே அவனுக்கு அத்தொப்பி பிடிக்கவில்லை. அவன் பாராசூட் படையினரின் மெரூன் பெரேவை அணியும் நாளிற்காகக் காத்திருந்தான்.

இரண்டரை வாரப்பயிற்சி முடிந்து, தேர்வு வாரம் வந்தது. ஒரு தேர்வல்ல, மொத்தம் எட்டுத் தேர்வுகள். ஒவ்வொரு தேர்வுக்கும் அதிகபட்சம் பத்து மதிப்பெண்கள். மொத்த மதிப்பெண்கள் நாற்பத்தைந்தைக் கடந்தால் பாஸ்.

முதல் தேர்வு - டென் மைலர்: பதினாறு கிலோ எடையுள்ள முதுகுப்பையையும், ஒரு ரைஃபிள் துப்பாக்கியையும் (அது ஒரு ஐந்து கிலோ எடை இருக்கும்) தூக்கிக்கொண்டு பத்து மைல் தூரத்தைக் கடக்க வேண்டும். நூற்றிப்பத்து நிமிடங்களுக்குள். நடப்பதோ, ஓடுவதோ போட்டியாளர்களின் சாமர்த்தியம். ஜேம்ஸுக்கு அது அத்தனை கடினமாக இல்லை.

இரண்டாம் தேர்வு - ட்ரைனாசியம்: இதற்கு ஏரியல் கான்ஃபிடன்ஸ் டெஸ்ட் என்று இன்னொரு பெயரும் உண்டு. இந்த ஒரு தேர்வுக்கு மட்டும் மதிப்பெண்கள் கிடையாது. ஒன்று பாஸ் அல்லது ஃபெயில். இதில் தோல்வியடைந்துவிட்டால் அவன் பாராசூட் படையில் சேர்வதற்குத் தகுதியே இல்லை என்று பொருள். கம்பி மேல் நடப்பதுபோல என்பார்களே இங்கே தேர்வுமுறையே அப்படித்தான். கம்பிகளால் அமைக்கப்பட்ட ஒரு அறுபது அடி உயரக் கட்டுமானத்தில் ஏற வேண்டும். ஏறியபிறகு பயிற்சியாளர் நில் என்றால் நிற்க வேண்டும், நட என்றால் நடக்க வேண்டும். கால்கள் நடுங்காமல், கீழே விழாமல். இறுதியில் அங்கிருந்து கயிற்றைப் பிடித்துக்கொண்டு கீழே பாதுகாப்பிற்காக அமைக்கப்பட்ட வலைப்பின்னலில் குதிக்க வேண்டும். இத்தேர்வின் விசேஷம் என்னவென்றால் பத்து மைல் ஓடிக்களைத்த அன்று மதியமே இத்தேர்வு நடைபெறும்.

ஜேம்ஸுக்கு உயரத்தில் ஒன்றும் பயமில்லை. அவனுக்கு அந்தத் தேர்வே ஏதோ சிறுவர்களின் பூங்கா விளையாட்டுப் போல தெரிந்தது. உயரத்திற்கு ஏறினான். பயிற்சியாளர் அவனைக் குனிந்து கால்களைத் தொடச் சொன்னார். அவனது பெயரை உறக்கச்

சொல்லச் சொன்னார். பின்னர் அங்கிருந்து ஒரே குதி! அத்தேர்வில் ஜேம்ஸ் பாஸ் ஆனான். குழுவில் இன்னொருவன் குதிக்கையில் வலைக்குள் ஏடாகூடமாக கால்கள் சிக்கி சுளுக்கிக்கொண்டான். அதிர்ஷ்டவசமாக ஜேம்ஸுக்கு அப்படி எதுவும் நடக்கவில்லை.

மூன்றாம் தேர்வு - லாக் ரேஸ்: இது ஒரு குழு நிகழ்வு. ஒரு குழுவில் எட்டுப் பேர். அறுபது கிலோ எடையுள்ள ஒரு மரக்கம்பத்தைத் தூக்கிக்கொண்டு மேடு பள்ளங்கள் நிறைந்த இரண்டு மைல் தூரத்தைக் கடக்க வேண்டும். குழு நிகழ்வு என்றாலும் மன உறுதி, தலைமைப்பண்பு ஆகியவற்றைக் கருத்தில் கொண்டு ஒவ்வொருவருக்கும் தனித்தனியாக மதிப்பெண் வழங்கப்படும். ஜேம்ஸ் தான் சுமந்ததும் இல்லாமல் அணியையும் நல்லபடியாக வழிநடத்தினான்.

நான்காம் தேர்வு - ஸ்டீப்பில் சேஸ்: குதிரை ரேஸில் பார்த்திருப்பீர்கள். செயற்கையாக அமைக்கப்பட்ட தடுப்புகளைக் கடந்து குதிரை வீரர்கள் விரைய வேண்டும். அதுபோல ஒரு வனாந்திரத்தில் இரண்டே கால் மைலுக்கு அமைக்கப்பட்ட செயற்கைத் தடங்கல்களைத் பத்தொன்பது நிமிடங்களில் ஓடிக் கடக்க வேண்டும். கையில் எந்த எடையும் கிடையாது என்று சற்று சுலபமாக நினைத்துவிட்டான் ஜேம்ஸ். ஆனால் ராணுவ பூட்ஸை போட்டுக்கொண்டு ஓடி முடிப்பதற்குள் போதும் போதுமென ஆகிவிட்டது.

ஐந்தாம் தேர்வு - டூ மைல் மார்ச்: முதல் தேர்வைப் போலவே மீண்டும் பதினாறு கிலோ எடையுள்ள முதுகுப்பை, ஐந்து கிலோ ரைஃபிள். பத்து மைல்கல் அல்ல, இரண்டே மைல்கள். ஆனால் ஒப்பீட்டளவில் குறைந்த நேரம். ஜேம்ஸ் மிகவும் சிரமப்பட்டு கடைசி நொடியில் இரண்டு மைல் தூரத்தை கடந்து முடித்தான்.

மூன்று நாட்களில் நடைபெறும் இந்த ஐந்து தேர்வுகளுக்குப் பிறகு வாரக்கடைசிக்கு இரண்டு நாட்கள் விடுமுறை. முகாமிலேயே தங்குபவர்கள் தங்கலாம். வீட்டுக்குச் சென்றுவர விரும்புபவர்கள் சென்று வரலாம். ஜேம்ஸ் வீட்டுக்கு எடுத்தான் ஒரே ஓட்டம். இரண்டு நாட்கள் பீரும் கையுமாய் தன் அப்போதைய காதலி லிஸாவுடன் கும்மாளம் போட்டுவிட்டுத் திரும்பினான்.

ஆறாம் நிகழ்வு - இருபது மைல் மார்ச்: இதன் பெயரே எண்டியூரன்ஸ் மார்ச். அதாவது நீண்ட நேரத்திற்கு கடுமையைத்

தாங்கிக்கொள்ளும் ஆற்றல் உள்ளதா என்பதை சோதனை செய்யும் தேர்வு. மீண்டும் அதே பதினாறு கிலோ எடையுள்ள முதுகுப்பை, ஐந்து கிலோ ரைஃபிள். இம்முறை இருபது மைல்கள். அதிக தூரம், அதிக நேரம். இருநூற்றி ஐம்பது நிமிடங்கள். ஜேம்ஸ் இதனை மிகவும் எளிதாக முடித்தான். சொல்லப்போனால் அவனுக்கு இந்தப் போட்டி மிகவும் போரடித்தது.

ஏழாம் நிகழ்வு - ஸ்ட்ரெச்சர் ரேஸ்: இது ஒரு குழு நிகழ்வு. ஒவ்வொரு குழுவிலும் பதினாறு பேர். எண்பது கிலோ எடையுள்ள ஸ்ட்ரெச்சரை (காயமுற்ற ஒரு நபர் அல்லது பிணத்தின் எடை) தூக்கிக்கொண்டு ஐந்து மைல் தூரத்தைக் கடக்க வேண்டும். ஒரு சமயத்தில் குழுவில் உள்ள நான்கு பேர் மட்டும்தான் ஸ்ட்ரெச்சரைத் தூக்கவேண்டும். பதினாறு பேரும் பங்கேற்கும்படி இடையிடையே கைமாற்றிக்கொள்ள வேண்டும். அவசரகால நடைமுறைகளைப் பின்பற்றும் திறன், குழுத்திறன், சூழ்நிலைக்கு ஏற்றபடி நடந்துகொள்ளுதல் ஆகியவை இந்நிகழ்வில் சோதிக்கப்படுகிறது.

ஜேம்ஸ் சற்று குள்ளமானவன் என்பதால் ஸ்ட்ரெச்சரை தோள்பட்டையில் வைத்துத் தூக்கிச்செல்வது அவனுக்குத் தோதாக இல்லை. வழுக்கிக்கொண்டு போனது. வலியும் பின்னியெடுத்தது. நான்கு நான்கு பேராக மாற்றிக்கொள்ளலாம் என்றாலும் ஜேம்ஸ் பெரும்பாலான நேரங்களில் தான் சுமை தாங்கும் வகையில் பார்த்துக்கொண்டான். தேர்வுக்குழுவை கவர்வதற்குத் தான். அவனது மனதில் ஒரேயொரு விஷயம் மட்டும்தான் ஓடிக்கொண்டே இருந்தது - பாராசூட் படையில் சேர வேண்டும். ஒரு கட்டத்தில் அவனுக்கு கண்ணீரே வந்துவிட்டது. ஆனால் அவன் பின்வாங்கவே இல்லை. மனதையும் உடலையும் இழுத்துக் கட்டிக்கொண்டு எல்லைக்கோட்டை கடந்தான்.

எட்டாவது மற்றும் கடைசி தேர்வு: இது கொஞ்சம் வித்தியாசமான நிகழ்வு. இரண்டிரண்டு நபர்களாகப் பிரித்து அவர்கள் அறுபது நொடிகளுக்கு பாக்ஸிங் செய்ய வேண்டும். பாக்ஸிங் என்று சொல்ல முடியாது. பாக்ஸிங்கில் எதிராளி அடிக்கும்போது தடுக்கவோ, விலகவோ செய்யலாம் அல்லவா. இங்கு அப்படி செய்யக்கூடாது. செய்தால் மதிப்பெண்கள் குறையும். ஒன்று அடி வாங்கவேண்டும் அல்லது அடி கொடுக்க வேண்டும். இத்தேர்வில்

ஆட்களை இரண்டிரண்டாகப் பிரிக்கும்போது ஒரே மாதிரியான உடல் எடை, பலம் உள்ளவர்களையே ஒன்றாக சண்டையிடச் செய்வார்கள். ஆனால் துரதிர்ஷ்டவசமாக ஜேம்ஸுக்கு நிகரான எடையுடன் அங்கே யாருமே இல்லை. ஜேம்ஸ் தன்னந்தனியாக பரிதாபமாக நின்றுகொண்டிருந்தான். அதிகாரி ஒருவர், "நான் வேண்டுமானால் என் மகளை அழைத்து வரட்டுமா" என்று ஜோக்கடிக்க எல்லாருமாகச் சேர்ந்து சிரித்து மானத்தை வாங்கினார்கள். கடைசியில் ஏற்கனவே இன்னொருவனுடன் சண்டையிட்ட பால் என்பவனைக் கொண்டு வந்தார்கள். அவன் ஜேம்ஸை விட வலிமையாகவும் நல்ல பாக்ஸராகவும் இருந்தான். ஜேம்ஸ் அவனிடம் பல அடிகள் வாங்கினான், சில அடிகள் கொடுக்கவும் செய்தான். ஆனால் ஒருமுறைகூட தடுக்கவும் இல்லை. விலகவும் இல்லை.

ஒரு வாரகாலமாக நடைபெற்ற தேர்வுகள் ஒருவழியாக முடிவுற்றன. தேர்வுக்குழுவினர், போட்டியாளர்கள் எல்லோரும் குழுமியிருக்கிறார்கள். தேர்வுக்குழு சார்பாக ஒருவர் ஒவ்வொரு போட்டியாளரின் பெயரையும் வாசிப்பார். போட்டியாளர் ஒரு ஸ்டெப் முன்னால் வந்து நிற்க வேண்டும். தேர்வுக்குழு நபர் "பாஸ்" அல்லது "ஃபெயில்" இரண்டில் ஏதாவது ஒன்றைச் சொல்வார். ஜேம்ஸ் பதற்றத்தின் உச்சத்தில் இருந்தான். ஒவ்வொரு பெயராக வாசித்துக்கொண்டு வந்த தேர்வுக்குழு நபர், "ஜேம்ஸ்" என்றார். ஜேம்ஸ் ஒரு அடி முன்னே எடுத்து வைத்து அட்டென்ஷனில் நின்று அந்த வார்த்தைகளுக்காகக் காத்திருந்தான். "பாஸ்!"

# 18

சுனாமிக்கு பிந்தைய இரண்டாவது தினம்.

காலை எட்டு மணி. அன்பரசு வீட்டில் தேடுதல் தீவிரப்பட்டிருந்தது. அவனது நண்பர்கள் மற்றும் அவர்களுடைய உறவினர் வீடுகள் ஒவ்வொன்றாகத் தொடர்புகொண்டு அவன் அங்கே வந்தானா என்று கேட்டுக்கொண்டிருந்தார்கள். அவன் அங்கே எல்லாம் போக மாட்டான் என்று அவர்களுக்கு நன்றாகவே தெரியும். சும்மா ஒரு கிராஸ் வெரிஃபிகேஷன்.

அதே சமயத்தில் ரயில்வே காவல்துறை, அன்பரசு மீது முதல் தகவல் அறிக்கை பதிந்து, அவனை கோர்ட்டில் ஆஜர்படுத்த தயார் செய்துகொண்டிருந்தது.

அன்பரசு வீட்டில் உறவினர்கள் ஒவ்வொருவராகத் குவியத் துவங்கினர். எல்லோருக்கும் அவன் மீது அன்பு உண்டு. எல்லோரும் ஆளுக்கொரு கருத்தோ / யோசனையோ சொல்லலானார்கள்.

"லெட்டர் கிட்டர் எழுதி வச்சிருக்கானா பாரு"

"சினிமா தியேட்டருக்குலாம் ஆள் அனுப்பிப் பாரு"

"சினிமாவுக்குப் போறவன் ஏன் சொல்லாம போகணும்?"

"நேத்து யாராவது அவனை சத்தம் போட்டீங்களா?"

"யாரையாவது விரும்புறேன்னு சொல்லியிருக்கானா?"

அன்பரசும், வெவ்வேறு ரயில் நிலையங்களில் ரயில்வே ஆக்ட் 137ன் கீழ் கைது செய்யப்பட்ட இன்னொரு இரண்டு பேரும் கோர்ட்டில் ஆஜர்படுத்தப்பட்டார்கள். மற்ற இருவரும் ஃபைன் கட்டுவதற்கு ஒப்புக்கொண்டார்கள். அன்பரசின் முறை வந்தபோது மூன்று வாரங்கள் ரிமாண்ட் என்று சொல்லிவிட்டு ஜட்ஜ் அடுத்தடுத்த வழக்குகளுக்கு நகர்ந்துவிட்டார்.

*Too many cooks spoil the broth* என்பார்கள். அன்பரசின் வீட்டில் ஆட்கள் கூடக் கூட அங்கே சமநிலை குலைந்து கொண்டிருந்தது. ஆடியோ கேஸட்டில் ஏதாவது ரெகார்ட் செய்து வைத்திருக்கிறானா என்று கூட யாரோ பார்க்கச் சொன்னார்கள்.

காவல்துறை வாகனம் அன்பரசை அழைத்துக்கொண்டு சென்னை மத்திய சிறையைச் சென்றடைந்தது. எல்லா கைதிகளுக்கு நடக்கும் அதே வழக்கமான சோதனைகள். சுவருக்குப் பின்னால் நிர்வாண இருமல்.

அன்பு வீட்டில் நேரம் ஆக ஆக இழவு வீடு போல உறவுக்காரர்கள் படையெடுத்தபடி இருந்தனர். கிட்டத்தட்ட அது ஒரு சம்பிரதாயம் போல, ஏதோ வராவிட்டால் கோபித்துக்கொள்வார்கள் என்பது மாதிரி, வீட்டுக்கு ஒருவர் வந்து சும்மா தலையையாவது காட்டிவிட்டுப் போனார்கள். இது அன்பரசின் பெற்றோருக்கு ஆதரவாக இல்லாமல் தொந்தரவாக அமைந்தது.

சிறையில் அன்பரசுக்கு என போர்வை, தட்டு, டம்ளர் வழங்கப்பட்டது. அன்பரசு ஹாஸ்டலில் சேரும் மாணவனைப் போலவே அதனை ஒரு புத்தார்வத்துடன் எதிர்கொண்டான்.

அதன்பிறகு அவனை அழைத்துச் சென்று விசாரணைக் கைதிகளுக்கான வளாகத்தில் விட்டார்கள். விசேஷம் என்னவென்றால் அன்று இருநூறு பேர் தங்கக்கூடிய அந்த பிளாக்கில் வெறும் முப்பது பேர் பக்கம் மட்டுமே இருந்தார்கள். அவர்களில் பெரும்பாலும் சிறு சிறு குழுக்களாக குற்றம் சாட்டப்பட்டவர்களாகவே இருந்தார்கள். அதனால் அவரவர் அவரவர் குழுவினரோடு ஐக்கியமாகிவிட்டார்கள். அன்பு தனியாக இருந்தான். அவனுக்கும் அதுவே சௌகர்யம்.

எப்படி உறவினர்கள் ஒவ்வொருவராக வந்தார்களோ, அதே போல இரவை நெருங்க நெருங்க ஒவ்வொருவராகக் கிளம்ப ஆரம்பித்தார்கள். தாயும் பிள்ளையும் என்றாலும் வாயும் வயிறும் வெவ்வேறுதானே. ஒவ்வொருவருக்கும் அவரவர் கமிட்மெண்ட்ஸ், ப்ரையாரிட்டீஸ். வீட்டுக்குப் போய் சோறு பொங்க வேண்டும், குழந்தைகளை ஹோம்வொர்க் எழுத வைக்க வேண்டும், அடுத்த நாள் லஞ்சுக்கு என்ன செய்வது என்று யோசிக்க வேண்டும், மெட்டி ஒலி பார்க்க வேண்டும்.

இரவானதும் சிறையில் ஆளாளுக்கு ஒரு மூலையில் இடம் பிடித்து உறங்கத் துவங்கினர். மார்கழிக்குளிர். ஒரே ஒரு போர்வை. அதை தரையில் விரித்துப் படுத்துக்கொண்ட அன்பரசு கொஞ்ச நேரத்தில் குளிர் தாங்காமல் ஒரு பிரேதத்தைப் போல போர்வைக்குள் தன்னை சுருட்டிக்கொண்டான். ஆனால் உறங்கவில்லை. அன்பரசு இல்லாத அவனுடைய வீடு ஒரு சுற்று சுமை கூடியிருந்தது..

## 19

அது ஒரு கோடை காலம்.

புஜ்ஜு அவனது தாய் தந்தையுடன் டெல்லிக்குப் போய்விட்டான்.

வெங்கடேசனும் லலிதாவும் ஏர் கண்டிஷன் செய்யப்பட்ட அறையில் படுத்திருந்தார்கள். ஆனாலும் இருவருக்கும் வியர்த்திருந்தது. லலிதா வெங்கடேசனின் வெற்று மார்பில் விரலால் கையெழுத்துப் போட்டு பழகிக்கொண்டே....

"ஏங்க..."

"ம்ம்ம்..."

"புஜ்ஜு வந்ததுல இருந்து நம்ம ரெண்டு பேரும் தனியா வெளிய போறதே இல்லை..."

"ம்ம்ம்..."

"இப்பதான் புஜ்ஜு போயிட்டானே. நம்ம எங்கேயாவது வெளியே போயிட்டு வரலாமா?"

"ஓ போலாமே, மஹாபலிபுரத்துல நீ பஞ்சரதம் பார்த்ததில்லையோன்னா."

"ம்ஹூம். தூரமா. மலைப் பிரதேசம் ஏதாவது."

"மலைப் பிரதேசம்ன்னா இந்த மாதிரியா" வெங்கடேசன் அவளது முலைப் பிரதேசங்களைத் தடவிக்கொண்டே கேட்டான்.

"ச்சீ, ஊட்டி, கொடைக்கானல் எங்கேயாவது"

"அதுல்லாம் இது மாதிரி வராதுடி" இப்பொழுது லேசாக அழுத்தினான்.

"ம்ம்ம் விடுங்க. ஊட்டியும் வேணாம் ஒண்ணும் வேணாம்" லலிதா போலிக்கோபம் காட்டி திரும்பிப் படுத்துக்கொண்டாள்.

வெங்கடேசன் அவளது புஜங்களைப் பற்றித் திருப்பினான். "இங்கப்பாரு இது ஊட்டி, இது கொடைக்கானல். உனக்கு எங்க போகணும். ரெண்டுல ஒண்ணைத் தொடு" என்றான்.

"நீங்களே தொடுங்கோ."

வெங்கடேசன் தீர்க்கமாய் பார்த்தபிறகு, "எனக்கு கொடைக்கானல் தான் வேணும்" என்று சொல்லிக்கொண்டே அதன் மீது முகம் புதைத்தான்.

மறுநாள் காலை வெங்கடேசன் அவசரமாக ஆஃபீஸுக்குக் கிளம்பிக் கொண்டிருந்தான். லலிதா அவனுக்கு கொடைக்கானலை நினைவூட்டினாள்.

"அப்ப, அது விளையாட்டு இல்லையா."

"ஆங், விளையாடுறாங்க இவர்கிட்ட."

"அடுத்த வாரம் கல்கத்தாவில் சந்திராணி அஸோசியேட்ஸோட அக்கவுண்ட்ஸ் பார்க்கப் போறேன். நீயும் வந்துடுறியா?"

"இப்ப நீங்கதான் விளையாடுறீங்க."

வெங்கடேசன் பதில் எதுவும் பேசாமல் கால்களுக்கு ஷூ போட்டுக்கொண்டிருந்தான். கிளம்பி வாசலுக்குச் சென்றவன் லலிதாவிடம் திரும்பி, "சரி, நான் கல்கத்தாவிலிருந்து வந்ததும் போற மாதிரி பிளான் பண்ணிக்கலாம்."

லலிதா அந்த வாரம் முழுக்க குஷியாக இருந்தாள். நாளொன்றிற்கு நான்கு துணி மாற்றுவதாய் திட்டமிட்டு ஷாப்பிங் செய்துகொண்டிருந்தாள். அதுபோக வெங்கடேசனுக்கு ஜெர்க்கின். அவளுக்கு ஓவர்கோட் என்று வாங்கிக் குவித்துக்கொண்டிருந்தாள். இரண்டு சூட்கேஸ், ஒரு டஃபிள் பேக் திறந்து வைத்து, தோணுகிற போதெல்லாம் அவற்றைக் கொஞ்சம் கொஞ்சமாக நிரப்பிக் கொண்டிருந்தாள். இவ்வளவு

கலவரத்திற்கு மத்தியிலும் கிருபாவுக்குக் கொடுக்கும் டிபன் பாக்ஸ் தவறாமல் போய்க்கொண்டிருந்தது.

கல்கத்தாவிலிருந்து வெங்கடேசன் வந்ததும் அடுக்கி வைக்கப்பட்டிருக்கும் சூட் கேஸ்களைப் பார்த்து, லலிதா கோபித்துக்கொண்டு அம்மா வீட்டுக்கு எதுவும் போகிறாளா என்று பதறிப்போனான். அப்புறம் லலிதாவிடம் கேட்டுத் தெரிந்துகொண்டான். அந்த நிமிடம் வரை அவன் கொடைக்கானல் பயணத்தைத் தீவிரமாகவே கருதவில்லை. லலிதாவின் நம்பிக்கையைக் குலைக்கவும் அவன் விரும்பவில்லை.

மறுநாள் அதிகாலை இருவரும் ஃபோர்ட் எஸ்கார்ட்டில் கொடைக்கானலுக்குக் கிளம்பினார்கள். கூடவே சாரதியாக கிருபாவும். இரண்டு இரவுகள் அங்கே தங்கிவிட்டு வருவதாகத் திட்டம். பழநியைத் தாண்டும்போது மதியம் ஆகிவிட்டது. இருபத்தியொரு கொண்டை ஊசி வளைவுகளை ஒவ்வொன்றாய் கடக்க, குளிர் ஏறத்துவங்கியது.

ஹோட்டல் ஹில்டாப்பின் ஸ்வீட் ரூமில் வெங்கடேசனும் லலிதாவும் செக்-இன் செய்தார்கள். டிரைவர்களுக்கு டார்மிட்டரி ஏதாவது இருக்கிறதா என்று வெங்கடேசன் ரிசப்ஷனில் விசாரித்தார். கிருபா, "அய்யா, நான் கார்லயே தங்கிக்கிறேன். எனக்கு அதான் வசதி" என்றான்.

மாலையில் அவர்கள் இருவரும் வெளியே போவதற்குக் கிளம்பி வந்தார்கள். லலிதா அவளது ஷாப்பிக் குவியலில் இருந்து ஒரு ஸ்கை ப்ளூ நிற ஸ்லீவ்லெஸ் மேக்ஸி அணிந்திருந்தாள். ஒருவேளை குளிர் அடித்தால் மேலே போட்டுக்கொள்ள ஓவர்கோட் எடுத்து வந்திருந்தாள். குளிர் அடித்ததுதான். ஆனாலும் அதனை அவள் போடவில்லை. வெங்கடேசன் முன் சீட்டில் அமர்ந்துகொண்டான். லலிதா கண்ணாடி வழியாக கிருபாவைப் பார்த்தாள். அவன் இவளை சட்டை செய்யாமல் வாகனம் செலுத்துவதிலேயே குறியாக இருந்தான். லலிதாவிற்கு அவளது ஈகோ சீண்டப்பட்டது போலிருந்தது. இதுவரை எந்த ஆடவனும் அவளை அத்தனை உதாசீனம் செய்ததில்லை. ஓவர் கோட்டை எடுத்துப் போர்த்திக்கொண்டாள்.

வெங்கடேசனும் லலிதாவும் சைக்கிள் ஓட்டினார்கள், பெடல் போட் மிதித்தார்கள், கொஞ்ச நேரத்தில் போரடித்துவிட்டது,

படகை எப்படி திருப்புவது என்று தெரியாமல் குளத்தில் வட்டமடித்துவிட்டு வந்து சேர்ந்தார்கள், இன்ஸ்டண்ட் போட்டோ எடுத்துக் கொண்டார்கள். இரவு உணவை வெளியே சாப்பிட்டு விட்டு, அறைக்கு வந்ததும் பயணக்களைப்பில் உறங்கிப்போனார்கள்.

காலை எட்டு மணிக்கெல்லாம் வெங்கடேசனின் செல்போன் ஒலித்தது.

"எப்ப?"

எதிர்முனையில் ஏதோ பதற்றம் போல தெரிந்தது.

"கரண்ட்லி ஐயம் அவுட் ஆஃப் ஸ்டேஷன். திங்கட்கிழமை கார்த்தால பார்த்துடலாமா"

லலிதா தூக்கம் களைந்து எழுந்து உட்கார்ந்தாள்.

"ஐ கம்ப்ளீட்லி அண்டர்ஸ்டாண்ட். பட் நீங்க என் நிலைமையைக் கொஞ்சம் புரிஞ்சிக்கணும்"

"..."

"சரி, அப்படியே நான் இப்ப கிளம்பினாக் கூட...."

"..."

"ஸோ, வாட் டூ யூ வாண்ட் மீ டு டூ நவ் ?"

"..."

"ஓகே, வாட்டெவர்"

வெங்கடேசன் செல்போன் அழைப்பைத் துண்டித்தான்.

"என்ன ஆச்சு?" லலிதா படபடப்பானாள்.

"ரானே குரூப் ஆஃப் கம்பெனீஸில் ஈடி ரெய்டு. அவசரமா பாம்பே வரச்சொல்றா"

"வர மாட்டேன்னு சொல்ல வேண்டியதுதானே"

"நேக்கு மட்டும் வர்றேன்னு சொல்லணும்ன்னு ஆசையா. ஏதாவது மாட்டிண்டா நீயும்தான் சேர்ந்து மாட்டுவன்னு மிரட்டுறா"- வெங்கடேசனின் குரலில் கொஞ்சம் கோபம் அதிகரித்தது.

லலிதாவுக்கு அவனைத் தடுக்க முடியாது என்று தெரிந்துவிட்டது. அவனுக்கு அவசரமாகத் தேவைப்படக்கூடிய பொருட்களை மட்டும் ஒரு சூட்கேஸில் போட்டு பேக் செய்தாள்.

"இப்ப எப்படிப் போறீங்க"

"எப்படியோ போறேன்", வெங்கடேசன் எரிந்து விழுந்தார். ராஜேவின் மீதிருந்த கோபம்.

அதற்கு மேல் லலிதா ஒரு வார்த்தை பேசவில்லை. வெங்கடேசன் கிருபாவை நேராக மதுரை ஏர்போர்ட்டுக்கு வண்டியை விடும்படி பணித்தார்.

கிருபாவுக்கு முதலில் ஒன்றும் புரியவில்லை. வெங்கடேசன் மாற்றி மாற்றி செல்போனில் பேசிய துண்டு ஒலிக்கோப்புகளை ஒன்றுசேர்த்து விஷயத்தைப் புரிந்துகொண்டான். மதுரை ஏர்போர்ட்டை சென்றடைந்தபோது வெங்கடேசன் கொஞ்சம் ஆசுவாசமாகியிருந்தார். கிருபாவிடம், "மேடமை பார்த்துக்கொள். ஈவ்னிங் எங்கேயாவது வெளியே அழைச்சிட்டுப் போ. நாளைக்குக் கார்த்தால நேரமே கிளம்பி மெட்ராஸ்ல பத்திரமா சேத்துரு" இன்ஸ்ட்ரக்ஷன்ஸ் கொடுத்துவிட்டு பதிலுக்குக் காத்திராமல் கிளம்பிப்போனார்.

கிருபா மீண்டும் ஹோட்டலுக்கு வந்தபோது பிற்பகல் மூன்று மணி ஆகியிருந்தது. மேடம் சாப்பிட்டாரா இல்லையா என்கிற பதற்றத்தில் மேலே வந்து அறையின் காலிங் பெல்லை அழுத்தினான். லலிதா சோர்வாக வந்து கதவைத் திறந்தாள். அழுதிருப்பாள் போலத் தெரிந்தது. கண்டிப்பாக சாப்பிட்டிருக்க மாட்டாள். கீழே ரெஸ்டாரண்டில் பேசி கோபி ஃப்ரைட் ரைஸ் வாங்கிக்கொண்டு வந்து கொடுத்தான். இப்பொழுது கொஞ்சம் இயல்பானது போலத் தெரிந்தது.

"சார் உங்களை எங்கேயாவது வெளியே அழைத்துப் போகச் சொல்லியிருக்கிறார். நீங்க ரெடியாயிட்டு வாங்க. நான் கீழே வெயிட் பண்றேன்."

அவளது கண்களில் கொஞ்சம் ஆர்வம் வந்தது. பத்தே நிமிஷத்தில் வந்துடுறேன் என்றாள்.

சரியாக, ஒரு மணிநேரம் கழித்து லலிதா கிளம்பி வந்தாள்.

லலிதா வெள்ளை நிற டாப்ஸும் மஞ்சள் நிற ஸ்கர்ட்டும் அணிந்திருந்தாள். நேற்றைப் போலவே கிருபா அவளைப்

பெரிதாகக் கண்டுகொள்ளவில்லை. நேரம் ஏற்கனவே ஐந்தை நெருங்கியிருந்ததால் கிருபா அவளை பக்கத்திலேயே எங்கேயாவது அழைத்துச் செல்லலாம் என்று பைன் ஃபாரஸ்ட்டுக்கு அழைத்துச் சென்றான். நெடு நெடு மரங்களுக்கு நடுவில் இருவரும் நடந்து சென்றார்கள்.

கிருபாவுக்கு லலிதாவிடம் என்ன பேசுவது என்று தெரியவில்லை.

"அய்யா மேல எதுவும் கோபப்படாதீங்க மேடம். அவர் என்ன வேணும்ன்னா பண்றார்."

"ம்க்கும். நீ உங்க அய்யாவுக்குத்தானே சப்போர்ட் பண்ணுவ"

"ஐயோ, அப்படிலாம் இல்லை மேடம். உங்களையும் சப்போர்ட் பண்ணுவேன்"

"நான் நம்பமாட்டேன்"

"நம்புங்க மேடம். சத்தியமா"

"அப்ப ஒரு ஐஸ்கிரீம் வாங்கிக்கொடு. அப்பத்தான் நம்புவேன்"

லலிதாவிற்குள் இருக்கும் குழந்தையை கிருபா ரசித்தான். ஐஸ்க்ரீம் வண்டியை நெருங்கி என்னென்ன இருக்கிறது என்று விசாரித்தான்.

"மேடம், கப், கோன், ஸ்டிக் எது வேணும்"

"ஸ்டிக்"

"மேடம், ஆரஞ்சு, வெண்ணிலா, சாக்கோபார்"

"சாக்கோபார்"

லலிதா அவளுக்கு என்ன வேண்டும் என்பதில் தீர்மானமாய் இருந்தாள். அவள் மட்டுமல்ல. எல்லாப் பெண்களும் அப்படித்தான். தீர்மானமாய் என்ன வேண்டும் என்று முடிவு செய்துவிட்டால் அதை எப்படியாவது அடைந்துவிடுகிறார்கள்.

லலிதா கிருபாவை பார்த்துக்கொண்டே அந்த சாக்கோபாரை சாப்பிட்டாள். எப்படி சாப்பிட்டாள் என்று எழுதினால் சென்ஸாரில் கத்தரித்துவிடுவார்கள்.

பைன் ஃபாரஸ்டில் இருந்து வெளியே கிளம்பலாம் என்று நினைத்தபோது, திடீரென மேகம் இருட்டிக்கொண்டு மழை பெய்ய ஆரம்பித்தது. பைன் மரங்களுக்கிடையே ஒதுங்குவதற்கு இடமில்லாமல் லலிதாவும் கிருபாவும் நனைந்தார்கள். இருவரும்

கொஞ்சம் விரைவாக நடந்து சென்று பைன் ஃபாரஸ்ட் எண்ட்ரன்ஸில் இருந்த டீக்கடையில் ஒதுங்கினார்கள்.

"அண்ணா, ஒரு டீ. ஸ்ட்ராங்கா"

"எனக்கு ஒண்ணு சொல்ல மாட்டீங்களா"

ஐஸ்க்ரீம் சாப்பிட்டு அஞ்சு நிமிஷம் கூட ஆகலை. என்ன பெண் இவள் என்று மனதில் நினைத்துக்கொண்டான் கிருபா.

"அண்ணா, ரெண்டா போட்ருங்கண்ணா"

டீ குடித்து முடிக்கும் தறுவாயில் மழை கொஞ்சம் ஓய்ந்திருந்தது. அதற்குள் லலிதா ஷாப்பிங் செய்யப் போயிருந்தாள். அவளுக்கு கலைப்பொருட்கள் என்றால் விருப்பம். மரத்தால் செய்யப்பட்ட கைவினைப் பொருட்கள் கடையை வலம் வந்தாள். பின்னர் வேலைப்பாடுகள் செய்த ஹேண்ட்பேகை பார்த்தாள். ஏனோ அவளுக்கு அன்று வாங்குகிற மூட் இல்லை. அடுத்து காதணிகள் விற்கும் கடையில் நின்றாள். இப்பொழுது கிருபா அவளது பின்னால் வந்து நின்றுகொண்டிருப்பதை அவள் உணர்ந்தாள். காதணி ஒன்றினை எடுத்து தன் காதருகே பொருத்தி, கிருபாவிடம் திரும்பி, "நல்லா இருக்கா" என்று கேட்டாள்.

அவன் சம்பிரதாயமாக நன்றாக இருக்கிறது என்றான்.

லலிதாவுக்கு இதை எப்படி டீல் செய்வது என்று தெரியும். இப்பொழுது இரண்டு வெவ்வேறு காதணிகளை எடுத்து இரண்டையும் இரண்டு காதுகள் அருகே வைத்து, "எது நல்லா இருக்கு" என்றாள்.

கிருபா தடுமாறுவதை அவள் ரசித்தாள்.

கிருபா, சிவப்பு நிற காதணியைச் சுட்டிக் காட்டினான்.

"அப்படின்னா நீயே வாங்கிக் கொடுத்துடு" என்று சொல்லிவிட்டு பதிலுக்கு காத்திராமல் முன்னே நடந்து சென்றாள்.

கிருபா அவள் தேர்ந்தெடுத்த அந்தக் காதணியை வாங்கிக்கொண்டு வந்தான். இருவரும் மீண்டும் ஹோட்டலுக்கு வந்தபின் லலிதாவிடம் காதணியை ஒப்படைத்தான்.

லலிதா அறைக்குத் திரும்பப்போனாள்.

"மேடம், டின்னர் என்ன பிளான்?" என்றான்.

"நான் சொல்றேன்" என்று கிளம்பிப் போய்விட்டாள் லலிதா.

இரவு எட்டரை மணி வாக்கில் லலிதா பார்க்கிங் பகுதிக்கு வந்தாள். காருக்குள் கிருபா ஆழ்ந்து தூங்கிக்கொண்டிருந்தான். கார் கண்ணாடியில் மெதுவாகத் தட்டினாள். திடுக்கிட்டு எழுந்த கிருபா முகத்தைத் துடைத்துக்கொண்டான்.

"டின்னர் போலாமா?"

"போலாம் மேடம்"

வண்டியை ஸ்டார்ட் செய்யத் தயாரானான்.

"வேண்டாம். இங்கேயே சாப்பிடலாம்"

அதற்கு ஏன் தன்னைக் கூப்பிடுகிறாள் என்று நினைத்துக்கொண்டான் கிருபா.

"நீங்களும் வாங்க. ரெண்டு பேரும் சேர்ந்து சாப்பிடலாம்"

லலிதா கிருபாவுக்கு செர்வ் செய்தது அவனுக்கு கூச்சமாக இருந்தது. லலிதாவுக்கு இப்பொழுது வெங்கடேசனின் நினைப்பே இல்லாமல் இருந்தது.

இரவு லலிதா அவளது அறைக்குப் போனாள். ஹீட்டரைப் போட்டு குளித்தாள். இந்தப் பயணத்திற்காக அவள் பிரத்தேயகமாக வாங்கியிருந்த சாட்டின் நைட்டியை எடுத்து உடுத்திக்கொண்டு கண்ணாடி முன்பு வந்து நின்றாள். உள்ளே இருக்கும் அங்கங்களின் வடிவை அந்த உடை அழகாக எடுத்துக் காட்டியது.

அவள் அன்றைய மாலை நிகழ்வுகளை அசைபோட்டாள். பைன் ஃபாரஸ்ட், சாக்கோபார், மழை, தேநீர், காதணிகள், டின்னர். ஒன்றின் கீழ் ஒன்று எழுதினால் அது கவிதை என்று அவளுக்குத் தோன்றியது. வேறு யாராவது கேட்டால் இதெல்லாம் ஒரு கவிதையா என்பார்கள். கவிதை என்பது பர்சனல் விஷயம். லலிதாவைப் பொறுத்தவரையில் அது கவிதை தான். அவள் ஒரு கவிதையை வாசிக்கும் தொனியில் மீண்டும் ஒவ்வொன்றாகச் சொல்லிப் பார்த்தாள். பைன் ஃபாரஸ்ட், சாக்கோபார், மழை, தேநீர், காதணிகள், டின்னர் கடைசியாக கிருபா என்று சொல்லிவிட்டு கண்ணாடியில் தன்னைத்தானே பார்த்துக்கொண்டு வெட்கப்பட்டாள். ஒரு மாலை முழுக்க தன் கணவரல்லாத

மற்றொரு ஆடவனுடன் சுற்றித் திரிந்தது லலிதாவுக்கு கிறக்கத்தைக் கொடுத்தது.

இப்பொழுது கிருபா என்ன செய்துகொண்டிருப்பான். அவளுக்கு தூக்கம் வரவில்லை. நான்கு பேர் தங்கக்கூடிய அந்த விசாலமான அறையில் அவள் தனியாக உலாவிக்கொண்டிருந்தாள். கிருபா ஏன் காரில் படுத்துக்கொள்ள வேண்டும். இந்த ஒரு ராத்திரிக்கு மட்டும் அவன் இங்கே வந்தால்தான் என்ன. லலிதாவுக்கு அது நீண்ட, கொடிய இரவாக இருந்தது.

மறுநாள் காலை லலிதா செக் அவுட் செய்துகொண்டு புறப்பட்டாள். கிருபா ஏற்கனவே தயாராக இருந்தான். லலிதாவிற்கு இப்பொழுது கிருபா மிகவும் புதிதாகத் தெரிந்தான். அவன் தனக்கானவன் என்பது போன்றதொரு உணர்வு.

கொடைக்கானல் மலையை விட்டு அவர்கள் இறங்கத் துவங்கினார்கள்.

"கிருபா"

"சொல்லுங்க மேடம்"

"நேத்து நைட் எப்ப தூங்குனீங்க"

"ரொம்ப டயர்டா இருந்துச்சு மேடம். நீங்க போய் இருபது நிமிஷத்துலயே தூங்கிட்டேன் மேடம்"

"அப்ப, என்னோட ஞாபகம் உங்களுக்கு வரவே இல்லையா"

என்ன கேட்க வருகிறாள் இவள். கிருபாகரன் பதில் எதுவும் பேசவில்லை. ஏனென்றால் அவனுக்குக் கேள்வியே புரியவில்லை.

"நைட் எனக்குத் தூக்கமே வரலை கிருபா. உங்களைக் கூப்பிடலாம்ன்னு நினைச்சேன்."

கிருபாகரனுக்கு இப்பொழுது புரிந்தது. ஆனால் அவன் வேண்டுமென்றே பதில் பேசாமல் இருந்தான்.

அவனுக்குக் கோபம். நீண்ட நேரமாக ஒரே கியரில் போய்க்கொண்டிருந்தது கார். கோபத்தை கியரின் மீது காட்டினான். லலிதா கியர் நாபில் இருந்த அவனது கரங்களைப் பற்றினாள். வண்டி சடன் பிரேக் அடித்து நின்றது!

# 20

**சு**னாமிக்கு பிந்தைய பத்தாம் நாள்.

சுந்தரமூர்த்தி என்கிற நபரைக் கைது செய்து, விசாரணைக் கைதிகள் பிரிவிற்குக் கொண்டு வந்தார்கள். சுந்தரமூர்த்திக்கு வயது நாற்பத்தைந்திலிருந்து ஐம்பதுக்குள் இருக்கலாம். ஆளைப் பார்த்தால் சங்கீதா ஹோட்டலில் சூப்பர்வைஸர் வேலை பார்ப்பவர்போல அப்புராணியாகத் தெரிந்தார். ஆனால் ஆள் என்ன வேண்டுமானாலும் செய்திருக்கலாம்.

சிறையில் மட்டும் ஒரு நபரின் தோற்றத்தை வைத்து இவன் இந்த கேஸாக இருக்கலாம், இவன் அந்த கேஸாக இருக்கலாம், இவன் செய்திருக்க மாட்டான், செய்திருப்பான் என்றெல்லாம் கணிக்கவே முடியாது. தமிழ்நாட்டையே உலுக்கிய ஆட்டோ சங்கர் நினைவிருக்கிறதா? அவனைப் பார்த்தால் எந்த கோணத்திலிருந்தாவது சீரியல் கில்லர் மாதிரி தெரிகிறதா. ஏதோ பிளாக் டிக்கெட், பிக் பாக்கெட் என்று வேண்டுமானால் கணிக்கலாம்.

மணிகண்டனும் அன்பரசுவும் மாலையில் வேர்க்கடலை சாப்பிடும்போது சுந்தரமூர்த்தியைக் குறுக்கு விசாரணை செய்தார்கள். உள்ளே சென்ற சில நாட்களிலேயே மணியும் அன்புவும் ஒரு சிறிய விதிமுறையைப் பின்பற்றத் துவங்கினர். புதிதாக உள்ளே யாராவது வந்தால் அவன் என்ன கேஸ் ஏது என்று விசாரிப்பார்கள். சிறைக்கு வரும் பெரும்பாலான நபர்கள்

ஏதோ ஒரு பதற்றத்தில், கோபத்தில், கவனக்குறைவில் தவறு செய்தவர்களாகவே இருப்பார்கள். அம்மாதிரியான நபர்கள் சிறைக்கு வருவது அதுவே முதலும் கடைசியுமாக இருக்கும். தெரிந்தே, திட்டமிட்டு குற்றமிழைப்பவர்கள் அப்படியில்லை. அவர்கள் சீஸனுக்கு சீஸன் குற்றாலத்திற்குப் போய் வரும் மாமனாரையும் அவரது நண்பர்களையும் போல சிறைக்கு வந்து செல்வார்கள். அத்தோடு நில்லாமல் சிறையில் பழகும் ஆட்களைக் கொண்டு தங்கள் நெட்வொர்க்கை பலப்படுத்துவார்கள். அதனால் ப்ரொஃபஷனல் கிரிமினல்கள் என்று தெரிந்தால் அவர்களுடன் மணியும் அன்புவும் சகவாசம் வைத்துக்கொள்ள மாட்டார்கள்.

அதையும் தாண்டி சுந்தரமூர்த்தியின் நெட்வொர்க் மணிகண்டனை கொஞ்சம் அசைத்துப் பார்த்தது. சுந்தரமூர்த்தியைப் பார்த்தால் அய்யய்யோ இந்த நபர் சிறைக்கு வந்துவிட்டார். வீட்டில் இவருடைய மனைவி எப்படியெல்லாம் அல்லாடுகிறாரோ என்று தோன்றும். ஆனால் அவர் சிறைக்கே ஹனிமூனுக்கு வருவது போல ஜோடியாகத்தான் வந்திருந்தார். அவரது மனைவி இந்நேரம் பெண்கள் பிளாக்கில் யாரையேனும் அவரது நெட்வொர்க்கில் சேர்க்க மூளைச்சலவை செய்துகொண்டிருப்பார்.

சு.மூ.வும் அவரது மனைவியும் கள்ள நோட்டு கேஸில் அகப்பட்டு சிறைக்கு வந்திருக்கிறார்கள். அந்த டாபிக்கை மணிகண்டன் தொடங்கவில்லை. சு.மூ.வே தான் தொடங்கினான். இந்திய ரூபாயில் இருபதாயிரம் நல்ல நோட்டு கொடுத்தால் ஒரு லட்சம் கள்ள நோட்டு ! அத்தனையும் ஐநூறு ரூபாய்த் தாள்களாக. சு.மூ. மற்றும் அவரது மனைவியின் வேலை, தினசரி அந்த ஐநூறு ரூபாய்த் தாள்களைக் கொண்டுபோய் ஐம்பது ரூபாய்க்கு பெட்ரோல், ஐம்பது ரூபாய்க்கு காய்கறி என்று வாங்கி மாற்றுவதுதான். குறிப்பாக பெட்ரோல் பங்க் போன்ற சுலபமான இடம் கிடையாது என்றான் சு.மூ. பெட்ரோல் பங்க் ஊழியர்களிடம் எப்பொழுதும் சில்லறை நோட்டுகள் புழங்கிக்கொண்டே இருக்கும். நம்ம ஊரில் காருக்கு பெட்ரோல் போடுபவர்களை விட டூ-வீலர்களுக்கு பெட்ரோல் போடுபவர்களே அதிகம். எல்லாரும் முப்பது ரூபாய், ஐம்பது ரூபாய் கிராக்கிகள். மேலும் பெட்ரோல் பங்கில் வேலை செய்பவர்கள் கள்ள நோட்டு பற்றிய விழிப்புணர்வு அறவே இல்லாதவர்கள்.

பேசிக்கொண்டிருந்த சு.மூ.வுக்கு திடீரென சமூகக் கோபம்

கொப்பளித்தது. யார் மீதென்றால் டூ-வீலர் தயாரிப்பாளர்கள் மீதுதான். சு.மூ.விடம் ஒரு ஸ்கூட்டியும் ஒரு டி.வி.எஸ். எக்ஸ்.எல்.லும் தான் இருந்தது. இரண்டும் ஐந்து லிட்டர்களுக்கு மேல் தாங்காது. வேறெந்த டூ-வீலர் வாங்கினாலும் அதிகபட்சம் பத்து லிட்டர். சு.மூ.வின் தொழிலுக்கு இது பெரும் தடையாக இருந்தது. ஒவ்வொரு நாளும் பங்க், பங்க்காக ஏறி இறங்கி பெட்ரோல் நிரப்பி, பின் நிரப்பிய பெட்ரோலை பாதி விலைக்கு பிளாக்கில் விற்க வேண்டியிருந்தது.

மணிகண்டன் கணக்கிட்டுப் பார்த்தான். நூறு ரூபாய் முதலீட்டில் ஐநூறு ரூபாய் கள்ள நோட்டு கிடைக்கிறது. அதைக் கொடுத்து பங்கில் நூறு ரூபாய்க்கு பெட்ரோல் போடுகிறோம் என்று வைத்துக்கொண்டாலும் மீதி நானூறு ரூபாய் நல்ல நோட்டு கிடைக்கிறது. அப்புறம் போட்ட பெட்ரோலை எடுத்து விற்பதில் ஒரு நாற்பது ரூபாய் திரும்பக் கிடைக்கிறது என்று வைத்துக்கொள்வோம். எப்படிப் பார்த்தாலும் ஒவ்வொரு நூறு ரூபாய் முதலீட்டிற்கும் முன்னூற்றி நாற்பது ரூபாய் லாபம் கிடைக்கிறது. முன்னூறு என்றே வைத்துக்கொள்வோம். ஒவ்வொரு மாதமும் இருபதாயிரம் ரூபாய் முதலீடு செய்தால் எண்பதாயிரம் பணம் கிடைக்கும். அறுபதாயிரம் லாபம். எஞ்சிய இருபதாயிரத்தை மீண்டும் முதலீடு செய்யலாம். எச்சில் ஊறச் செய்த டீல்.

சரி, இதையெல்லாம் யார் அச்சிடுகிறார்கள் ? சுந்தர மூர்த்தியின் பிசினெஸ் நெட்வொர்க் சர்வதேச அளவில் விரிவானது. வங்காளதேசம்தான் இந்தக் கள்ளநோட்டுகளின் பிறப்பிடம். நல்ல ஸ்டாம்ப் பேப்பர் குவாலிட்டியில் அச்சு அசலாக பிரதி எடுக்கப்படும் வங்காளதேச நோட்டுகளை அவ்வளவு எளிதாக கண்டுபிடிக்கவே முடியாது. நோட்டுகளை அச்சிடுவதை விடுங்கள். அது இந்தியாவிற்குள் நுழையும் விதம்தான் சுவாரஸ்யம்.

ஜம்தாரா கேள்விப்பட்டிருக்கிறீர்களா? இந்தியாவின் சைபர் கிரைம் தலைநகரம். ஜம்தாராவைப் போல இந்தியாவில் நிறைய சிற்றூர்கள் இன்னும் புகழ் பெறாமல் இயங்கிக்கொண்டிருக்கின்றன. அப்படி கள்ள நோட்டு புழங்கலுக்கு பெயர் பெற்ற பகுதி மேற்கு வங்கத்தில் உள்ள மால்டா என்கிற மாவட்டம். மால்டாவின் நூற்றி அறுபத்தைந்து கீ.மீ. ஸ்ட்ரெட்ச் வங்காள தேசத்துடன் எல்லையை பகிர்ந்துகொள்கிறது. இந்திய எல்லைகளை பாதுகாக்க எல்லை பாதுகாப்புப் படை உண்டு. ஆனால் எல்லா எல்லைகளையும்

இருபத்தி நான்கு மணிநேரமும் கண்காணித்துக்கொண்டே இருக்க ஏது மேன்ஃபோர்ஸ். வங்காள தேசத்திற்கும் மால்டாவிற்குமான எல்லை பெரும்பாலான இடங்களில் வெறும் முள்வேலிதான். அது ஒன்றும் கள்ளநோட்டு கடத்துவதற்குப் பெரிய தடையில்லை.

இந்தக் கள்ளநோட்டு கும்பலின் வொர்க்கிங் ஸ்டைல் கிட்டத்தட்ட பம்பாய் டப்பா வாலாக்களுக்கு நிகரானது. வங்கதேச ஏஜெண்ட் கள்ளப்பணத்தை செங்கலைப்போல ஒரு பையில் சுற்றி எல்லையிலிருந்து மால்டாவிற்குத் தூக்கிப்போடுவார். மால்டாவில் உள்ள இந்திய ஏஜெண்ட் அதனைக் கைப்பற்றி பைக்கில் வேறொரு நபருக்குக் கை மாற்றுவார். அந்த நபர் இன்னொரு நபருக்கு கிட்டத்தட்ட ரிலே ரேஸ் மாதிரி. அடுத்த அரைமணி நேரத்தில் அந்தப் பணம் ஃபராக்கா ரயில் நிலையத்திற்கோ, காளியாச்சக் பேருந்து நிலையத்திற்கோ சென்று சேர்ந்துவிடும். அங்கிருந்து பெரு நகரங்கள் உட்பட மொத்த இந்தியாவிற்கும் பணம் பட்டுவாடா செய்யப்படுகிறது.

இப்படி பணத்தை ஒரு இடத்திலிருந்து மற்றொரு இடத்திற்குக் கடத்தும் சேவைக்கு ட்ரிப் ஒன்றிற்கு ஆயிரம் ரூபாய் என்று உள்ளூர்க்காரர்கள் சம்பாதிக்கிறார்கள். பணத்தை அச்சிடுபவன், வங்காளதேசத்திலிருந்து இந்தியாவிற்கு மாற்றுபவன், இந்தியாவில் வெவ்வேறு பகுதிகளுக்கு சர்குலேட் செய்பவர்கள், அவற்றை நிஜ பணத்தோடு சுற்றலில் விடும் சுந்தர மூர்த்தி போன்றவர்கள், இரண்டு தேச அரசியல்வாதிகள், போலீஸ்காரர்கள், சில இடங்களில் எல்லைக் காவல் படையினர் என்று இது ஒரு மிகப்பெரிய நெட்வொர்க். இந்த நெட்வொர்க்கில் மிகப்பெரிய ரிஸ்க், கடைசியாக பணத்தை மாற்றி பொதுப்பணத்தோடு புழங்க விடுபவனுக்குத்தான். அதனால்தான் அவனுக்குக் கூடுதல் லாபம். அதற்கு பிரதிபலனாக நெட்வொர்க்கிற்கு ஆள் பிடித்துக் கொடுக்க வேண்டிய பணி அவர்களுடையது.

சுந்தரமூர்த்தியின் சிறை வாசம் கூட அவரைப் பொறுத்தவரையில் ஒரு அலுவல் பணிதான். சிறையில்தான் புதிய முதலீட்டாளர்களைக் கண்டுபிடிக்கிறார் சுந்தரமூர்த்தி. சு.மூ. இவ்வளவையும் மணிகண்டனிடம் சொல்லி மனதைக் கரைத்துக்கொண்டிருக்கும் வேளையில் அந்தப் பக்கம் பெண்கள் பகுதியில் சு.மூ.வின் மனைவி மல்லிகா யாராவது வள்ளியையோ, தெய்வானையையோ கரைத்துக்கொண்டிருக்கலாம்.

# 21

## 2002ன் பிற்பகுதி

அமெரிக்காவில் 9/11 தாக்குதலுக்குப் பிறகு அந்நாடு அல்-காயிதா மற்றும் தாலிபன் இயக்கங்களைக் குறிவைத்து ஒரு மாபெரும் போரினைத் துவக்கியது. *Operation Enduring Freedom* (நீடித்த சுதந்திரத்திற்கான போர்). அப்போரில் அமெரிக்காவுடன் உலகநாடுகள் கைகோர்த்தன. அவற்றில் முதல் கை பிரிட்டிஷுடையது. 9/11 தாக்குதல் முடிந்து சில வாரங்களிலேயே துவங்கப்பட்ட இப்போரில் ஆஃப்கானிஸ்தானில் தாலிபன் அரசு வீழ்ச்சியடைந்தது. அமெரிக்காவால் தேர்ந்தெடுக்கப்பட்ட ஒரு இடைக்கால அரசு அமைந்தது. தொடர்ச்சியாக தாலிபன் படைகளை வேரோடு ஒழித்துக்கட்டும் பணியில் உலக நாட்டு ராணுவங்கள் ஈடுபடுத்தப்பட்டிருந்தன.

பிரிட்டிஷ் ராணுவத்தின் பாராசூட் படையில் சேர்ந்த ஜேம்ஸுக்கு ராணுவத்தின் மற்றொரு பிரிவான மரைன் பிரிவினருடன் இணைந்து ஆஃப்கானிஸ்தானில் வேலை கொடுக்கப்பட்டது. அவர்களுடைய வேலை போர் புரிவது. ஆனால் போர் புரிவது மட்டும் அல்ல. "ஹார்ட்ஸ் & மைண்ட்ஸ்" என்கிற பெயரில் ஆஃப்கானிஸ்தான் மக்களின் நம்பிக்கையை சம்பாதிப்பது மற்றும் அவர்களது வாழ்க்கைத் தரத்தை உயர்த்தும் பணியும் அவர்களுடையது. வல்லரசு நாடுகளுக்கு அவர்களின் வாழ்க்கைத்

தரத்தை உயர்த்துவதில் அப்படியொன்றும் அக்கறை இல்லை என்பதே உண்மை. "ஹார்ட்ஸ் & மைண்ட்ஸ்" திட்டத்தின் பிரதான நோக்கம் மக்களின் நன்மதிப்பைப் பெற்று அவர்கள் உதவியுடன் போரில் வெல்வது. ஸ்கூல் கட்டுவது, ஹாஸ்பிடல் கட்டுவது, ரோடு போடுவது எல்லாம் அப்புறம்தான்.

ஜேம்ஸ் காபூலில் சென்று இறங்கியபோது அங்கே நாற்பது டிகிரி செல்ஸியஸ் கொடூர வெயில். ஜேம்ஸ் அப்போதுதான் முதல்முறையாக அத்தனை வெப்பத்தை அனுபவிக்கிறான். முகாமில் மரைன் பிரிவினரோடு பாராசூட் படையினர் இணைந்தனர். ஏற்கனவே வெப்பம், போதாதகுறைக்கு தண்ணீர் பற்றாக்குறை. அப்பற்றாக்குறைக்குக் காரணம் வேறு யாருமல்ல. மரைன் பிரிவினர் தான். அவர்கள் வெயில் தாளாமல் பொழுதுக்கும் தண்ணீரை இறைத்து குளித்துக்கொண்டிருந்தார்கள். அதன் காரணமாக மரைன் மற்றும் பாராசூட் பிரிவினருக்கு இடையிலேயே கருத்து வேறுபாடு ஏற்பட்டது.

அது மட்டுமல்ல இரு பிரிவினரின் போர்முறைகளும் எதிரெதிர் துருவமாக இருந்தன. ஒரு வீட்டில் எதிரிகள் இருக்கிறார்கள் என்று வைத்துக்கொள்ளுங்கள். அதன் கதவை உடைத்து, துவம்சம் செய் என்பதுதான் பாராசூட் படையின் தாரக மந்திரமாக இருக்கும். அதே பணியை மரைன் பிரிவிடம் கொடுத்தால் அவர்கள் முதலில் சிந்திப்பார்கள், வியூகம் வகுப்பார்கள், அதன் பிறகு தான் நடவடிக்கை. பொதுவாகவே மரைன் பிரிவினரிடம் ஒரு அலட்சியம் இருப்பதை ஜேம்ஸ் மற்றும் அவனது படையினர் உணர்ந்தார்கள். தேசத்தின் பொருட்டு அவர்களை சகித்துக்கொள்ள வேண்டியிருந்தது.

ஜேம்ஸ் பணிபுரிந்த அணியின் அப்போதைய பணி ஆஃப்கானிஸ்தானில் ஆங்காங்கே பொதுக்கூட்டங்கள் நடத்துவது. அவற்றில் அந்நாட்டு மக்களின் வாழ்க்கைத்தரத்தை உயர்த்துவது குறித்து அவனது உயரதிகாரி உரையாற்றுவார். ஆஃப்கானிஸ்தானில் பல பகுதிகளில் அடிப்படை வசதிகள் கூட இல்லை. பள்ளிக்கூடங்கள் இல்லை. அப்படியே இருந்தாலும் பெண் குழந்தைகளுக்கு கல்வி உரிமை இல்லை. அவற்றைப் பற்றி எல்லாம் மக்களுக்கு எந்தப் புகாரும் இல்லை. சொல்லப்போனால் ஜேம்ஸ் அணி நிகழ்த்திய பொதுக்கூட்டங்களை அந்நாட்டு மக்கள் மயிராகக் கூட மதிக்கவில்லை. ஆஃப்கானிஸ்தான்

போன்ற நாட்டில் "ஹார்ட்ஸ் & மைண்ட்ஸ்" திட்டத்தின் மூலம் ஒன்றையும் சாதிக்க முடியாது என்பது வல்லரசு நாடுகளுக்கு தாமதமாகவே புரிந்தது.

ஜேம்ஸுக்கு கொடுக்கப்பட்ட மற்றொரு பணி ஆஃப்கன் ராணுவத்திற்கு (இவர்கள் அமெரிக்க ஆதரவுப் பிரிவினர்) போர்ப்பயிற்சி கொடுப்பது. அது ரமடான் மாதம் என்பதாலும் வெப்பத்தின் காரணமாகவும் பயிற்சிகள் மாலை ஆறு மணிக்கு பின்பே துவங்கும். ஜேம்ஸ் கவனித்தவரைக்கும் ஆஃப்கன் ராணுவத்திற்கு அவர்கள் மீது முழு நம்பிக்கை வரவே இல்லை. அவர்களில் சிலர் தாலிபனின் ரகசிய ஆதரவாளர்களாகவும் இருந்தார்கள். போர்க்களத்தில் தாலிபன்களிடம் நேரடியாக பலியாவதை விட ஆஃப்கன் ராணுவப் படையில் இருந்த துரோகிகளால் பலியாகும் வாய்ப்பே அதிகமாக இருந்தது.

ஒவ்வொரு முறை தாலிபன்கள் பின்னடைவை சந்தித்தபோதும் ஏற்கனவே பாகிஸ்தானில் பதுங்கியிருந்த தாலிபன் படையினர் எழுந்து வந்துகொண்டே இருந்தார்கள். தாலிபன்களுடனான போர் எந்நாளும் முடிவுக்கு வரவே வராது என்று ஜேம்ஸ் கருதினான்.

ஒரு முறை ஜேம்ஸ் மற்றும் அவனது அணியினருக்கு ஒரு அஸைன்மெண்ட் கொடுக்கப்பட்டது. முஸா காலா என்கிற பகுதியில் மக்களோடு மக்களாக கலந்து சில தீவிரவாதிகள் வசிக்கிறார்கள். அவர்களைக் கண்டுபிடித்து உயிரோடு அல்லது பிணமாகக் கைப்பற்ற வேண்டும். அவர்களைச் சின்னச் சின்ன அணிகளாகப் பிரித்து ஒவ்வொரு அணிக்கும் தனித்தனி பொறுப்பு தரப்பட்டது. ஜேம்ஸ் மற்றும் அவனது சகாக்கள் இருவர் சேர்த்து மூன்று பேருக்கும் முஸா காலாவில் இருக்கும் ஒரு அப்பா - மகன் தீவிரவாதிகளைப் பிடித்துக் கொண்டுவர வேண்டிய பொறுப்பு.

ஒரு இடத்தில் போய் குண்டு போட்டுவிட்டு வா என்றால் செய்யலாம். ஆட்களைப் பிடித்துக்கொண்டு வருவதெல்லாம் சாத்தியமே இல்லை. அதுவும் ஆஃப்கானிஸ்தான் போன்ற நாட்டில் சாத்தியமே இல்லை. அவர்கள் தங்கள் நாட்டின் இண்டு இடுக்குகளை நன்றாகத் தெரிந்து வைத்திருந்தார்கள். அப்படியே அவர்களைக் கண்டுபிடித்தால் கூட அவர்களிடம் மக்கள் சக்தி இருந்தது. அதைத் தாண்டி அவர்களைப் பிடிக்கவே முடியாது.

ஜேம்ஸும் அவனது சகாக்களும் ஆயுதம் தாங்கிய ராணுவ ஜீப்பில்

சென்றார்கள். போன இடத்தில் அப்பா - மகன் மட்டுமல்ல. ஒரு தாத்தாவைக்கூட பிடிக்க முடியவில்லை. வெறும் கையுடன் முகாமுக்குத் திரும்பிக்கொண்டிருந்தார்கள். கரடுமுரடான சாலை. கற்களல்லாத வேறேதோ ஒன்றின் மீது வாகனம் ஏறியிருக்கிறது என்று கணிப்பதற்குள் பலமான சத்தத்துடன் அது வெடித்தது. கண்ணிவெடி! வாகனத்தில் இருந்து மூன்று பேரும் தூக்கி வீசப்பட்டார்கள். சினிமாக்களில் கட்டப்படும் காட்சி போல இருந்தது அது. முதல் ஃபிரேமில் ஜேம்ஸ் *GIMPY* என்று சொல்லப்படும் மெஷின் கன்னை வைத்துக்கொண்டு அந்த ராணுவ ஜீப்பின் மீது நின்றுகொண்டிருந்தான். அடுத்த ஃபிரேமில் ராணுவ ஜீப்பிலிருந்து குறைந்தது பதினைந்து அடி தூரத்தில் வீசப்பட்டு கீழே கிடந்தான். ஜேம்ஸ் விழித்துப் பார்த்தான். அவனுடைய உயிருக்கு எதுவும் பாதிப்பு இல்லை. இடுப்புக்குக் கீழே தொட்டுப் பார்த்துக்கொண்டான். அவனுடைய சந்ததிகளுக்கும் பாதிப்பு இல்லை. அதிர்ஷ்டவசமாக அவனுடன் வந்த இரு வீரர்களுக்கும்கூட பெரிய காயங்கள் இல்லை. ஆனால் ஜீப் மட்டும் பகுதியாக சேதமடைந்திருந்தது. டப்பிங் படங்களில் வருவது போல, "யாரும் அசையாதீங்க" என்று ஜேம்ஸ் தன் சகாக்களுக்கு உத்தரவிட்டான். கண்ணிவெடித் தாக்குதல். இன்னும் வேறு எங்கெங்கு கிழங்கு நட்டு வைத்திருக்கிறார்களோ. ஒவ்வொரு அடியையும் கவனமாக எடுத்து வைத்து அங்குலம் அங்குலமாக சோதித்தார்கள். அவர்கள் நினைத்தது போலவே கொஞ்ச தூரத்தில் இன்னொரு கண்ணிவெடி கிடைத்தது. ராணுவத் தளவாடங்களை வீழ்த்துவதற்கென பிரத்யேகமான கண்ணிவெடி.

இவர்களுடைய ஜீப் மட்டும் எப்படி முழுமையாக சேதமடையாமல் தப்பித்தது என்று ஆராய்ந்தார்கள். இவர்களின் வாகனம் ஏறியது மனிதர்களை வீழ்த்துவதற்கென தயாரிக்கப்படும் கண்ணிவெடி. பவர் குறைவு. அதுவும் அந்த கண்ணிவெடி ஜீப்பின் அடிப்புறமாக எஞ்சின் மீது தாக்கி, ஜீப்பில் ஒரு பெரிய துளை ஏற்பட்டிருந்தது. ஒருவேளை அது திடமான எஞ்சின் பகுதியைத் தாக்காமல் ஜீப்பின் வேறெந்தப் பகுதியையாவது தாக்கியிருந்தால் ஜீப்பில் இருந்த மூன்று கனவான்களும் ராணுவ மரியாதையுடன் அடக்கம் செய்யப்பட்டிருப்பார்கள்.

அந்த ராணுவ ஜீப்பை இதற்கு மேல் அங்கிருந்து கொண்டு வர முடியாது. அமெரிக்க வீரர்களாக இருந்தால் ஜீப்பை அங்கேயே

போட்டுவிட்டு திரும்பியிருப்பார்கள். பிரிட்டிஷ் ராணுவத்திற்கென ஓர் ஒழுங்கு இருந்தது. சிதிலமடைந்த அந்த ராணுவ ஜீப்பில் இருந்து தீவிரவாதிகள் ஸ்பேர் பார்ட்ஸ் எதையாவது எடுக்கலாம், அது அவர்கள் ஆயுதம் செய்வதற்கு எந்த வகையிலாவது உதவலாம். அல்லது இதே ஜீப்பில் அவர்கள் எஞ்சினை மட்டும் மாற்றி மீண்டும் தங்களுக்கெதிராகவே பயன்படுத்தலாம். அப்படி எதுவும் அசம்பாவிதங்கள் நடந்து விடக்கூடாது என்பதற்காக ஜேம்ஸும் அவனது சகாக்களும் சேர்ந்து அந்த ஜீப்பை உருத்தெரியாமல் அழித்தார்கள்.

# 22

கிருபா கொடைக்கானலில் இருந்து திரும்பி வந்தபிறகு காரை வெங்கடேசனின் வீட்டில் பார்க் செய்துவிட்டு வீடு வந்து சேர்ந்தான். அவன் முற்றிலும் அதிர்ச்சி அடைந்திருந்தான். கோபம், பயம், அருவருப்பு போன்ற உணர்ச்சிகள் அவனுக்குள் ஒன்றோடொன்று சண்டையிட்டுக் கொண்டிருந்தன. அடுத்த அடியை எடுத்து வைக்க அவன் தடுமாறிக்கொண்டிருந்தான்.

வெங்கடேசன் பம்பாயிலிருந்து திரும்பி வர ஏழு நாட்கள் ஆனது. அந்த ஏழு நாட்கள் அவனைப் பாடாய்ப்படுத்தியது.

முதல்நாள் - கிருபாவுக்கு, உடனே வெங்கடேசனின் வீட்டுக்குப் போய் லலிதாவை இழுத்து வைத்துப் பளாரென்று அறைய வேண்டும் என்று தோன்றியது.

இரண்டாம் நாள் - அய்யா பார்த்துக்கொள்ளச் சொன்னார் என்றுதானே வெளியே அழைத்துச் சென்றோம். ஒருவேளை நாம்தான் கொஞ்சம் ஓவராகப் போய்விட்டோமோ என்றுகூட அவனுக்குத் தோன்ற ஆரம்பித்தது. லலிதாவை இனி சந்திப்பதே வேண்டாத வேலை.

மூன்றாம் நாள் - அய்யா ஊரிலிருந்து வந்ததும் அவரைப் போய்ப் பார்த்து இனி நான் வரமாட்டேன் என்று சொல்லிவிட்டு, கூடவே லலிதா செய்த காரியத்தைப் பற்றி மறைக்காமல் சொல்லிவிட வேண்டும் என்று யோசித்தான்.

நான்காம் நாள் - எதற்காக அவளைப் பற்றிச் சொல்வானேன். அய்யாவிடம் வேலைக்கு வர மாட்டேன் என்று மட்டும் சொல்லிவிட்டு வந்துவிடலாம் என்று முடிவை மாற்றிக்கொண்டான்.

ஐந்தாம் நாள் - கிருபா அன்று நடந்த நிகழ்வுகளை எல்லாம் திரும்பத் திரும்ப யோசித்துப் பார்த்தான். அய்யா திடீரென கிளம்பிப்போவார் என்று அவள் எதிர்பார்த்திருக்க மாட்டாள். புதிய ஊரில் தனியாக. அவள் என்னதான் செய்திருக்க முடியும். கிருபா லலிதாவை நினைத்து பரிதாபப்பட்டான்.

ஆறாம் நாள் - லலிதா என்ன செய்துகொண்டிருப்பாள். அன்று நடந்த விஷயத்தை நினைத்து அழுதுகொண்டிருப்பாளோ. இப்பொழுதும் தனியாகத்தான் இருப்பாள். பாவம். எதுவும் நடக்காத மாதிரி மீண்டும் வேலைக்குச் செல்ல ஆரம்பிக்கலாம் என்று நினைத்தான்.

ஏழாம் நாள் - அவளது கரங்களின் ஸ்பரிசம் அவனது நினைவுக்கு வந்தது. லலிதா சொன்ன வார்த்தைகளை யோசித்துப் பார்த்தான் - நைட் எனக்குத் தூக்கமே வரலை கிருபா. உங்களைக் கூப்பிடலாம்ன்னு நினைச்சேன். ஒருவேளை கூப்பிட்டிருந்தால் என்ன நடந்திருக்கும். அன்றிரவு லலிதாவை... ச்சே அப்படியெல்லாம் நினைக்கக்கூடாது.

இப்பொழுது போய் லலிதாவைப் பார்த்தால் என்ன நடக்கும். இன்னமும் லலிதா அதே எண்ணத்தில் இருப்பாளோ. கிருபா மனதிற்குள் ஒரு போராட்டமே நடந்துகொண்டிருந்தது.

கிருபா கொஞ்சம் கொஞ்சமாக விழத்துவங்கினான்.

எட்டாவது நாள் காலை - கிருபாவுக்கு, உடனே வெங்கடேசனின் வீட்டுக்குப் போய் லலிதாவை இழுத்து வைத்து....

# 23

மணிகண்டன் - அர்ச்சனாவின் திருமணம் சீரிய முறையில் நடைபெற்றது. மணமகன் வீட்டார் மட்டும் நிறைந்த வினோதமான திருமணம். அர்ச்சனாவின் பக்கம் இருந்து அவளது தோழிகள் சிலர் மட்டும் வந்திருந்தார்கள். கடைசியாக மண்டபத்தை காலி செய்யும் சமயம் அர்ச்சனாவின் அம்மா மட்டும் வந்து பார்த்துவிட்டு, கொஞ்சம் ஆனந்தமும் கவலையும் கலந்த கண்ணீர் விட்டுப் போனார். எல்லோரும் எதிர்பார்த்தது போலவே கொஞ்ச நாட்களில் அர்ச்சனாவின் அப்பாவும் சமாதானமாகிவிட்டார். ஆகச்சிறந்த பல்டி அசோக்குடையதுதான். அவன் கிட்டத்தட்ட மணிகண்டனின் தளபதியைப் போல மாறிப்போனான். ஆனாலும் அர்ச்சனா திருமணத்திற்குப் பின் அவளது அப்பா - அம்மா பக்கம் அவ்வளவாக ஒதுங்கவில்லை. புகுந்த வீடுதான் அவளது வீடு என்றாகிப்போனது. அவள் அந்த வீட்டின் மஹாராணி!

வீட்டில் எல்லாமே புது மருமகள் கண்ட்ரோல்தான். திருமணத்திற்கு முன்கூட்டியே மணிகண்டன் அவளிடம் சரணடைந்திருந்தான். அவனிடம் அப்போது இல்லாத கெட்டபழக்கங்களே கிடையாது. சிகரெட், தண்ணீ, பெண். சரி, மூன்றாவதை மட்டும் கெட்டபழக்கம் என்று வரையறுக்க முடியாது. முதலிரண்டு பழக்கங்களையும் அர்ச்சனாவின் மீது ஆணையாக விட்டொழித்தான். மூன்றாவது அவளுக்குத் தெரியாது. ஆனாலும் உளமார விட்டொழித்தான்.

வீட்டில் அம்மாவும் அப்பாவும்கூட மருமகளின் கண்ட்ரோலுக்கு போனதுதான் ஆச்சர்யம்.

"அப்பா, என்ன பண்றீங்க. காலையில இருந்து இதோட மூணாவது லட்டு எடுக்குறீங்க. போதும். அதை இப்படிக் கொடுங்க"

"சரிம்மா"

மணிகண்டனின் அப்பா டீச்சரிடம் அடங்கிய மாணவன்போல மாறியிருந்தார். இம்மாதிரி அதட்டல்களின்போது அவருக்குக் கோபம் வரவில்லை. மாறாக தன்னைக் கட்டுப்படுத்த, கவனித்துக் கொள்ள ஒரு மகள் வந்துவிட்டாள் என்று சந்தோஷப்பட்டார்.

மணிகண்டனின் அம்மாவும் அர்ச்சனாவும் தோழிகள்போல மாறிவிட்டார்கள். அர்ச்சனா அவருக்கு கட்லெட் செய்யவும் மோமோஸ் செய்யவும் கற்றுக்கொடுத்தாள். அம்மா அவளுக்கு சோறு வடிக்கவும், குழம்பு சமைக்கவும் கற்றுக்கொடுத்தாள்.

மாமியார் - மருமகள் சண்டை? நோ சான்ஸ். அர்ச்சனா நன்கு படித்தவள். அவள் திருமணத்திற்கு முன்பே மாமியார் - மருமகள் பிரச்சனை குறித்து அவ்வப்போது ஒரு ஆராய்ச்சிக்கட்டுரை எழுதும் அளவிற்குச் சிந்தித்து ஒரு முடிவுக்கு வந்திருந்தாள்.

எல்லா மாமியார்களும் தங்கள் மகனின் மனைவியிடம் ஒரு மாதிரியும், மகளிடம் வேறு மாதிரியும் நடந்துகொள்வதைக் கவனித்திருக்கிறீர்களா? மகளிடம் நற்குணங்களோடு நடந்துகொள்ளும் மாமியார் ஏன் மருமகளிடம் மட்டும் எஸ்ட்ரீம் எதிர்திசையில் நடந்துகொள்கிறார்? இதற்குப் பெயர்தான் மாமியார் சிண்ட்ரோம். மாமியார்கள் இப்படி மருமகள்கள் மீது கொடூர அணுகுமுறை காட்டுவதற்குக் காரணம் அதீத பாசம்தான் அன்றி வேறொன்றும் கிடையாது. ஆனால் பாசம் மருமகள் மீது கிடையாது. மகன் மீது.

தான் கால் நூற்றாண்டு காலம் போற்றிப் பாதுகாத்து வைத்திருந்த, அம்மா சொன்னால் சரியாக இருக்கும் என்று நம்பும் ஒரே ஜீவனை இவர்கள் உள்ளே வந்த ஒரே வாரத்தில் வீழ்த்தி அவர்களது காலடியில் கிடக்க வைத்துவிடுகிறார்கள். அந்தக் கடுப்புதான்.

மற்றபடி அவளும் மகளைப் பெற்றவள்தான்.

அதனால் அர்ச்சனா திருமணமானதும் கையில் எடுத்த முதல் அஸ்திவாரம் தன்னுடைய மாமனாரையும் மாமியாரையும் அப்பா - அம்மா என்று அழைத்ததுதான். பட் ட்ரஸ்ட் மீ, இது அவர்கள் மனதின் உள்ளே நுழைவதற்கான ஆக்ஸஸ் கார்டு

மட்டும்தான். மற்றபடி மாமனார் மாமியாரை அப்பா அம்மா என்று அழைப்பதால் வேறெந்தப் பயனும் இல்லை.

இரண்டாவது அஸ்திவாரம், அவளது கணவனுடனான நெருக்கம், படுக்கை அறையில் மட்டும்தான் என்பதில் மிக உறுதியாக இருந்தாள். எல்லாப் பெண்களையும் போல சமைத்துக் கொண்டிருக்கும்போது கணவன் பின்னால் இருந்து வந்து கட்டிப்பிடிக்க வேண்டும் என்று அவளுக்கும் ஆசை இருந்தது. அதுபோக அவளுக்கு ஹாலில் இருந்த சோபாவின் மீது ஒரு ரகசிய ஆசையும் இருந்தது. ஆனால் அதெல்லாம் எங்கே போய் முடியும் என்பது அவளுக்கு நன்றாகத் தெரிந்திருந்தது. அதனால் மாமனார் மாமியார் முன்னிலையில் அவள் தன் கணவனிடம் பட்டும் படாமல் நடந்துகொண்டாள்.

மணிகண்டனை வாடா, போடா, டேய் தடியா, மணிக்குட்டி என்று அழைப்பதெல்லாம் அவர்களுக்குள் மட்டும். மாமியார் முன்னிலையில் ஏங்க, என்னங்கதான்.

மூன்றாவது அஸ்திவாரம்தான் மிக முக்கியமானது. அர்ச்சனா இன்னமும் மணிகண்டன், முதலில் அவரது அம்மாவின் மகன்தான். அப்புறம்தான் அவளது கணவன் என்று தன் மாமியாரை முழுமையாக நம்ப வைத்தாள்.

"அம்மா, நான் என்னதான் வத்தக்குழம்பு வச்சாலும் உங்க மகன் (கவனிக்க உங்க மகனுக்கு) நீங்க வைக்கிறது மாதிரி வரலைன்னு சொல்றார். கொஞ்சம் எனக்கும் சொல்லித் தர்றீங்களா?"

மாமியார்க்காரி உள்ளுக்குள் சிரித்துக்கொள்வார்.

ஒரே கல்லில் இரண்டு மாங்காய். மாமியாரின் சமையலையும் மெச்சியாயிற்று. மகன் இன்னும் அம்மாவை மறக்கவில்லை என்கிற தகவலையும் தெரிவித்தாயிற்று.

எல்லோரும் மாமியார் இப்படிச் சொன்னார், மாமியார் இப்படிச் செய்தார் என்றுதானே கணவனிடம் வந்து புகார் வாசிப்பார்கள். அர்ச்சனா அதைக் தலைகீழாக மாற்றினாள்.

புஸுக் புஸுக் என்று மூக்கை உறிஞ்சிக்கொண்டு மாமியார் முன்னாடி போய் நிற்பாள். அவர் என்ன ஆச்சும்மா என்றதும் தோளில் சாய்ந்து கண்ணீர் அணையைத் திறந்துவிடுவாள். இதில் குறிப்பாக மாமியாரிடம் கணவனைப் பற்றிப் புகார் பத்திரம்

வாசிக்கும்போது, அவனது திறன்களைக் குறைசொல்லும் புகார்களை அறவே தவிர்க்க வேண்டும்.

"காலைல இருந்து தண்டமா உட்கார்ந்து டிவி பார்த்துட்டு இருக்கார்"

"சாப்பிட்டு முடிச்சிட்டு தட்டைக் கூட எடுக்குறதில்ல"

போன்ற புகார்கள் வேறுமாதிரி (அம்மாக்காரி என்ன வளர்த்திருக்கிறாள்) முடிந்துவிடும்.

மாறாக, "ரொம்ப கோபப்படுறார்ம்மா. நேத்து துணி துவைக்கும்போது பேண்ட் பாக்கெட்ல இருக்குற ரூபாய் நோட்டையும் சேர்த்துத் துவைக்கப் போட்டுட்டேன். அதுக்கு ரொம்ப திட்டிட்டார்" என்று கண்ணைக் கசக்குவாள். தன் மகனுடைய ஆண்மை குறித்துப் பேசினால் அம்மாக்களுக்கு மகிழ்ச்சிதானே. அப்படியே அவன் அப்பனைப் போலவே இருக்கிறான் என்று மனதிற்குள் மகிழ்ந்தபடி மாமியார் மருமகளைத் தேற்றுவாள்.

அப்புறம் இந்த மல்லிப்பூ, அல்வா பிஸ்னஸ் எல்லாம் கிடையாது. இவள்தான், "அம்மா உங்களுக்குப் பிடிக்கும்ன்னு பால்கோவா வாங்கிட்டு வந்தேன். ஆனா, அப்பாக்கு கொஞ்சமா கொடுங்க" என்பாள்.

வீட்டில் எந்த முக்கியமான முடிவு எடுப்பதென்றாலும் அது படுக்கையறையில் ஏற்கனவே முடிவாகிவிடும். ஆனால் மீண்டும் ஒருமுறை புதிதாக டிஸ்கஸ் செய்வதுபோல அம்மா, அப்பா முன்னிலையில் பேசப்பட்டு அவர்கள் விருப்பப்படிதான் எல்லாம் நடக்கிறது என்கிற தோரணையைக் கொண்டுவந்துவிடுவாள் அர்ச்சனா.

அதாவது அவள்தான் அந்த வீட்டின் பொதுச்செயலாளர். அவளது விருப்பப்படிதான் எல்லாம் நடக்கிறது. ஆனால் தலைமை மாமனார் - மாமியாரிடம்தான் உள்ளது, அவர்கள்தான் எல்லா முடிவுகளையும் எடுக்கிறார்கள் என்று அவர்களை நம்ப வைத்தாள்.

அர்ச்சனா இப்படியெல்லாம் நடந்துகொள்வது சின்னச் சின்ன சூட்சுமங்கள்தானேயொழிய அவள் அந்தக் குடும்பத்தை மனதார நேசித்தாள். அவளது வருகைக்குப் பின் அந்த வீட்டில் வசந்தகாலம் வந்திருந்தது.

# 24

சென்னை மத்திய சிறையில் எதை வேண்டுமானாலும் தடுக்கலாம். ஆனால், கஞ்சா பிரயோகத்தை மட்டும் தடுக்கவே முடியாது. இங்கே என்றில்லை. உலகம் முழுக்க எடுத்துக்கொண்டாலும் போதைப்பொருள் புழங்காத சிறைகளே இல்லை என்கிறார்கள்.

கடவுளைத் தூணிலும் இருப்பார் துரும்பிலும் இருப்பார் என்பார்கள். கஞ்சா அதைவிட ஒருபடி மேலே போய் ஆசனவாய் கூத்தில் கூட இருக்கும். எதையும் மிகைப்படுத்திச் சொல்லவில்லை. சிறைக்குள் கஞ்சா கடத்துவதற்கான நூதன வழி மனிதனின் ஆசனவாய்தான். பார்ப்பதற்குச் சிறிய துளைபோல இருக்கும் ஆசனவாய் வழியாக ஒரு பெருச்சாளியையே சுருட்டி உள்ளே வைத்துக்கொள்ளலாம்.

மனிதன் வண்டி ஓட்டிக்கொண்டிருக்கும்போதோ, ஸ்விம்மிங் பூலில் குளித்துக்கொண்டிருக்கும்போதோ, காதலியுடன் மேட்டர் போட்டுக் கொண்டிருக்கும்போதே உள்ளே இருந்து பொத்தென்று மலம் வந்து விழுந்துவிடக் கூடாது என்பதற்காக ஸ்ஃபிங்டர் என்கிற இரண்டடுக்கு வளையம் இருக்கின்றன. அவை உள்ளே வைத்த பெருச்சாளி பத்திரமாக இருப்பதற்கு வழிவகை செய்கிறது.

விசாரணைக்கு, பரோலில் வெளியே போகும் கைதிகள் மீண்டும் உள்ளே வரும்போது தங்கள் குதத்தில் கஞ்சாவை கடத்திவிடுகிறார்கள். இதற்காகத்தான் சிறைக்காவலர்கள்

கைதி உள்ளே வரும்போதே நிர்வாணப்படுத்தி, குத்தவைத்து இருமிக்காட்டச் சொல்கிறார்கள். அதையும் தாண்டி விசாலமான பின்புறம் பெற்ற ஹனிரோஸ் கைதிகள் எப்படியாவது கஞ்சாவை உள்ளே எடுத்துச் சென்றுவிடுகிறார்கள்.

இதுமாதிரி விஷயங்கள் எல்லாம் சிறைத்துறைக்குத் தெரியாமல்தான் நடக்கிறதா என்றால் கண்டிப்பாகக் கிடையாது. சிறைத்துறையும் அரசும் நினைத்தால் கஞ்சாவை அடியோடு நிறுத்த முடியும். ஆனால், அது அப்படி நிறுத்தாது. அத்தனை பெரிய நெட்வொர்க் அது.

சென்னை சிறையைப் பற்றிய ஒரு வினோதமான தகவல் தெரியுமா. சிறைக்குள் மது எடுத்துச் செல்ல முடியாது. சிகரெட் பிடிக்க முடியாது. ஆனால் பீடி பிடிக்கலாம். அதுவும் அதிகாரபூர்வமாக. சிறைக்குள் கிட்டத்தட்ட பீடிதான் பணம் மாதிரி. யார் அதிக பீடி வைத்திருக்கிறானோ அவனே பெரிய வஸ்தாது. ஆனால் தீப்பெட்டிக்குத் தடை. அப்புறம் எப்படி சிறையில் பீடி பிடிப்பார்கள். முன்பெல்லாம் பெட்டிக்கடைகளின் முகப்புகளில் ஒரு கயிற்றில் நெருப்பைப் புகைய விட்டிருப்பார்கள். அந்த மாதிரி சிறையில் ஆங்காங்கே வைத்திருப்பார்கள். அதில்தான் பீடியைப் பற்ற வைக்க வேண்டும்.

சரி, பீடி அத்தனை அத்தியாவசியமான பொருளா? ம்ஹூம். ஆனால் சிறையில் எளிதாக கஞ்சா புழங்குவதற்கு பீடியின் துணை தேவைப்பட்டது. சிறைக்கைதிகள் எல்லாருக்கும் தெரிந்த ஒரு குறியீடு. ஒரே ஒரு பீடி தனியாக இருந்தால் அது பீடி. மூன்று பீடிகள் ஒன்றாகச் சேர்த்து சுற்றப்பட்டிருந்தால் அது கஞ்சா உள்ளீடு செய்யப்பட்ட பீடி.

அப்படி ஒருமுறை மூன்று பீடிகள் சேர்ந்தாற்போல மணிகண்டனிடம் வந்து சேர்ந்தது.

## 25

காலத்தை விட ஒரு கொடியவன் யாருமில்லை.

கிருபா வெங்கடேசனின் வீட்டை நோக்கி நடந்துகொண்டிருக்கிறான். கிருபா கொடைக்கானல் கொண்டையூசி வளைவு ஒன்றில் சடன் ப்ரேக் போட்ட தினத்திற்கும் இன்றைய தினத்திற்கும் இடையே ஏழு நாள் இடைவெளி. அந்த ஏழு நாட்களுக்குள் அவனது மனம் பூத்து, காய்த்து இப்பொழுது கனிந்து நிற்கிறது.

கிருபா வெங்கடேசனின் வீட்டைச் சென்றடைந்தான். வெளியிலிருந்து பார்த்தபோது வெங்கடேசன் சோபாவில் அமர்ந்து பேப்பர் படித்துக்கொண்டிருந்தார். கிருபாவுக்கு சிறிய ஏமாற்றம். எப்படியும் வெங்கடேசன் வந்திருக்க மாட்டார் என்று பெரும் வேட்கையுடன் வந்தான். ஆனால் வெங்கடேசன் பம்பாய் ரானே குரூப் ஆஃப் கம்பெனீஸின் கணக்கு வழக்குச் சிக்கல்களை எல்லாம் சுத்தமாக முடித்துவிட்டு வந்திருந்தார். வெளியே கேட் சத்தம் கேட்டதும் கிருபாவைத் திரும்பிப் பார்த்தார் வெங்கடேசன்.

கிருபாவுக்குள் பதற்றம். ஒருவேளை லலிதா இவனைப் பற்றி எசகு பிசகாக எதையாவது வெங்கடேசனிடம் சொல்லி வைத்திருந்தால்?

"வாய்யா கிருபா, ஒரு வாரமா வரவே இல்லையாமே."

"ஆமாங்க அய்யா, கொஞ்சம் உடம்பு சரியில்லை."

"சரியா போச்சுப் போ, நல்லகாலம் நான் ஊர்ல இல்லாத நேரமா பார்த்து உனக்கு உடம்பு சரியில்லாம போச்சு. இல்லன்னா

நான் வேற டிரைவருக்கு அல்லாடியிருக்கணும்," சொல்லிவிட்டு பலமாகச் சிரித்தார் வெங்கடேசன்.

"ரொம்ப தேங்க்ஸ்ப்பா, மேடமை பத்திரமா கொடைக்கானல்ல இருந்து கொண்டாந்து விட்டதுக்கு."

"இருக்கட்டும் அய்யா. நான் என் வேலையைத்தான் செஞ்சேன்"

என் வேலையை என்கிற வார்த்தையைச் சொல்லும்போது கிருபாவுக்கு நெஞ்சம் குறுகுறுத்தது. மறுபடியும் எல்லாக் கோடுகளையும் அழித்துவிட்டு நேர்மையான டிரைவராக மாறிவிடலாம் என்று தோன்றியது அவனுக்கு. அந்த நேரம் பார்த்து லலிதா காபி டம்ளருடன் வெளியே வந்தாள். அவ்வளவுதான்!

கிருபா, லலிதாவை புத்தம் புதியவளாகப் பார்க்கிறான். பார்த்ததும் அவளது அழகில் கிறங்கிப்போனான். அவளது நிறத்தில் ஒரு துடிப்பு இருந்தது. ரத்தச் சிவப்பு என்பார்களே அந்த நிறம். அவளை ஒருமுறை பார்ப்பவர்கள் குறைந்தபட்சம் இன்னொரு முறை திரும்பிப்பார்க்காமல் போகவே முடியாது. திரும்பிப் பார்ப்பதோடு நிறுத்திக் கொள்ளாமல் அவளை ஒரு முறையாவது, ஒரே ஒருமுறையாவது அனுபவிக்க வேண்டும் என்று ஏங்குவார்கள். அவளது வடிவமே மற்றவள்களைக் காட்டிலும் பிரத்யேகமாக இருந்தது. ஃபோர்ட் எஸ்கார்ட்டிலாவது முன்னழகும் பின்னழகும் ஒன்றோடொன்று போட்டிபோட்டது. லலிதாவுக்கு முன்னழகே ஒன்றோடொன்று போட்டிபோட்டது.

"காஃபி", சற்று கனத்த குரலில் அவனைக் கலைத்தாள் லலிதா.

அவளது முகத்தில் தெளிவு தெரிந்தது. காபி டம்ளரை எடுத்துக்கொண்டு அங்கிருந்து நடந்து வந்த ஐந்தேகால் நொடிகளில் கிருபாவின் முகக்குறிப்புகளை வைத்தே அத்தனையையும் படித்துவிட்டாள். டம்ளரை வாங்கும்போது வேண்டுமென்றே அவளது கைவிரல்களால் கிருபாவை சீண்டினாள். சுட்டது.

காபியைக் கொடுத்துவிட்டுத் திரும்பிச் சென்றவளைக் கவனித்தான். பின்னழகும் அப்படித்தான். கிருபா மீண்டும் ஃபோர்ட் எஸ்கார்ட் மீது கை வைத்தான். கிருபா, லலிதா இருவருமே கொடைக்கானல் பயணத்தை எண்ணி எண்ணி வருத்தப்பட்டார்கள். அது மட்டும் சரியான விதத்தில் நடந்திருந்தால் அங்கேயே ஹனிமூன் கொண்டாடியிருக்கலாம். இங்கே வெங்கடேசன், வெயில்,

சமையல்கட்டு, அய்யாவுக்கு ஆஃபீஸுக்கு டைமாச்சு இவற்றிற்கு நடுவில் குற்ற உணர்வுடன் காதல் புரியவேண்டியிருந்தது.

லலிதா கிருபாவுக்குக் கொடுத்து அனுப்பும் டிபன் பாக்ஸில் சுவை கூடியிருந்தது, கூடவே காதலும். கிருபா இப்பொழுதெல்லாம் லலிதாவை மேடம் என்று அழைப்பதில்லை. வேறு எப்படி அழைக்கிறான்? அதுதான் அவனுக்கே தெரியவில்லை. பின்னொட்டு, முன்னொட்டு எதுவுமில்லாமல் அவளிடம் பேசுகிறான். முக்கியமாக வெட்கப்படுகிறான்.

"நீங்க என்னைப் பேர் சொல்லியே கூப்பிடலாம்," என்றாள் லலிதா.

"அது கொஞ்சநாள் ஆகும்."

"கொஞ்சநாளானால் பரவாயில்லை. கொஞ்ச நாள் எடுத்துக்காதீங்க."

கிருபா ஏகத்திற்கும் வெட்கப்பட்டான்.

"நீங்க ஏன் இப்பல்லாம் என்னை வா போன்னே கூப்பிடுறதில்ல," இது கிருபா.

"இப்பல்லாம் இப்படி கூப்பிடத்தான் பிடிச்சிருக்கு."

"ஏன்?"

"அது அப்படித்தான்."

இம்மாதிரியான சம்பாஷணைகள் அனைத்தும் டிபன் பாக்ஸ் கைமாறும்போது வீட்டு வாசலில் வைத்துதான் நடந்தன. வங்கக்கடலில் காற்றழுத்தத் தாழ்வுமண்டலம் உருவாகி, அது புயலாக உருவாக, சிலகாலம் எடுக்கும் இல்லையா. அந்தமாதிரி கிருபாவும் லலிதாவும் காத்துக்கொண்டிருந்தார்கள்.

பதினொரு தினங்கள்.

வெங்கடேசனுக்கு பெங்களூரில் ஒரு கமிட்மெண்ட். கிருபாதான் ஏர்போர்ட்டுக்கு அழைத்துச் சென்றான். மீனம்பாக்கத்தில் வெங்கடேசனை டிராப் செய்துவிட்டு, எப்பொழுதுமில்லாமல் "சார், ரிட்டர்ன் என்னைக்கு வருவீங்க" என்றான்.

வெங்கடேசனும் ஏர்போர்ட்டில் பிக்கப் செய்வதற்குத்தான்

கேட்கிறான் என்று அப்பாவியாக நினைத்துவிட்டு, "ரெண்டு நாள் ஆகும் கிருபா. நான் தகவல் சொல்றேன்" என்றார்.

கிருபா ஏர்போர்ட்டில் இருந்து திரும்பிக்கொண்டிருந்தபோது மாலை ஆறரை இருக்கலாம். மேகங்கள் கருத்திருந்தன. எந்நேரமும் மழை பெய்யலாம். எல்லாம் காற்றழுத்தத் தாழ்வுமண்டலத்தின் வேலைதான். கிருபா காரை எடுத்துக்கொண்டு அவனுடைய வீட்டுக்குப் போனான். சுத்தமாகக் குளித்தான். குளிக்கும்போது உற்சாகமாகப் பாடினான் -

*மார்கழி மாதத்தில் குளிர் அடித்தால்*
*கம்பளி போர்வையில் எது பிடிக்கும்*

பாடும்போது அவன் தமிழ் தெரியாத அந்தப் பாடகரின் உச்சரிப்பை அப்படியே பிரதிபலித்தான்.

*மார்புக்குள் நீ என்னை மூடிக்கொண்டால்*
*கக்கத்தில் பாய்கின்ற வெப்பம் பிடிக்கும்*

இப்பொழுது கீச்சுப்பெண் குரலில் பாட முயன்றான்.

*பூப்போல் ஒரு தீண்டல் உண்டு*
*புயல் போல் ஒரு சீண்டல் உண்டு*
*ஏண்டி உன் தேகத்துக்கு எது பிடிக்கும்*

இது அவன்.

*பூப்போல் ஒரு தீண்டல் தீண்டி*
*புயல் போல் எனை சீண்டிச் சீண்டி*
*புதிதாய் ஒரு வித்தை காட்டு அது பிடிக்கும்*

இது லலிதா.

இதற்கு மேல் அவனுக்கு லிரிக்ஸ் தெரியவில்லை.

கிருபா குளித்துவிட்டு வந்து ஏற்கனவே வாங்கி வைத்திருந்த பெர்ஃபியூமை அடித்துக்கொண்டான். அவனிடம் இருப்பதிலேயே நல்ல பேண்ட், சட்டையை எடுத்து அணிந்துகொண்டான். நான்கு முழம் மல்லிப்பூவும், அரை கிலோ அல்வாவும் வாங்கிக் கொண்டான்.

காரை எடுத்துக்கொண்டு வெங்கடேசனின் வீட்டுக்குப் போனான். நேரம் ஒன்பதை நெருங்கிக்கொண்டிருந்தது. அதற்குள் பெருமழை

வெளுத்து வாங்கிக்கொண்டிருந்தது. வீட்டுக் கதவு உள்பக்கமாக மூடியிருந்தது. மழைக்காக மூடியிருக்கக்கூடும்.

கிருபா தன்னுடைய கராஜ் அறையில் வந்து மல்லாக்கப் படுத்துக்கொண்டு காத்திருந்தான். என்னென்ன எப்படி எப்படி என்று கனவு கண்டுகொண்டிருந்தான். எவ்வளவு நேரம் என்று தெரியவில்லை. அப்படியே தூங்கிவிட்டான்.

சற்று நேரத்திற்குப் பின் வீட்டுக்கதவு திறக்கப்படும் சத்தம் கேட்டது.

கிருபா விழித்துக்கொண்டான். இருந்தாலும் தூங்குவது போல பாவனை செய்தான். லலிதாதான். வாசம் வந்தது.

லலிதா வந்ததும் தூங்கிக்கொண்டிருக்கும் கிருபாவைப் பார்த்தாள். தலையைக் கோதிவிட்டாள். கன்னங்களைப் பிடித்துக் கொஞ்சினாள். மேலிருந்து கீழே அவனை முழுமையாக ரசித்துப் பார்த்தாள். அவன் தூங்கவில்லை என்பது அவளுக்குத் துருத்திக்கொண்டு தெரிந்தது. கட்டிலில் அமர்ந்தாள். அவனது இடுப்பில் கை வைத்து வருடினாள். மென்மையாக. அவன் கூச்சத்தைக் கட்டுப்படுத்த முடியாமல் சிரிக்கத் துவங்கினான்.

"தூங்குறயடா பொறுக்கி தூங்குறயா," என்று அவனைக் கிள்ளு கிள்ளு என்று கிள்ளினாள்.

கிருபா அவளை மார்பில் சாய்த்துக்கொண்டான்.

பெண்களைப் பொறுத்தவரையில் உலகிலேயே பாதுகாப்பான இடம் அவள் விரும்பும் ஆணின் மார்புதான். கிருபாவுக்குக் குளிக்கும்போது பாடிய பாடல் நினைவுக்கு வந்தது.

"செண்ட் போட்டுருக்கியாடா?"

"ம்ம்ம் ஆமா..."

"உன்னை யார் அதெல்லாம் போடச் சொன்னா"

"சும்மாதான்"

"எனக்குப் பிடிக்கவே இல்ல."

"ஏன், வாசனை ஒத்துக்கலயா?"

"இல்ல, எனக்கு உன் வாசனைதான் வேணும்."

கிருபாவுக்கு இப்பொழுது வாங்கி வந்த மல்லிப்பூவும் அல்வாவும்

ஞாபகத்திற்கு வந்தது. எழுந்து மல்லிப்பூவை எடுத்து அவளிடம் கொடுத்தான்.

"என்ன செய்யணும்ன்னு உனக்குத் தெரியாதா?"

"தெரியும்."

"அப்புறம்?"

"உன் வாயால கேட்கணும்."

"என்னன்னு."

"என்னங்க, நீங்களே வச்சி விடுங்கன்னு," கிருபா பெண் குரலில் பாவனை செய்தான்.

"ச்சீ....", லலிதா இரண்டு கைகளாலும் கண்களை மூடிக்கொண்டாள். வெட்கமாம்.

கிருபா விலக்கிவிட்டுப் பார்த்தான். இன்று இரவு இரண்டும் அவனுக்குத்தான்.

மல்லிப்பூ வைத்துவிடுவதற்காக அவளைத் திருப்பினான். நான்கும்.

முதல்முறை என்பதால் எப்படி பூ வைத்துவிடுவது என்று தெரியாமல் தடுமாறினான்.

"இதுக்கே தடுமாறினா மத்ததுலாம் எப்படி" என்றபடி அவளே சூடிக்கொண்டாள்.

"மத்ததுக்கெல்லாம் தடுமாற மாட்டேன்."

"நல்லா தடுமாறாம இருந்தீங்க. அதான் கண்ணைப் பார்த்தாலே தெரியுதே" என்று அவன் மாரில் கைவைத்து கட்டிலுக்குத் தள்ளிவிட்டாள்.

"அல்வா சாப்பிடலையே?"

"அது அப்புறம் சாப்பிடலாம்."

"எப்புறம்?"

"ரெண்டு பேரும் டயர்டா இருப்போம்ல அப்புறம்"

இருவரும் சேர்ந்து போர் இலக்கியம் எழுதினார்கள். அன்றைய இரவு நிகழ்த்தப்பட்ட போர்களில் அவளே ஆதிக்கம் செலுத்தினாள்.

விடிந்தபோது அல்வா தீர்ந்திருந்தது.

# 26

*2003*ன் பிற்பகுதி.

ஈராக்கிடம் உலகை அச்சுறுத்தக்கூடிய அதிபயங்கர ரசாயன ஆயுதங்கள் இருப்பதாகக் காரணம் காட்டி அமெரிக்கா அதன் மீது போர் தொடுத்தது. அமெரிக்காவும் பிரிட்டிஷூம் ராமனும் லட்சுமணனும் போல. அண்ணன் போனால் கூடவே தம்பியும் போய்விடுவார் போருக்கு. ஆபரேஷன் டெலிக் என்கிற பெயரில் பிரிட்டிஷ் ராணுவமும் ஈராக்கில் களம் புகுந்தது. ஆஸ்திரேலியா, போலந்து நாடுகளும்.

இக்கூட்டணி இருபத்தி நான்கு ஆண்டுகால சதாம் உசேன் ஆட்சியை முடிவுக்குக் கொண்டு வந்தது. அதன் தொடர்ச்சியாக நடந்த ராணுவ நடவடிக்கையில் சதாம் உசேனின் இரண்டு மகன்களும் கொல்லப்பட்டனர். சதாம் உசேனும் பிடிபட்டார்.

இவையெல்லாம் நடந்து முடிந்த சமயத்தில் இங்கிலாந்தில் ஜேம்ஸ் அவனது காதலி லிஸாவை மனைவியாக்கி இருந்தான். அதைத் தொடர்ந்து ஜேம்ஸூக்கு ஈராக் செல்வதற்கான ஆணையும் வந்தது. ஆறு மாதங்கள். கிறிஸ்துமஸ் கொண்டாட்டங்களைப் புது மனைவியோடு கொண்டாடலாம் என்று காத்திருந்த ஜேம்ஸூக்கு அச்செய்தி வருத்தத்தைத் தந்தது. இப்பொழுது யோசித்துப் பார்த்தால் சென்னையில் அவன் கணக்கு வழக்கு இல்லாமல் கழித்த காலங்களை ஒப்பிட்டால் ஈராக் தினங்கள்

அத்தனை மோசமில்லை. இம்மாதிரி அண்டை நாட்டு ஆபரேஷன்களுக்கு அனுப்பும்போது இத்தனை மாத காலம் என்று போர்வீரர்களுக்கு முன்பே சொல்லிவிடுவார்கள். போரில் உயிர் கியிர் போய்விட்டாலொழிய குறிப்பிட்ட காலத்தில் திரும்பிவிடலாம். அந்த வகையில் ஜேம்ஸ் தன்னுடைய ஈராக் நாட்களை சகித்துக்கொண்டான்.

ஆனால் ஆஃப்கானிஸ்தானை ஒப்பிடும்போது ஈராக்கில் அவர்கள் கூடுதல் கவனமாக இருக்க வேண்டியிருந்தது. எந்நேரமும் எங்கிருந்தேனும் ஸ்னைப்பர் அல்லது வெடிகுண்டு தாக்குதல் நடக்கலாம் என்பது போன்ற சூழல். தீவிரவாதத் தாக்குதல்களில் பொதுமக்களும் சேர்ந்து மரணமடைவது குறித்து அவர்கள் பெரிதாக அலட்டிக்கொள்ளவில்லை. ஐந்து ராணுவ வீரர்கள் கொல்லப்படுகிறார்களா, கூடவே மக்களில் இருவரும் கொல்லப்படும் சூழலா, பரவாயில்லை சாகட்டும் என்று அவர்கள் நினைத்தார்கள். அதன் காரணமாக அங்கே மிகக் கவனமாக நாட்களைக் கழிக்க வேண்டியிருந்தது.

ஜேம்ஸ் பாக்தாத்தில் இருந்தபோது சதாம் உசேனின் மூத்த மகன் உதய் உசேனின் கார் கராஜை பார்க்கும் வாய்ப்பு கிடைத்தது. உதய்யின் கார் கலெக்‌ஷனில் ஆயிரத்து முன்னூறு கார்களுக்கு மேல் இருந்ததாகக் கூறப்படுகிறது. இருப்பினும் அமெரிக்க நிறுவனம் உதய்யின் மரணத்திற்குப் பிறகு கராஜை கைப்பற்றியபோது அங்கே முன்னூற்றி இருபத்தி எட்டு கார்களே இருந்திருக்கின்றன. அவற்றில் பெரும்பாலும் ரோல்ஸ் ராய்ஸ், ஃபெராரி, போர்ஷ், பென்ஸ், மெர்ஸிடிஸ் கார்கள்.

ஜேம்ஸ் ஆப்கானிஸ்தானில் மரணத்தை அருகில் சென்று பார்த்துவிட்டு வந்தான். ஈராக்கில் அவனுக்கு ஒரு சிறிய காயம் கூட ஏற்படவில்லை. செய்யவேண்டிய விஷயங்களை எல்லாம் அவனுக்கு முன்பே அமெரிக்க - பிரிட்டிஷ் ராணுவம் செய்து முடித்திருந்தன. ஈராக் பயணம் முடிந்து நாடு திரும்பினான் ஜேம்ஸ். என்னதான் அவன் தனி ராணுவ வீரனாக பெரிதாக எதுவும் சாதிக்கவில்லை என்றாலும் அவன் இரண்டு முக்கியமான போர்களில் தன் நாடு சார்பாக பங்கேற்றிருக்கிறான். அதனால் அவன் நாடு திரும்பியதும், பெலீஸ் பயிற்சி முகாமுக்கு அனுப்பப்படுவான் என்று எதிர்பார்த்தான். ஒருவரை பெலீஸ் பயிற்சி முகாமுக்கு

அனுப்புவது என்பது பிரிட்டிஷ் ராணுவத்தில் கௌரவமான விஷயமாகக் கருதப்படுகிறது. அதற்கு சில காரணங்கள். அவற்றில் முக்கியமானவை பெலீஸில் காட்டுப்பகுதியில் போர் புரிவதற்கான பிரத்யேகப் பயிற்சி வழங்கப்பட்டது. மேலும் அங்கே ஒப்பந்த முறையில் அமெரிக்க ராணுவத்திடம் இருந்து பயிற்சி பெறும் வாய்ப்பு இருந்தது.

ஜேம்ஸ் எதிர்பார்த்தது போல பெலீஸுக்கு அனுப்பப்படவில்லை. மாறாக ஸெண்டா பயிற்சி மையத்திற்கு அனுப்பப்பட்டான். அதனை ஜேம்ஸ் அவமரியாதையாக உணர்ந்தான்.

ஜேம்ஸ் தன்னுடைய பணியிடங்களில் மூன்று விஷயங்களைக் கவனிப்பான். முதலாவது, பணியிடத்தில் அவனுக்குக் கிடைக்கும் மரியாதை. இரண்டாவது, பணம். மூன்றாவது, தனிப்பட்ட வாழ்க்கைக்கான ஸ்பேஸ். இந்த மூன்றில் ஏதாவது இரண்டு கிடைத்துவிட்டால் மூன்றாவதை தியாகம் செய்துவிடலாம். அதாவது அவனது பணியிடத்தில் அவன் மிகுந்த மரியாதையுடன் நடத்தப்படுகிறான். அவன் குடும்பத்துடன் நிம்மதியாக நேரத்தைச் செலவு செய்ய முடிகிறது. ஆனால் சம்பளம்தான் கொஞ்சம் குறைவு என்றால் மற்ற இரண்டு விஷயங்களுக்காக மூன்றாவது விஷயத்தில் கொஞ்சம் விட்டுக்கொடுக்கலாம். அல்லது மூன்றில் ஒன்று மட்டும்தான் கிடைக்கிறது என்றால் கூட, கழுதை போய் தொலையட்டும் என்று பற்களைக் கடித்துக் கொண்டு காலத்தைக் கடத்தலாம். பாராசூட் படையில் மூன்றுமே அவனுக்குக் கிடைக்காததுபோலத் தோன்ற ஆரம்பித்துவிட்டது. ஆஃப்கானிஸ்தான், ஈராக் போரில் பங்கெடுத்ததற்கான உரிய அங்கீகாரம் அவனுக்குக் கிடைக்கவில்லை. போதாதகுறைக்கு ஈராக்கில் இருந்து திரும்பி வரும்போது ஃபிளைட்டில் ஏதோ சந்தோஷத்தில் கொஞ்சம் சரக்கு போட்டுவிட்டு ஏர் ஹோஸ்டஸிடம் தகராறு செய்துவிட்டான். அதற்காக இருபது கிலோ எடையைத் தூக்கிக்கொண்டு கிரவுண்டை ஐம்பது சுற்றுகள் ஓடவேண்டுமென சார்ஜண்ட் உத்தரவிட்டார். ராணுவத்தில் இருக்கும் காரணத்தினால் அவனுக்கு பெரிய ஊதியம் கிடைக்கிறது என்றும் சொல்ல முடியவில்லை. வெவ்வேறு துறையில் உள்ள அவனது நண்பர்கள் அவனை விட நன்றாகவே சம்பாதிக்கிறார்கள். மேலும் ஈராக்கில் அமெரிக்க ராணுவ வீரர்களுடன் நெருக்கமாக பழகிய ஜேம்ஸுக்கு அவர்களுக்குக் கிடைக்கும் சலுகைகள் மனதை

உறுத்தியது. அமெரிக்க வீரர்களுக்கு போர்முனையில் ஆப்பிள் துவங்கி ஆப்பிள் வரை எல்லாமே கிடைத்தன. சரி, நிம்மதியாக குடும்பத்துடன் நேரம் செலவிடவாவது முடிகிறதா என்றால் கிறிஸ்துமஸ் நேரம் என்றால் கூட களத்திற்கு அனுப்புகிறார்கள். இதையெல்லாம் மனதில் வைத்துக்கொண்டு ஜேம்ஸ் ராணுவத்திற்கு முழுக்கு போடும் முடிவை எடுத்தான்.

# 27

மணிகண்டனுடைய கைகளுக்கு அந்த மூன்று துண்டு பீடி வந்து சேர்ந்தது. ஜேம்ஸ்தான் அதனை அவனுக்குத் தருவித்தான்.

ஜேம்ஸ் ஏற்கனவே சில மாதகாலம் சிறையில் இருந்தபோது அவனுக்கு அது பழக்கமாகியிருந்தது. முதலில் பீடி (அவனுடைய மொழியில் இண்டியன் சிகரெட்). அப்புறம் அவனிடம் இருந்த மிதமிஞ்சிய டோக்கன்கள் காரணமாக அவன் தேடாமல் அவனுக்கு மூன்று துண்டு பீடி கிடைத்தது.

மணிகண்டன் அதனைப் பற்ற வைக்கும் முன்பு ஜேம்ஸ் அவனுக்கு சில விதிமுறைகளைச் சொல்லித்தந்தான் -

- நிறைய இழுக்காதே.
- புகையைக் கொஞ்சமாக இழுத்து, சில நொடிகள் உள்ளே வைத்திருந்து வெளியே விடு.
- உடனடி பலனை எதிர்பார்க்காதே. காத்திரு.
- தண்ணீர் தாகம் எடுக்கும். (ஜேம்ஸ் ஏற்கனவே அவனுக்காக தண்ணீர் தயாராக வைத்திருந்தான்).
- நிறைய யோசிக்காதே.

மணிகண்டன் எல்லாவற்றிற்கும் தலையை ஆட்டிவிட்டு பற்ற வைத்தான். முதல் முறை புகையை இழுத்துவிட்டான். ஒன்றும்

நடக்கவில்லை. இரண்டாம் முறை புகையை இழுத்துவிட்டான். ஒன்றும் நடக்கவில்லை. மூன்றாம் முறையில் அவன் சிரிக்கத் துவங்கினான். சிரித்தான், சிரித்தான், சிரித்தான், சிரித்தான், சிரித்தான், சிரித்தான், சிரித்தான், சிரித்தான், சிரித்தான், சி ரி த் தா ன்.

அவனது கண்கள் பனித்தன, இதயம் இனித்தது. உதடுகள் வறண்டன. ஏராளனமான தண்ணீரைக் குடித்தான். உதடுகள் வறண்டது வறண்டதாக இருந்தது. ஐந்து நிமிடங்களை ஐந்து நொடிகளாக உணர்ந்தான்.

அவன் தரையிலிருந்து எழுந்தபோது அவன் நிழலெல்லாம் ரத்த நிறத்தில் பரவியது. நியான் சிவப்பு ரத்தம். சட்டென உலகத்தை ஃபோட்டோஷாப்பில் கொடுத்து வைப்ரண்ட் ஃபில்டர் போட்டு விட்டது போல எல்லாமே பளிச்சென்று மாறியது. நகங்கள் ஒளிர்ந்தன. சிறைத் தொகுதியை விட்டு வெளியே வந்தான். சூரியன் அவனைப் பார்த்ததும் உற்சாகமாகக் கூடுதல் ஒளியை உமிழ்ந்தது. திரைப்படங்களில் எல்லாம் ஸ்லோ மோஷனில் நடப்பதுபோல அவன் ஃபாஸ்ட் மோஷனில் நடந்துகொண்டிருந்தான். அவன் நடந்து கடந்த இடங்களையே மீண்டும் மீண்டும் கடந்து கடந்து கடந்து கடந்து கடந்துகொண்டிருந்தான். அவன் ஒரு கணம் வீடியோ கேமில் வரும் ஒரு கதாபாத்திரமாக மாறினான். அடுத்த கணம் ஆழ்கடலில் பறக்கும் மீனானான். ஆகாயத்தில் நீந்தும் பருந்தானான். அவனது ஒவ்வொரு காலடியும் டிராம்போலின் குதியாக குதித்தன. மூன்று பரிமாணங்களும் ஒன்றோடொன்று போட்டிபோட்டுக்கொண்டு அவனது காலில் வந்து விழுந்தன. கட்டடங்கள் சாய்ந்துகொண்டிருந்தன. ஆகாயம் வழிந்து ஊற்றிக்கொண்டிருந்தது. அவன் ஒவ்வொருமுறை தனது கரங்களை வீசி நடந்தபோதும் இரண்டு கனமான தேக்கு மரங்களை நகர்த்துவதுபோலத் தோற்றமளித்தது. தோற்றம் மட்டும்தான். கனமில்லை. அவனது ஒவ்வொரு மெல்லிய அசைவும் ஏதோ மலையை நகர்த்திப் போடும் தோற்றத்தினைக் கொடுத்தது. அவன் சட்டையிலிருந்த துணியின் ஒவ்வொரு நூலையும் அவன் உணர்ந்தான். அவனது கைலி அவனது கால்களில் உரசுவதைக் கூட துல்லியமாக உணர்ந்தான்.

எங்கோ சாலையில் ஓடும் ஆட்டோவின் டுர்ர்ர்ர்ர்ர்ர் இங்கிருந்த படியே அவனது காதுகளுக்குக் கேட்டது. சிட்டுக்குருவியின் கீச்சு,

கூவம் நதியின் சலசலப்பு, செண்ட்ரல் ரயில் நிலைய அறிவிப்பு, பிளாட்பாரத்தில் விற்கும் வாழைப்பழம் எல்லாமே துல்லியமாகக் கேட்டது. அவன் தலையைச் சுற்றி ஒரு ஹெலிகாப்டர் பறந்தது. அதன் இறக்கை சப்தம் எட்டு பரிமாணங்களில் ஒலித்தது.

அவன் படுத்தான். ஒரு கணம் ஆழ்கடலில் மூழ்கி, அடுத்த கணம் ஆகாயத்திற்குப் பறந்து, ஆழ்கடலில் மூழ்கி, ஆகாயத்திற்குப் பறந்து, ஆழ்க்கடலில் மூழ்கி, ஆகாயத்திற்குப் பறந்து, ஆழ்க்கடலில் மூழ்கி, ஆகாயத்திற்குப் பறந்து.... ம்ஹூம் எழுந்துகொண்டான். அவனது சிந்தனைகள் ஒரு இடத்தில் நிற்கவே இல்லை. ஒரு கணம் சின்ன வயதில் தாத்தாவுடன் விளையாடிய விளையாட்டு, மூன்றாம் வகுப்பு இரட்டைக் குடுமி நிர்மலா, கால்பந்து சைஸ் பந்தை கிரிக்கெட் மட்டையைக் கொண்டு அடிக்கும் வினோத் காம்ளி, நூற்றி இருபதாவது மாடியில் லிஃப்ட் வைத்த சிறை, மேகங்களில் உட்கார்ந்துகொண்டு துடுப்பு போடும் மீனவன் என்று நினைவுகள் தறிகெட்டு அலைபாய்ந்தன.

அவன் ஒரு காரை எடுத்துக்கொண்டு அதுவரை அவன் போயிராத தேசங்களுக்கு பறந்து போனான். பர்மா, ப்ரெஸில், மெக்ஸிகோ, ஜமைக்கா, ஜப்பான்! அவனது தலைக்கு மேல் ஆங்கில, தமிழ் மற்றும் இன்னும் கண்டுபிடிக்காத ஒரு மொழியின் வார்த்தைகள் மிதந்துகொண்டிருந்தன. அவன் ஒரு இசைக்கலைஞனைப் போல புதிய இசையை உருவாக்கிக்கொண்டே இருந்தான். அடுத்த நொடியில் அவன் இசைக்கருவியானான். அதற்கடுத்த நொடியில் அவனே இசையானான்.

அதீத பசி. அந்நேரம் பார்த்து கையில் அதிகம் உணவுப் பொருட்கள் இல்லை. ஜேம்ஸ் அவன் வைத்திருந்த மேரி பிஸ்கட் பாக்கெட்டைக் கொடுத்தான். அதன் கவரை பிரிக்கும் சப்தம் ஆயிரம் வாலா சரவெடி ! பிஸ்கட்டை கடித்தான். பிஸ்கட்டில் உள்ள ஒவ்வொரு லேயரையும் தனித்தனியாக உணர்ந்தான். மைதா, உப்பு, சர்க்கரை. ஒவ்வொன்றின் சுவையையும் தனித்தனியாக உணர்ந்தான்.

யாராவது ஏதாவது பேசினாலே சிரிப்பு சிரிப்பாக இருந்தது. அன்பரசு அவனைப் பிடித்து "ண்ணா, இப்படி உட்காருங்க" என்றான். அதைக் கேட்டதும் மணிகண்டன் தன் வாழ்வின் மிகப்பெரிய நகைச்சுவையைக் கேட்டதுபோல சிரிக்கத்

துவங்கினான். இப்படி எப்படி உட்காருவது, இப்படி எப்படி உட்காருவது என்று சொல்லிச் சொல்லிச் சொல்லிச் சொல்லி சிரித்தான்.

மணிகண்டன் நடந்தபோது அவனது காலடியில் உள்ள ஒவ்வொரு மண் துகளையும் தனித்தனியாக உணர்ந்தான். அவன் மீது பட்ட காற்றின் மூலக்கூறுகள் ஒவ்வொன்றையும் தனித்தனியாக உணர்ந்தான்.

அந்த மாபெரும் மத்திய சிறையை பருந்துப் பார்வையில் பார்த்தான். அருகே ஜீவநதி நியான் நீலத்தில் சலசலத்துக் கொண்டு ஓடியது. செண்ட்ரல் ரயில் நிலைய மணிக்கூண்டு வேகமாகச் சுற்றியது. தீவுத்திடலில் ராட்டினங்கள் சுற்றிக்கொண்டிருந்தன. மெரினாவின் மொத்தக்கரையையும் ஒரே ஃபிரேமில் பார்த்தான். வங்காள விரிகுடாவின் ஆழத்தை ஆகாயத்திலிருந்து பார்த்தான். இந்தியாவிற்கும் இலங்கைக்கும் இடையே இருந்த மணல் திட்டுகளைப் பார்த்தான். இந்தியப் பெருங்கடலையும், பசிஃபிக் பெருங்கடலையும் ஒருசேர பார்த்தான். மொத்த பூமிப்பந்தையும் பார்த்தான். பிரபஞ்சத்தில் கரைந்தான்!

# 28

அன்றைய இரவிற்குப் பிறகு அண்ணன் எப்பொழுது போவான், திண்ணை எப்பொழுது காலியாகும் என்று காத்திருக்கத் துவங்கினான் கிருபா.

கிருபாவும் லலிதாவும் ராத்திரி ராத்திரியாகக் கூடினார்கள். சீக்கிரமே பகல் பகலாகவும்.

இருவரும் ஒருவருக்காக ஒருவர் உடலையும், உடைகளையும் பேணத் துவங்கிவிட்டார்கள்.

"கிருபா, நீ அவசரமாக ராத்திரிக்குள் நகம் வெட்டிக்கொள்ள வேண்டும்."

"ஏண்டா லலி" (இப்பொழுது மேடம் கீடம் எல்லாம் போயே போச்சு. லல்லி என்று அழைத்தால் லலிதாவின் உயிருக்கும் மெய்க்கும் வலிக்கும். அதனால் லலி)

"ப்ச், எல்லா நகமும் வெட்டலைன்னா கூட பரவாயில்லை. ஆள்காட்டி அப்புறம் நடுவிரல் இது ரெண்டுல மட்டுமாவது உடனே வெட்டிக்கோயேன்."

கிருபா லலிதாவுக்கு வெள்ளியில் இடுப்புக்கொடி வாங்கி வந்து கொடுத்தான். அவளோடு இருக்கும் வேளைகளில் அவளுக்கு அதனை அணிவித்து அழகு பார்த்தான். அதனை மட்டும்.

லலிதா ஃபேன்ஸி ஸ்டோர்களில் ஏறியிறங்கி பெண்கள் பயன்படுத்தும் ரேஸர் வாங்கினாள். அதைப் பார்த்த கிருபா இளஞ்சிவப்பு நிறத்தில் புத்தம் புதிதாக பூத்த ரோஜா மலரைப் பார்த்தவனைப் போல குதூகலித்தான்.

"உனக்கும் ஒரு ரேஸர் வாங்கித் தரட்டுமா?"

"காயம் கீயம்..."

"அதெல்லாம் ஸேஃப்தான். நான் வேணும்னா பண்ணிவிடுறேன்..."

"இல்லை, நானே பண்ணிக்கிறேன். ஆனால் இங்கப்பாரேன்..."

அவள் கையருகே தன் கையை வைத்து அவனது அடர்கறுப்புத் தோல் நிறத்தைச் சுட்டிக்காட்டினான்.

"என்ன இப்ப?"

"என் கலரைப் பாரு. எவ்ளோ கருப்பா இருக்கேன்."

"ஆஹ்ன். எனக்கு கறுப்புதான்பிடிக்கும்."

"அப்ப சரி."

"மார்ல மட்டும் ஷேவ் பண்ணாத."

லலிதா கிருபாவுக்கு அழகழகான சட்டைகள் வாங்கிக்கொடுத்தாள். தலை வாரிவிட்டாள். அவனை அழகான ஆடவனாக மாற்றினாள்.

ஒருமுறை கிருபாவும் லலிதாவும் கூடிக்கொண்டிருந்த சமயம். கிருபா ஒரு வரையாட்டைப் போல மேய்ந்துகொண்டிருந்தான். எப்பொழுதும் அப்படித்தான். கிருபா மலைமுகடுகளில் இருந்து சமதளத்திற்கு இறங்கினான். லலிதா அவளது பிடரியைப் பிடித்து இன்னும் கீழே தள்ளினாள். கிருபா தட்டுத்தடுமாறி சரியான பாதையைப் பிடித்துக்கொண்டான்.

கலவியின் போது ஒவ்வொரு ஆணும் பெண் உடலில் அதிகம் ரசிக்கும் பாகம் எது தெரியுமா? பெண்ணின் முகம்தான். அன்றைய தினம் கிருபா செய்த காரியத்தின்போது அவனால் அவளது முகத்தைப் பார்க்க முடியவில்லை. ஆனால் அவள் எழுப்பிய ஒலியின் வாயிலாக அவளது முகம் அப்போது எப்படி இருந்திருக்கும் என்று கற்பனை செய்து பார்த்தான். அவள் அக்கணத்தில் பேரழகியாகத் தெரிந்தாள். அன்றுதான் அவன்

முதல்முறையாக ஆடவனாக உணர்ந்தான். அதன் பிறகு தினம் தினம் ஆடவன்தான்.

பழைய எம்.ஜி.ஆர். பாடல் ஒன்று. அதிலே எம்.ஜி.ஆரும் என்.எஸ்.கிருஷ்ணனும் மாறி மாறி புதிர் கேள்வி கேட்டு, பதில் சொல்லிப் பாடுவார்கள்.

அதிலே கடைசியாக எம்.ஜி.ஆர்., "உலகத்திலே பயங்கரமான ஆயுதம் எது ?" என்பார்.

என்.எஸ்.கிருஷ்ணன் ஒவ்வொரு ஆயுதமாகச் சொல்வார்.

"கத்தி"

"இல்ல"

"கோடாரி"

"இல்ல"

"ஈட்டி"

"ம்ஹூம்"

"கடப்பாரை"

"இல்ல"

"அதுவுமில்லையா... அக்கினித்திராவகமா இருக்குமோ.. அது ஆயுதம் இல்லையே..."

வேறு வழியில்லாமல், "அட, நீயே சொல்லப்பா" என்பார் என்.எஸ்.கே.

கடைசியில் அந்த பயங்கரமான ஆயுதம் நாக்குதான் என்று சொல்லி முடிப்பார் எம்.ஜி.ஆர்.

அது எத்தனை கருத்தாழமிக்க பாடல் என்பதை கிருபா அன்று உணர்ந்தான்.

# 29

*2004.*

ஜேம்ஸ் பாராசூட் படையில் இருந்து விலகி அப்போதுதான் ஜி ஃபோர்ட் என்கிற ஒரு அமெரிக்கத் தனியார் நிறுவனத்தில் பணியில் சேர்ந்திருந்தான். அவனது நிறுவனம் எங்கேயோ சிலிக்கான் வேலியில் ஸாஃப்ட்வேர் நிரல்கள் எழுதும் நிறுவனமாக இருந்திருந்தால் யாருக்கும் எந்த பிரச்சனையும் இருந்திருக்காது. ஆனால் அது ஒரு தனியார் ஒப்பந்தப் படை. கிட்டத்தட்ட பிரைவேட் ராணுவம் என்று எடுத்துக்கொள்ளலாம். நிலத்திலும், நீரிலும் தேசங்களையும் அதன் உடைமைகளையும் பாதுகாப்பது அந்நிறுவனத்தின் பணி, அதற்குத்தகுந்த ஊதியத்தைத் பெற்றுக்கொண்டு. குறிப்பாக, கடற்கொள்ளையர்களிடம் இருந்து கப்பல்களைப் பாதுகாக்கும் பணி.

முதலில் ஜேம்ஸ் ஜி ஃபோர்ட் பற்றிக் கேள்விப்பட்டபோது இருபத்தி ஓராம் நூற்றாண்டில் கடற்கொள்ளையர்களா என்று நினைத்தான். பின்னர் அதுகுறித்து ஆராய்ந்தபோது சோமாலிய கடற்கொள்ளையர்கள் இந்தியப் பெருங்கடலில் சிறிய கப்பல்களையும், அதன் பணியாளர்களையும் பிடித்து வைத்துக்கொண்டு கோடிகளில் பேரம் பேசுவது பற்றித் தெரிந்துகொண்டான்.

ஜி ஃபோர்ட் நிறுவனம் பேசிய ஊதியம் ஜேம்ஸின் வழக்கமான ஊதியத்தைவிட கிட்டத்தட்ட மூன்று மடங்கு அதிகம்.

அது மட்டுமில்லாமல் பிரிட்டிஷ் சட்டத்தின்படி கப்பலில் பணிபுரிபவர்களுக்கு வருமான வரி கிடையாது. அங்கே நிர்மலா சீதாராமன்கள் இல்லை. அதனால் ஜேம்ஸ் வாங்குவதை அப்படியே முழுவதுமாக பாக்கெட்டில் போட்டுக்கொள்ளலாம். ஆயுதங்களைக் கையாள்வதில் அவனுக்கு ஏற்கனவே பரிச்சயம் இருந்ததாலும், கடற்கொள்ளையர்களை எளிதாக சமாளித்துவிடலாம் என்று அவன் உளமார நம்பியதாலும் அவன் அப்பணியை ஏற்றுக்கொண்டான். கடற்கொள்ளையர்களை சமாளித்துவிடலாம் என்று அவன் நம்பியதற்குக் காரணம் காட் *(Khat)*.

காட் என்பது தென்கிழக்கு ஆஃபிரிக்க நாடுகளில் வளரும் ஒரு தாவரம். காட் இலைகள் தேயிலையையும் காபிக் கொட்டைகளையும் போன்றதுதான். அதனைக் கொண்டு உற்சாகம் தரும் பானம் தயாரிக்கலாம். காபியையும் டீயையும் விட சற்று கூடுதலாகவே உற்சாகம் தரும். கிட்டத்தட்ட கஞ்சா அளவிற்கு. கொஞ்சம் காட் எடுத்துக்கொண்டால் அடுத்த பதினைந்தே நிமிடங்களில் மாற்றம், முன்னேற்றம்தான். மூளை சொல்வதை உடல் துரித வேகத்தில் கேட்க ஆரம்பிக்கிறது. இதன் நுகர்வு இண்ட்ரோவெர்ட்ஸ் என்கிற இனத்திற்கு மிகப்பெரிய ஆபத்து. கடற்கொள்ளையர்கள் காட் உட்கொள்வதற்கு முக்கியமான இரண்டு காரணங்கள் - ஒன்று, அது அவர்களுக்கு பசியை மறக்கச் செய்கிறது. இரண்டு, அவர்களுக்கு கடற்போர்களில் கூடுதல் உத்வேகத்தைத் தருகிறது. ஆனால் சோமாலியர்கள் மறந்துவிட்ட ஒரு விஷயம் - காட் தரும் பலன்கள் தற்காலிகமானவையே. தொடர்ச்சியாக காட் எடுத்துக் கொள்பவர்கள் பல்வேறு உடல் மற்றும் மன உபாதைகளுக்கு ஆளாகின்றனர், புற்றுநோய், இதயநோய் உட்பட.

ஆகையால் தெளிவான, தீர்க்கமான ஒரு ஆண், காட் பழக்கத்திற்கு அடிமையான சோர்வான ஆணை எளிதாக வீழ்த்திவிடலாம் என்று ஜேம்ஸ் புரிந்து வைத்திருந்தான்.

ஜேம்ஸ் பணிக்குச் சேர்ந்ததும் அவனையும் அவனது பிரிட்டிஷ் சகாக்களையும் எம்.வி. ஸீஃபோர்ஸ் என்கிற கப்பலில் அமர்த்தப்பட்டார்கள். அக்கப்பல் ஒரு நடமாடும் ஆயுத / ஆள் கிடங்கு. இந்தியப் பெருங்கடலில் ரோந்து செய்துகொண்டிருக்கும். சுற்றுவட்டார கப்பல்களில் எங்கேனும் ஆட்களும் ஆயுதமும் தேவைப்பட்டால் ஸீஃபோர்ஸை தொடர்புகொள்வார்கள்.

ஜேம்ஸ் கப்பலேறிய முதல் ஒரு வாரத்தில் அவனுக்கு எந்தப் பணியும் ஒதுக்கப்படவில்லை. அவன் அதுகுறித்து வருத்தப்படவில்லை. சும்மா மிதந்துகொண்டு சம்பளம் வாங்குவதற்கு அவனுக்கு ஏன் கசக்கப்போகிறது.

ஜேம்ஸ் நன்கு படித்தவன். அவனுக்கு விதி போன்ற விஷயங்களில் நம்பிக்கை இல்லை. ஆனால் அன்றைய தினம் நடந்ததை எப்படி யோசித்துப் பார்த்தாலும் அவனால் ஏற்றுக்கொள்ளவே முடியவில்லை. ஹாங்காங்கிலிருந்து இலங்கைக்கு கார்களை இறக்குமதி செய்வதற்காக ஒரு கப்பல் கிளம்பியது. அதற்கு முன்னெச்சரிக்கை நடவடிக்கையாக ஆள் பலமும் ஆயுதங்களும் தேவைப்பட்டன. அதற்கு ஸீஃபோர்ஸில் இருந்து ஒரு டஜன் வீரர்கள் கிளம்பிப் போனார்கள். அவர்களுடன் கப்பலில் இருந்த மற்ற ஐந்து பிரிட்டிஷ் வீரர்களும் புறப்பட்டாயிற்று. ஜேம்ஸூம் அவர்களுடன் போயிருக்க வேண்டும். அன்றைக்கென்று அவனுக்கு உடல்நிலை கொஞ்சம் சரியில்லை. அதனால் அவன் பின்வாங்க வேண்டியதாகப் போயிற்று.

அப்பொழுது அவர்களின் கப்பல் இந்தியாவிற்கும் இலங்கைக்கும் இடையே சர்வதேச கடல் பகுதியில் நங்கூரம் பாய்ச்சப்பட்டு நிறுத்தி வைக்கப்பட்டிருந்தது. ஜேம்ஸையும் சேர்த்து மொத்தம் இருபத்தி ஒன்பது பேர் கப்பலில் இருந்தார்கள். அவர்களில் பன்னிரண்டு இந்தியர்கள். அப்பொழுது கப்பலின் எரிபொருள் தேவைக்காகவும், உணவு மற்றும் குடிநீருக்காகவும் ஜி ஃபோர்ட் நிறுவனம் ஒரு சிறிய கப்பலை ஏற்பாடு செய்திருந்தது. ஸீஃபோர்ஸ் கப்பல் கரையிலிருந்து ஐம்பது நாட்டிக்கல் மைல் தொலைவில் இருந்தது. அவ்வளவு தொலைவிற்கு எரிபொருளை சுமந்துகொண்டு ஒரு சிறிய கப்பலால் வர முடியாது என்பதால் இரு கப்பல்களும் ஒருசேர முன்னேறி இடைப்பட்ட ஒரு இடத்தில் சந்தித்துக் கொள்ளலாம் என்று தீர்மானமானது. ஏற்கனவே அப்பகுதியில் புயல்காற்று வீசிக்கொண்டிருந்தது. சிறிய கப்பலால் தொடர்ந்து முன்னேற முடியாத சூழல். இன்னும் சற்று முன்னேறி எரிபொருளைப் பெற்றுக்கொள்ள முன்வந்தது ஸீஃபோர்ஸ். மிகுந்த போராட்டத்திற்குப் பிறகு இரண்டு கப்பல்களும் ஒன்றோடொன்று சந்தித்து, பண்டமாற்றம் செய்தது. ஜேம்ஸூம் மற்ற வீரர்களும் களைப்பாக வந்து உறங்கினர்.

அடுத்தநாள் கண் விழித்தபோது கப்பல் மிக மெதுவாக எங்கேயோ முன்னேறிக்கொண்டிருந்தது. ஜானிடம் கேட்டபோது இந்தியக் கடற்படை நம்மை விசாரிப்பதற்காக அழைத்துச் செல்கிறது என்று மட்டும் சொன்னான்.

"எதற்காக?"

"இரண்டு குற்றங்கள். ஒன்று, இந்தியக் கடல் எல்லையைக் கடந்தது. இரண்டு, சட்டவிரோதமான ஆயுதங்கள் வைத்திருந்தது."

இரண்டுமே உண்மை இல்லை என்று ஜேம்ஸ் நினைத்தான். ஆனால் முதலாவது விஷயத்தை அவனால் ஊர்ஜிதமாகச் சொல்லமுடியவில்லை. அதே சமயம் அவர்கள் நிஜமாகவே எல்லை தாண்டினார்கள் என்பதற்கு இந்தியக் கடற்படையிடம் எந்த ஆதாரமும் இல்லை. இரண்டாவதில் எந்தக் குழப்பமும் இல்லை. அவர்களிடம் இருந்த ஆயுதங்கள் அனைத்தும் சட்டபூர்வமானவை.

தூத்துக்குடி துறைமுகத்திற்கு இந்தியக் கடற்படைக் கப்பல் எம்.வி.ஸீஃபோர்ஸை கொண்டுசேர்த்தபோது மணப்பெண்ணை முதல்முறையாக கணவன் வீட்டிற்கு அழைத்து வருவதைப் போல தடபுடலாக வரவேற்பு ஏற்பாடு செய்யப்பட்டிருந்தது. நூற்றுக்கணக்கான மனிதர்கள் - கடற்படை வீரர்கள், காவல்துறையினர், கேமராக்களோடு மீடியா ஆசாமிகள்.

மறுநாள் காலையில் தமிழ்நாடு போலீஸ் அமெரிக்கக் கப்பலைச் சுற்றிவளைத்துப் பிடித்தது என்று செய்தித்தாள்கள் அலறின.

# 30

அன்பரசு நல்லிதயமும் மெல்லிதயமும் கொண்டவன்.

அவன் மென்மையான குடும்பப் பின்னணியிலிருந்து வருபவன். அவனது அப்பாவுடன் பிறந்த அண்ணன், தம்பி, அக்கா, தங்கைகள் ஐந்து பேர். அப்பாவையும் சேர்த்து ஆறு. ஆறு பேரில் நான்கு ஆண்கள், இரண்டு பெண்கள். இவர்கள் ஆறு பேருமே யாரிடமும் அதிர்ந்து பேசாதவர்கள். குறிப்பாக ஆண்பிள்ளைகள்.

ஒரு குடும்பத்தில் கணவன் - மனைவி என்று இரண்டு பேர் இருந்தால் அதில் யாராவது ஒருவரின் ஆதிக்கம் சற்று மேலோங்கியிருக்கும் அல்லவா. அன்பரசு குடும்பத்தைப் பொறுத்தவரையில், அவனது முந்தைய தலைமுறை ஆறு பேரும் தங்களுடைய வாழ்க்கைத் துணையின் ஆதிக்கத்திற்குக் கட்டுப்பட்டவர்கள். அந்தப் பழக்கம் அந்தத் தலைமுறையோடு நிற்கவில்லை. அடுத்த தலைமுறை, அதாவது அன்பரசின் பெரியம்மா, அத்தை வீட்டு வாரிசுகள் கூட தங்கள் இணையின் ஆதிக்கத்தை விரும்பி ஏற்றுக்கொண்டார்கள்.

அன்பரசும் குழந்தைப் பருவத்திலிருந்தே அப்படி மென்மையாக வளர்க்கப்பட்டவனே. சொல்லப்போனால் இன்னும் கூடுதல் மென்மையுடன். ப்ளீஸ், ஸாரி, தேங்க்ஸ் - இந்த மூன்று வார்த்தைகளில் உலகத்தையே ஆண்டுவிடலாம் என்கிற நம்பிக்கையில் வளர்க்கப்பட்டவன்.

மிக மிக சிறுவயதிலேயே சில விஷயங்களில் மிகவும் பக்குவப்பட்டவனாய் நடந்துகொண்டான் அன்பரசு. நான்கு வயதுக் குழந்தை அவன் அப்பாவிடம் போய், "அப்பா, நான் தெரியாம பண்ணிட்டேன். என்னை மன்னிச்சிடுங்க" என்று சொல்வதைக் கேள்விப்பட்டிருக்கிறீர்களா?

*Jack of all trades, master of none* என்பார்கள். அந்த மாதிரி சிறுவயதிலிருந்தே பல துறைகளில் (குறிப்பாக கலை சார்ந்த) அவனுக்கு ஈடுபாடு இருந்தது. ஓவியம் வரைவான், கவிதைகள் எழுதுவான், கதைகள் எழுதுவான். எல்லாவற்றிற்கும் மேலே அவன் ஒரு தேர்ந்த ரசிகன்.

அப்பொழுதெல்லாம் ஒரு திரைப்படம் ரிலீஸ் ஆகும் நாள் எப்படி முக்கியமோ, அதே மாதிரி பாடல் வெளியீடும் முக்கியமான ஒரு நாள். இன்று முதல் பாடல் வெளியீடு என்று நாளிதழ்களில் கால் பக்க விளம்பரம் வரும். இந்த சிங்கிள், டபுள் பிஸினெஸெல்லாம் கிடையாது. படத்தில் ஆறு பாடல்கள் இருந்தால் ஆறும் அன்றைக்கு ரிலீஸ். ஆடியோ கேஸட்டுகளின் காலம் அது. இன்றைய தினம் பாடல்கள் ரிலீஸ் என்றால், அதுவும் இளையராஜா, ரஹ்மான் இசையமைத்த படங்கள் என்றால் காலையிலேயே அன்பரசு மியூஸிக்கல்ஸ் கடைக்குப் போய் விசாரிக்கத் துவங்கிவிடுவான். ஆனால் பாட்டு கேஸட் கடைகளுக்கு வந்து சேர காலை பதினொரு மணிக்கு மேல் ஆகிவிடும். சில சமயங்களில் மாலை மூன்று மணி வரை கூட.

கேஸட் கையில் கிடைத்ததும் அதனை ஏ, பி என்று இரு பக்கமும் மாறி மாறிப் போட்டு தேய்த்துவிடுவான். அந்த இசையமைப்பாளரேகூட அத்தனை முறை அவர் இசையமைத்த பாடலைக் கேட்டிருக்கமாட்டார். அவனுக்கு ரஹ்மான் இசை என்றால் உயிர். ரஹ்மான் இசை அமைத்திருந்தால் அது பரசுராமாக இருந்தாலும் சரி, உதயாவும் இருந்தாலும் சரி, கேஸட்டை முதல் நாளே வாங்கிவிடுவான். அதே சமயம் அவனுக்கு இளையராஜாவின் இசையையும் பிடிக்கும்.

இளையராஜா மற்றும் ரஹ்மான் ஆகிய இருவருடைய இசையில் ஒருவருடையதை மட்டும் கொண்டாடிவிட்டு மற்றொருவருடையதைப் புறக்கணிப்பவர்கள் முட்டாள்கள். முன்னவரின் இசை துவண்டு போயிருக்கும் ஒரு மனிதனை

அரவணைத்துக்கொள்ளும், பின்னவரின் இசை அதே துவண்டு போயிருக்கும் மனிதனைத் துள்ளி எழுந்து ஆடச்செய்யும். அஃப்கோர்ஸ், முன்னவர் துள்ளி எழுந்து ஆடக்கூடிய பாடல்களையும் பின்னவர் மனதை ஆற்றுப்படுத்துகிற பாடல்களையும் கூட கொடுத்திருக்கிறார்கள்.

சரி, விஷயம் வேறு திசையில் போகிறது. அன்பரசு சின்ன வயதிலேயே வீடு முழுக்க கேஸட்டுகள் வாங்கிக் குவித்திருப்பான். வேறு வீடாக இருந்திருந்தால் அவனை அதற்காகவே திட்டித் தீர்த்திருப்பார்கள். ஆனால் அன்பரசு வீட்டில் அந்த ஸீன் லேது.

*It is very obvious*. அன்பரசுக்கு மற்ற விஷயங்களின் மீது ஈடுபாடு இருந்த அளவிற்கு பள்ளிக்கல்வியில் ஈடுபாடு இல்லை. ஆனால் மோசம் என்று சொல்ல முடியாது. கல்வியில் சராசரி. அதன் காரணமாக அவனுக்கு சென்னையின் சராசரியான கல்லூரியில்தான் இடம் கிடைத்தது. பி.காம்., படித்துவிட்டு அத்தோடு நிற்காமல் பி.ஜி.யும் படிக்க முற்பட்டது யாருடைய சாய்ஸ் என்று தெரியவில்லை.

எம்.பி.ஏ.வில் சேர்ந்தான். சென்னையின் புறநகர்ப் பகுதியில் உள்ள ஒரு கட்டுப்பாடுகள் நிறைந்த கல்லூரியில். அன்பரசு அதுவரை முழுக்க முழுக்க ஆண்கள் பள்ளி, கல்லூரியிலேயே படித்து வளர்ந்தவன். முதல்முறையாக இருபாலரும் பயிலும் கல்லூரி. பேருக்குத்தான். கல்லூரியில் ஆண்களும் பெண்களும் பேசிக்கொள்ளவே கூடாது. அப்படி தப்பித்தவறி பேசிவிட்டால் கல்லூரியின் நிறுவனரே ஒரு உருட்டுக்கட்டையை எடுத்துக்கொண்டு வேட்டியை மடித்துக் கட்டிக்கொண்டு வந்துவிடுவார்.

இந்த திடீர் கட்டுப்பாடுகள் அவனுக்கு ஒவ்வாமையை ஏற்படுத்தியது. மேலும் அவனுக்குக் கிடைத்த ஆண் நண்பர்களும் ஜடப்பொருட்களாக இருந்தார்கள்.

மனிதனாக இருந்தால் எதன் மீதாவது ஈடுபாடு இருக்க வேண்டும் அல்லவா. நல்ல இசையின் மீது. சினிமா பார்ப்பதின் மீது. புத்தகங்கள் படிப்பதின் மீது. கிரவுண்டுக்குப் போய் கிரிக்கெட்டோ, ஃபுட்பாலோ விளையாடுவதின் மீது. காயின்களோ ஸ்டாம்புகளோ சேகரிப்பதின் மீது. பயணங்கள் செல்வதன் மீது. ரத்த தானம் செய்வதின் மீது.

துரதிர்ஷ்டவசமாக அன்பரசின் உடன்படித்த ஆண்கள் இப்படி எதன் மீதும் ஈடுபாடு இல்லாமல் படிக்கவேண்டும், படித்து முடித்துவிட்டு வேலைக்குப் போக வேண்டும், சம்பாதிக்க வேண்டும் என்பதை மட்டுமே குறிக்கோளாகக் கொண்ட பிராய்லர் கோழிகளாக இருந்தார்கள்.

அதன் காரணமாக அன்பரசுக்கு கல்லூரியில் நண்பர்கள் என்று யாரும் வாய்க்கவில்லை. ஆடையில்லாமல் மக்கள் வாழுகின்ற ஊரில் கோமணம் கட்டியவன் கோமாளி என்பார்கள். அந்த மாதிரி அவனது வகுப்பில் அவன் ஒரு ஆட்-மேன் அவுட்டாக காலம் தள்ளி இரண்டு வருடப்படிப்பை முடித்தான்.

படித்து முடித்துவிட்டு ஒரு அக்கவுண்ட்ஸ் நிறுவனத்தில் பணியில் சேர்ந்தான். அவனது விருப்பத்திற்கு சற்றும் பொருந்தாத பணி. இருந்தாலும் பொருளீட்டுவதுதானே மானுடப்பிறவியின் பிரதான குறிக்கோள். அதுவும் ஆண்கள் என்றால் உத்தியோகம் புருஷலட்சணம் என்று சொல்லிவிடுவார்கள். அதனால் வேறு வழியின்றி அப்பணியில் தொற்றிக்கொண்டு ஆறேழு வருடங்களாக ஜீவித்துக் கொண்டிருக்கிறான். அவனது இயல், இசை, நாடக விருப்பங்கள் எல்லாம் குழிதோண்டிப் புதைக்கப்பட்டுவிட்டன. போதாக் குறைக்கு திருமண வயது வேறு நெருங்கிக்கொண்டிருந்தது.

இப்படியெல்லாம் விஷயங்கள் ஒருபுறம் நடந்துகொண்டிருந்த போதுதான் அன்பரசு வீட்டை விட்டு வெளியேறினான்.

# 31

ஜேம்ஸுக்கு மட்டும் ஏற்கனவே சென்னை மத்திய சிறை அனுபவமிருந்தது. வேடிக்கையைப் பாருங்கள் சென்னையிலேயே வசிக்கும் அன்பு, கிருபா, மணிகண்டன் மூன்று பேரும் அப்போதுதான் முதல் முறையாக சென்னை மத்திய சிறைக்கு வருகிறார்கள். ஆனால் எங்கேயோ பிரிட்டிஷ் மண்ணில் ஒரு கிராமத்தில் பிறந்த ஜேம்ஸ் ஏற்கனவே இங்கே வந்திருக்கிறான்.

ஜேம்ஸை முதன்முதலில் ரிமாண்ட் செய்தபோது பாளையங்கோட்டை சிறையில்தான் அடைத்தார்கள். அது பதினெட்டாம் நூற்றாண்டில் கட்டப்பட்ட பழங்கால சிறை. அநேகமாக வீரபாண்டிய கட்டபொம்மனை வெள்ளையர்கள் இங்கே கொண்டு வந்து அடைத்தபோது இந்தச் சிறை எப்படி இருந்ததோ அப்படியேதான் இப்பொழுதும் இருக்கிறது. இன்னும் இருநூறு ஆண்டுகளுக்குப் பிறகு மேஜைகள் திரும்பும். அப்போது ஒரு வெள்ளைக்காரன் நம்மிடம் வந்து சிக்குவான். அவனை வதைப்பதற்காக இந்தச் சிறை இப்படியே இருக்கட்டும் என்று அவர்கள் தீர்மானித்திருக்கலாம்.

அது மட்டுமல்ல ஆயிரத்து இருநூறு பேருக்கு மட்டும் இடமிருக்கக்கூடிய அச்சிறையில் மூவாயிரம் கைதிகள் இருந்தார்கள். ஜேம்ஸ் அடைக்கப்பட்ட செல்லில் மட்டும்

முப்பது பேர் அடைக்கப்பட்டிருந்தார்கள். சிறை மெனுவில் தப்பித்தவறி மொச்சைக்கொட்டை சாம்பார் வைத்தால் முடிந்தது. ஹிரோஷிமா, நாகசாகி வரிசையில் பாளையங்கோட்டையும் சேர்ந்திருக்கும். அந்த முப்பது பேரில் ஒரு சிலர் நள்ளிரவு தாண்டி ஒரு மணி, இரண்டு மணி வரை அரட்டை அடித்துக் கொண்டிருப்பார்கள். வேறு சிலர் அதிகாலை நான்கரைக்கெல்லாம் எழுந்து உருட்ட ஆரம்பித்துவிடுவார்கள். அதன் காரணமாக ஜேம்ஸால் சில மணிநேரங்கள் கூட நிம்மதியாகத் தூங்க முடியவில்லை. நல்லவேளையாக முதல் மூன்று நாட்களுக்குப் பிறகு ஜேம்ஸையும் அவனோடு கைது செய்யப்பட்ட அமெரிக்கர்களையும் எஸ்டோனியர்களையும் சென்னை மத்திய சிறையில், இப்போது அவன் அடைக்கப்பட்டிருக்கும் அதே டார்மிட்டரியில் அடைத்தார்கள்.

அந்த சமயத்தில் அவர்களோடு வேறு சில வெளிநாட்டினர் கூட அச்சிறையில் அடைக்கப்பட்டிருந்தார்கள். ஆனால் வெளிநாட்டினர் என்றாலே அது அநேகமாக நார்காட்டிக்ஸ் கேஸ் என்று யூகித்துவிடலாம். அவர்களிடம் சற்று ஜாக்கிரதையாக இருப்பது அவசியம். ஜேம்ஸுக்கு அப்போது அவ்வளவு சூட்சுமங்கள் தெரியவில்லை. அவன் சிறையில் இரண்டு ஈரானியர்களைச் சந்தித்தான். அவர்களில் ஒருவன் ஃபிரான்ஸ் காஃப்காவின் புத்தகத்தை வைத்துக்கொண்டு தீவிரமாகப் படித்துக்கொண்டிருந்தான். அவனது பெயர் மொஸாவி. அவனுடன் பேச்சுக் கொடுத்தபோது அவன் ஒரு முன்னாள் ராணுவ வீரன் என்று தெரியவந்தது. எண்பதுகளில் ஈரான் - ஈராக் யுத்தத்தின் போது ராணுவத்தில் ஆம்புலன்ஸ் ஓட்டும் பணி. ராணுவம் என்றதும் ஜேம்ஸ் ஆர்வமானான்.

அவனுடன் பேச்சுக் கொடுத்தபோது தெற்காசியாவின் போதைப்பொருள் மாஃபியாவில் அவன் ஒரு முக்கியப்பிரமுகர் என்று தெரிந்து அதிர்ச்சியடைந்தான். ஏற்கனவே தாய்லாந்து, இந்தோனேஷியாவில் மெத் தொழிற்சாலைகள் அமைத்து அதில் அனுபவம் கொண்ட அவன், அதனைத் தயாரிப்பதற்குத் தேவையான முக்கியமான மூலப்பொருள் அஃபட்ரின் இந்தியாவில் எளிதாகவும், குறைந்த செலவிலும் கிடைப்பதைத் தெரிந்துகொண்டு இந்தியாவில் ஒரு தொழிற்சாலை அமைக்கிறான். தொழிற்சாலை என்றால் ஒன்றுமில்லை. சிவகங்கையில் ஒரு வாடகை வீடு,

அதில் இரண்டு எலக்ட்ரிக் ஸ்டவ், சில லேப் சாதனங்கள். அவ்வளவுதான். அவனுக்கு வீடு கொடுத்த பாவத்திற்காக அந்த வீட்டு ஓனரம்மாவையும் வழக்கில் சேர்த்திருக்கிறார்கள். மொஸாவியின் கதையைக் கேட்ட பின் ஜேம்ஸ் வெளிநாட்டினர் என்றாலும் சற்று ஜாக்கிரதையாகவே இருந்தான்.

அதே சமயம் இந்திய சிறைக்கைதிகளுக்கு வெளிநாட்டினரைப் பார்த்தாலே ஒரு கோபம். அவர்கள் போகும்போது வரும்போது அவர்களை நாராசமான வார்த்தைகளால் சீண்டிப் பார்ப்பதும் (அவர்களுக்கு மொழி புரியாது என்பது வேறு விஷயம்), வம்பிற்கு இழுப்பதும், கீழே தள்ளிவிடுவதும், கல்லால் அடிப்பதுமாக இருந்தார்கள்.

அப்பொழுது சிறை கண்காணிப்பாளராக இருந்த சீனிவாசன், ஜேம்ஸுக்கும் அவனது சகாக்களுக்கும் கொஞ்சம் ஆதரவாக இருந்தார், அவரது எல்லைகளுக்கு உட்பட்டு. அதன்படி அவர்களுக்கு அவர்களாகவே சமைத்துக்கொள்ளும் உரிமையைத் தந்தார். ஆனால் சமையலுக்குத் தேவையான பொருட்கள்? அது கிச்சனில் ஆங்காங்கே மீந்துபோய் கிடக்கும் பொருட்களை வைத்து அவர்களே செய்துகொள்வது அவர்களுடைய சாமர்த்தியம். உருளைக்கிழங்கு, தக்காளி, பீன்ஸ், முட்டைக்கோஸ் அதிர்ஷ்டம் இருந்தால் முட்டை. தினசரி காலையில் சீக்கிரமே கிச்சனுக்குச் சென்றுவிட்டால் சமைப்பதற்கு நல்லதாக ஏதாவது கிடைக்கும். நேரமாகிவிட்டால் போச்சு.

இப்படியே ஜேம்ஸின் தினங்கள் கடந்தன. அவன் சிறைக்கு வந்தபோது ஏதோ சில தினங்கள். அதற்குள் அவனது நிறுவனமும், அவனது தேச எம்பஸியும் சேர்ந்து அவனுக்கு விடுதலை பெற்றுத் தந்துவிடுவார்கள் என்று நினைத்திருந்தான். உள்ளே வந்து பார்த்தபோது நிலைமை வேறு விதமாக இருந்தது. விசாவை புதுப்பிக்காத குறைக்கு மாதக்கணக்கில் சிறையில் சிலர் இருந்தார்கள். குறைந்தது ஆறு மாதங்கள் இங்கேதான் இருக்கப்போகிறோம் என்று அவன் அவனுடைய மனதைத் தயார்படுத்திக்கொண்டான். ஒவ்வொரு முறை கோர்ட்டில் ஆஜர்படுத்தப்படும்போதும் ஜட்ஜ் அவர்களை நிமிர்ந்துகூட பார்க்கமாட்டார். அவருடைய வீட்டில் மனைவியுடன் ஏதாவது பிரச்சனை என்றால் அதை இங்கேதான் வந்து காட்டுவார்.

அவர் இரண்டு வாரங்கள் ரிமாண்ட் என்றால் முடிந்தது. யாரும் பதில் கேள்வி கேட்க முடியாது. அடுத்த இரண்டு வாரங்களுக்கு சிறைதான்.

ஒருநாள் ஜேம்ஸ் தூங்கிக்கொண்டிருந்தபோது அவன் கால்களின் மீது ஏதோ ஒன்று ஊர்ந்து போனது. தடாலென்று எழுந்து பார்த்தால் எலி. எலி என்றால் எலியல்ல. ஒரு பூனையை விட பெரிதாக இருந்த பெருச்சாளி. ஜேம்ஸ் அரண்டு போய்விட்டான். அன்றிலிருந்து படுக்கும்போது படுக்கையைச் சுற்றிக் கிடைக்கிற பொருட்களைக் கொண்டு அரண் அமைத்துக் கொள்ளத்துவங்கினான்.

ஜேம்ஸ் அவனுடைய வழக்கை மீண்டும் மீண்டும் நினைத்துப் பார்த்தான். அவர்கள் இந்தியக் கடல் எல்லைக்குள் நுழைந்தார்கள் என்பதற்கு எந்த ஆதாரமும் காவல்துறையிடம் இல்லை. ஆயுதங்கள் முறையானவை என்பதை நிரூபிப்பதற்குத் தேவையான எல்லா கோப்புகளும் அவர்களிடம் இருந்தன. நியாயமாகப் பார்த்தால் அவர்கள் எந்தத் தவறும் செய்யவில்லை. இந்திய சட்டப்படி சொல்வதென்றால் நிரபராதிகள். அவர்கள் ஏன் இச்சிறையில் வந்து உழல வேண்டும். அவன் ஒருமுறை அவனது ஆதங்கத்தை சிறை கண்காணிப்பாளர் சீனிவாசனிடம் சொன்னபோது, அவர் வேறொரு விஷயத்தைச் சொன்னார்.

சில மாதங்களுக்கு முன்பு ஒரு இத்தாலிய எண்ணெய்க் கப்பல் இந்தியக் கடல் எல்லைக்கு அருகில் வந்திருக்கிறது. அப்பொழுது இரண்டு மீனவர்களைக் கடற்கொள்ளையர்கள் என்று கருதி தவறுதலாகச் சுட்டுக் கொன்றுவிட்டார்கள். இருவரையும் இந்தியக் கடற்படை கைது செய்தது. இந்த விஷயம் சர்வதேச அரசியலில் பேசுபொருளாகி, அவர்களின் நல்ல நேரம் அவர்கள் மீனவர்களைச் சுட்டுக்கொன்ற இடம் சர்வதேசக் கடற்பகுதி என்பதாலும், அவர்கள்தான் சுட்டுக்கொன்றார்கள் என்பதற்கு போதிய ஆதாரங்கள் இல்லாததாலும் அவர்களை அலுங்காமல் குலுங்காமல் திரும்பவும் இத்தாலிக்கு பத்திரமாக அனுப்பி வைக்க வேண்டியதாகப் போய்விட்டது. இதன் காரணமாக இந்தியக் கடற்படை அடுத்து எவன் வசமாகச் சிக்குவான் என்று கடுங்கோபத்துடன் காத்துக்கொண்டு இருந்திருக்கிறது. அந்த நேரம் பார்த்துதான் ஜேம்ஸ் பணிபுரியும் கப்பல் வசமாகச் சிக்கியிருக்கிறது.

ஜேம்ஸ் யோசித்துப் பார்த்தான். அந்த இத்தாலியர்கள் மீனவர்களை நோக்கிச் சுடுவதற்கான தேவையே இல்லை. சந்தேகமே இல்லாமல் அவர்கள் இரண்டு அப்பாவி மீனவர்களைக் கொலை செய்திருக்கிறார்கள். எங்கோ மேற்கிலிருந்து வந்து இரண்டு மீனவக் குடும்பங்களை சிதைத்திருக்கிறார்கள். நியாயமாக அவர்களைத் தூக்கில் ஏற்றியிருக்க வேண்டும். ஆனால் சர்வதேச அரசியல் காரணங்களுக்காக இருவரையும் டாட்டா காட்டி அனுப்பிவிட்டு இப்போது அந்தத் தாயழிகள் செய்த பாவத்திற்கு நாம் அகப்பட்டுக்கொண்டோமே என்றெண்ணித் துயருற்றான்.

# 32

சிறைக்குள் விசாரணைக் கைதியாக இருக்கும் ஒருவரை விசிட்டர் பாஸ் பெற்று சந்திக்க வேண்டும் என்றால் திங்கள், புதன், வெள்ளி ஆகிய நாட்களில் மட்டும்தான் சாத்தியம். நாள் ஒன்றிற்கு ஒரு கைதிக்கு ஒரு விசிட்டருக்கு மட்டுமே அனுமதி. தண்டனைக் கைதிகளை செவ்வாய், வியாழன், சனி ஆகிய நாட்களில் சந்திக்கலாம்.

வழக்கறிஞர்களுக்கு மட்டும் சிறப்பு அனுமதி உண்டு. அவர்கள் எப்பொழுது வேண்டுமானாலும் வந்து தங்கள் கட்சிக்காரருடன் வழக்கு குறித்து உரையாடலாம். ஒருவேளை வழக்கறிஞர் வைத்துக் கொள்ளும் வசதி இல்லை, வாய்ப்பு இல்லை என்பவர்களுக்காகவே ஓர் அமைப்பு செயல்படுகிறது - இலவசச் சட்ட மையம்.

மணிகண்டன் கிருபாவின் வழக்கு குறித்து அவர்களிடம்தான் உதவி கேட்டிருந்தான். மணிகண்டனுக்கு அவனைப் பற்றிக் கவலை இல்லை. அவன் எப்படியும் ஒருசில வாரங்களில் பெயில் வாங்கிவிடுவான். வெளியே அதற்குரிய வேலைகள் எல்லாம் சரியாக நடைபெற்றுக்கொண்டிருந்தன. ஆனால் கிருபாவை விட்டால் அவன் வெளியே வருவதற்கான சமயமே அமையாமல் போகலாம். சிறையில் அப்படி சின்னச் சின்ன வழக்குகளில் உள்ளே வந்து அப்படியே தங்கிவிட்ட நூற்றுக்கணக்கானோர்

இருந்தார்கள். கிருபா அப்படி சிறைக்குள் இருப்பது அவனுக்கு ஆபத்து. வாழ வேண்டிய வயது. வெளியே சென்றால் மீண்டும் ஆட்டோவோ, டாக்ஸியோ ஓட்டிப் பிழைத்துக்கொள்வான்.

கிருபாவுடைய வழக்கை இலவச சட்ட உதவி மையம் எடுத்துக் கொண்டது. அவ்வழக்கின் விசாரணை ஜனவரி ஏழாம் தேதிக்குக் குறிக்கப்பட்டிருந்தது. அவனுடையது செக்ஷன் 309. பெயில் கிடைப்பது கடினமில்லை. என்ன ஒன்று, வெளியே போய் கிருபா மீண்டும் எந்த மின்சார ரயிலிலும் கொடிக் கம்பத்திலும் ஏறாமல் இருக்க வேண்டும்.

சிறைக்குள் வரும் மற்றொரு தரப்பு - கர்த்தருக்கு ஊழியம் செய்பவர்கள். எங்கெல்லாம் மனிதன் துன்பத்தில் உழல்கிறானோ அங்கெல்லாம் கர்த்தரின் பிள்ளைகள் தவறாமல் இருப்பார்கள். அவர்களைக் காப்பாற்றுவதற்கு அல்ல, மதம் மாற்றுவதற்கு.

இறுதியாக மருத்துவர்கள். குறிப்பாக உளவியல் மருத்துவர். இது ஒரு ப்ரோட்டோகால். மனச்சிக்கலில் இருக்கும் கைதிகள் மருத்துவரின் ஆலோசனைகளை இலவசமாகப் பெற்றுக்கொள்ளலாம். ஆனால் நிறைய பேர் இந்த வாய்ப்பை பயன்படுத்திக்கொள்ளவே மாட்டார்கள். அப்படியே அவர்கள் சென்றாலும் அதனால் பத்துப் பைசாவுக்கு பிரயோஜனம் இல்லை. ஏனென்றால் மருத்துவரிடம் சென்றால் உண்மையைச் சொல்ல வேண்டும் அல்லவா. சிறைக்கைதிகள் பெரும்பாலும் உள்ளே வரும்போதே அவர்களின் வழக்கறிஞர்களால் நன்றாக டியூன் செய்யப்பட்டு இருப்பார்கள். இல்லாவிட்டாலும் சினிமாவில்தான் எல்லாமே சொல்லிக்கொடுக்கிறார்களே.

ஒருமுறை ஏழு வயதுப் பெண் குழந்தையை பாலியல் வன்முறை செய்து, கொலை செய்து, எரித்துக் கொன்ற வழக்கில் துஷ்யந்த் என்கிற இளைஞன் சிறைக்கு வந்தான். வெளியே மக்கள் மத்தியில், மீடியாவில் எல்லாருக்கும் அவன் மீது கோபம். சிறைக்கைதிகள் மத்தியிலும் அப்படித்தான். அவனை மற்ற கைதிகள் அடித்தும், அவன் போகிற வருகிற போதெல்லாம் வார்த்தைகளாலும் துன்புறுத்தினார்கள். சிறைக்கைதிகளைப் பொறுத்தவரையில் இதுபோன்ற (பாலியல் தொடர்பான, சொந்த மகன், மகளையே கொல்வது போன்றவை) தவறு செய்பவர்கள் அறமற்றவர்கள். சரி இப்படி மற்றவர்களைத் தண்டித்து அறம் காப்பவர்கள்

யாரென்று பார்த்தால் மற்றவர்கள் பணத்தை ஏமாற்றுபவர்கள், கஞ்சா விற்பவர்கள், காசுக்காகக் கொலை செய்பவர்கள்.

விஷயம் என்னவென்றால் துஷ்யந்த் தான் அந்தப் படுபாதக செயலைச் செய்தான் என்பது உண்மை. அவனுக்கெதிராக அழுத்தம் திருத்தமாக ஆதாரங்கள் பதிவாகியிருந்தன. ஆனால் துஷ்யந்த் உள்ளே வந்தபோது பலமாக டியூன் செய்யப்பட்டு வந்தான். அவனை பிரம்ம முஹூர்த்தத்தில் எழுப்பிக் கேட்டால் கூட நான் செய்யவில்லை. வேறு யாரோ செய்திருக்கிறார்கள். அது யாரென்று எனக்குத் தெரியாது என்று கிளிப்பிள்ளை போல ஒப்பிப்பான்.

துஷ்யந்துக்கு சென்னை நீதிமன்றம் தூக்குத் தண்டனை கொடுத்தது. அது ஆகிவிட்டது. தீர்ப்பு கொடுத்து ஏழரை வருடங்கள். இன்னமும் துஷ்யந்த் ஏதோ பாய்ஸ் ஹாஸ்டலில் இருப்பது போல சிறைக்குள் நிம்மதியாக இருக்கிறான். தூக்கில் போட்டபாடில்லை. திடீரென ஏதாவது ஸ்பெஷல் கோர்ட்டில் அப்பீல் செய்தோ அல்லது கருணை மனு போட்டோ துஷ்யந்த் விடுதலையாக எல்லா வாய்ப்புகளும் உள்ளன. இதுதான் இந்திய நீதித்துறை!

# 33

மணிகண்டனின் வீட்டில் வசந்தகாலம் வெகுநாட்களுக்கு நீடிக்கவில்லை.

அதற்கு அவர்கள் வீட்டில் ஐந்தாவது நபர் வருவதற்கு ஏற்பட்ட தாமதம்தான் காரணம்.

சரியாக மணிகண்டனுக்கும் அர்ச்சனாவிற்கும் திருமணமாகி மூன்று மாத காலம் ஆனதும் காத்துக்கொண்டிருந்த உறவினர்கள் எல்லாம் அந்த மில்லியன் டாலர் கேள்வியைக் கேட்கத் துவங்கிவிட்டார்கள் - விசேஷம் ஏதாவது உண்டா?

குறிப்பாக, அவனுடையது கலப்புத் திருமணம் என்கிற காரணத்தினாலேயே உறவுக்காரர்கள் எல்லாம் வன்மத்துடன் காத்திருந்தார்கள். அவர்கள் வன்மத்தைக் கக்கியதுகூட பரவாயில்லை. ஆனால், அந்த வன்மத்திற்கு அக்கறை என்று பெயரிட்டுக் கொண்டார்கள்.

புண்ணியத்திற்கு மணிகண்டனின் அம்மாவும் அப்பாவும் அந்த விஷயத்தில் அவசரம் காட்டவில்லை. ஆனால் மரங்கள் அசைய மறுத்தாலும் காற்று விடுவதில்லை. ஒருமுறை கல்யாணத்தில் பார்த்த மன்னார்குடி சித்தி,

"என்னக்கா வீட்ல ஏதாவது நல்ல விஷயம் இருக்கா?" என்று அம்மாவிடம் கேட்டிருக்கிறார்.

"இல்லையே டீ, அவங்களுக்குள்ள பேசி எதுவும் தள்ளிகிள்ளி போட்டிருக்கங்களோ என்னவோ. நான் இதெல்லாம் கேட்டுக்குறதில்லை"

"ஏதாவது பிரச்சனையா இருக்கப் போகுதுக்கா. எதுக்கும் ஒருமுறை ரெண்டு பேரையும் திருநள்ளாறு சனீஸ்வரன் கோவிலுக்கு போயிட்டு வரச்சொல்லு."

மணிகண்டனின் அம்மா வெள்ளந்தி. இந்த விஷயத்தை அவளுக்குள் வைத்திருக்கத் தெரியாமல் வீட்டில் வந்து சாதாரணமாகச் சொல்லியிருக்கிறார். உடனே அர்ச்சனா ஒரே அழுகை.

போகும் இடமெல்லாம் இப்படி மணிகண்டனின் அம்மாவிடமும், அப்பாவிடமும், மணிகண்டனிடமுமே ஏராளமான இலவச ஆலோசனைகள்.

"மணி, தண்டையார்பேட்டைல ஒரு டாக்டர் காண்டாக்ட் தர்றேன். அவர்ட்ட போய்ப் பாரு. கண்டிப்பா உன் பிரச்னையைத் தீர்த்துடுவார்."

"யப்பா, கையில வெண்ணெய வச்சிட்டு நெய்க்கு ஏம்ப்பா அலையணும். நம்ம ஊர் கர்ப்பரட்சாம்பிகை கோவிலுக்கு ஒருமுறை உன் பையனையும் மருமகளையும் போகச் சொல்லு. அதுக்கப்புறம் குழந்தை பிறக்கலைன்னா என்னை என்னன்னு கேளு."

"இந்தக் காலத்துல எல்லாம் கண்டதையும் சாப்பிடுறதாலதான்மா இப்படியெல்லாம் நடக்குது. நீங்க வீட்ல பிராய்லர் கோழி சமைக்குறத உடனே நிறுத்துங்க."

"நீ எத்தனை டாக்டரை வேணும்னா பார்த்துக்க. கூடவே நான் சொல்ற ஒரு டாக்டரை மட்டும் போயிப்பாரு. கண்டிப்பா சக்ஸஸ்தான்."

"உன் மருமகளை ஏகாதசி விரதம் இருக்கச் சொல்லுடீ. அப்புறம் பாரு எல்லாம் நல்லபடியா நடக்கும்."

இப்படியாக எங்கே போனாலும் எல்லாருடைய பேச்சும் அந்த ஒரு விஷயத்திலேயே வந்து நின்றது.

அர்ச்சனா அவர்களுடைய சமூகத்துப் பெண் இல்லை என்பதால், துவக்கத்திலிருந்தே அவளிடம் மணிகண்டனின் உறவினர்கள்

கொஞ்சம் தள்ளியே இருந்தார்கள். அந்த ஒரு காரணத்தினால் அவளிடம் நேரடியாகக் கேட்கும் ஆட்கள் குறைவு.

ஆனால் அவள் மீதான தாக்குதல்கள் வேறு மாதிரியாக இருந்தன. ஒரு வளைகாப்பு வீடு என்று போனால் ஒவ்வொருவராக அழைத்து வளையல் போடச் சொல்வார்கள். அர்ச்சனாவை மட்டும் பட்டும் படாதபடி தவிர்த்துவிடுவார்கள். சில சமயங்களில் அவர்கள் அப்படி தவிர்க்கவே இல்லை என்றாலும் அர்ச்சனாவுக்குள் அப்படியொரு உணர்வு தோன்ற ஆரம்பித்துவிடும்.

ஒருமுறை மணிகண்டனின் அத்தை மகள் ஒருவர் கருவுற்றிருந்தார். அவரது வளைகாப்புக்கு அவரது வீட்டில் இருந்து வந்து அழைத்துவிட்டுப் போனார்கள். அவர்கள் அழைக்க வந்த சமயம் அர்ச்சனா வீட்டில் இல்லை. அர்ச்சனா வந்ததும் மருமகள் என்கிற முறையில் அவளிடம் சொல்லியிருக்கிறார் அம்மா. அதற்கு அன்று இரவு முழுக்க ஒரே அழுகை.

வருத்தப்படுகிறாளே என்று இந்த மாதிரி விஷயங்களை அவளிடம் சொல்லாமல் இருந்தாலும் அதற்கும் அழுகை.

ஒவ்வொருமுறை அர்ச்சனா இந்த மாதிரி மனம் வருந்தும் போதும் அவளைத் தேற்றி இயல்பு நிலைக்குக் கொண்டு வருவதற்கே மணிகண்டனுக்கு இரண்டு, மூன்று நாட்கள் தேவைப்பட்டன. அதற்குள் ஏதாவது கல்யாணம், காதுகுத்து, சடங்கு என்று வந்து அடுத்த ஏழரையை இழுத்துவிட்டுப் போய்விடும்.

ஒருகட்டத்தில் மணிகண்டன் இதுபோன்ற இறுக்கமான சூழலில் இருந்து தன்னைக் கொஞ்சம் தளர்வாக்கிக்கொள்ள குடியை நாடினான். அர்ச்சனாவும் அவனாவது சந்தோஷமாக இருக்கட்டும் என்று விட்டுவிட்டாள். அவனது துரதிர்ஷ்டம் குடிக்கப் போன இடங்களில் அவனது நண்பர்கள்கூட இதுகுறித்தே பேசலானார்கள்.

"மச்சான், டெய்லி காலைல ஒரு கைநிறைய பாதாம், ஜாதிபத்திரி கொட்டைகளை சாப்பிடுடா. இதே மாதிரி பதினாலு நாளைக்கு சாப்பிட்டா உன் பிச்சனை சால்வ்ட்."

"மாப்ள, எல்லாத்துக்கும் ஸ்ட்ரெஸ்தான் காரணம். ரிலாக்ஸ்டா இருங்கடா ரெண்டு பேரும். அது அது நடக்க வேண்டிய நேரத்தில் நடக்கும்."

கேட்பதற்கு ஆறுதலான வார்த்தைகள் போல தெரிந்தாலும் இது மாதிரி ஸ்ட்ரெஸ் ஆகாத, ஸ்ட்ரெஸ் ஆகாத என்று ஒவ்வொருவரும் அழுத்திச் சொல்லும்போது அவனுக்கு ஸ்ட்ரெஸ் வந்தது.

"மணி, பேசாம நீ ஒரு வாரம் லீவ் எடுத்துட்டு உன் ஒய்ஃபை கூட்டிட்டு ஊட்டி கொடைக்கானல் எங்கேயாவது போயிட்டு வாடா."

ஒரு வாரம் லீவும் ட்ரிப்புக்கு பணமும் உங்கொப்பனா தருவான்.

உறவினர்களே பரவாயில்லை என்பதுபோல ஃப்ரெண்ட்ஸ் இன்னும் ஒரு படி மேலே போய் எந்த பொஸிஷனில் செய்தால் சுலபமாக கருவுறலாம் என்பது பற்றியெல்லாம் பாடம் எடுக்கத் துவங்கிவிட்டார்கள்.

உச்சகட்டமாக ஒருமுறை மணிகண்டன் நண்பர்களுடன் தடாவுக்குச் சென்றபோது போதையில், அவனது நண்பன் ஒருவன் இவனைத் தரக்குறைவாகப் பேசிவிட்டான். அன்றிலிருந்து அவன் நண்பர்களோடு குடிப்பதை நிறுத்தி, தனியனானான்.

இப்படியே ஆறு வருடங்கள் ஓடிவிட்டன.

உண்மையிலேயே அவன் உறவினர்கள் எல்லாம் சொன்னது போல அவன் பார்க்காத மருத்துவர்கள் இல்லை, போகாத கோவில்கள் இல்லை.

ஒவ்வொரு முறை ஒரு புது மருத்துவரிடம் செல்லும்போதும் எல்லா ரிப்போர்ட்ஸும் புதிதாக எடுக்கச் சொல்வார்கள். அதற்கே சில ஆயிரங்கள் செலவாகும். மேற்கொண்டு அலைச்சல், மன உளைச்சல்.

மணிகண்டன் அடைந்த மன உளைச்சல்களிலேயே கொடியது என்றால் அது ஒவ்வொரு முறையும் செய்யவேண்டியிருந்த ஸ்பெர்ம் டெஸ்ட் தான். அந்த டெஸ்டுக்கு சாம்பிள் கொடுப்பதற்கு மருத்துவமனை கழிவறைக்குச் சென்று சுயமைதுனம் செய்ய வேண்டும். இவனைப் போல நிறைய ஆண்கள் ஸ்பெர்ம் டெஸ்ட் கொடுக்கவும் அல்லது வெவ்வேறு மருத்துவப் பரிசோதனைகளுக்காக சிறுநீர் சாம்பிள் கலெக்ட் செய்யவும் கழிவறை வாசலில் காத்திருப்பார்கள். ஸ்கான் எடுப்பதற்காக பிளாடரை நிரப்பியவர்கள் ஸ்கான் முடிந்ததும் அவசரமாக

கழிவறைக்குச் வருவார்கள். அவர்கள் எல்லாம் வெளியே காத்திருக்கும்போது அவன் துரிதமாக சாம்பிள் கலெக்ட் செய்ய வேண்டும். ஒவ்வொரு முறை கழிவறைக்குச் செல்லும்போதும் அவனுக்கு அழுகைதான் வரும். அந்த காரியத்தைச் செய்து முடிப்பதற்குள் அவன் மிகுந்த பதற்றமடைந்துவிடுவான். அப்பொழுதெல்லாம் அவன் அர்ச்சனா எதிர்கொள்ளும் துயரங்களை ஒப்பிடும்போது இது பரவாயில்லை என்று நினைத்து தன்னைத்தானே தேற்றிக்கொள்வான்.

இதில் பெரிய அவலச்சுவை என்னவென்றால் ஒவ்வொரு முறை அவன் அந்தப் பரிசோதனை செய்யும் போதும் ஸ்பெர்ம் கவுண்ட்டும் மொட்டிலிட்டி ரேட்டும் மாறிக்கொண்டே இருக்கும். அதற்குத் தகுந்தபடி மருத்துவர்கள் மாத்திரைகள் எழுதித் தந்துகொண்டே இருந்தார்கள்.

அர்ச்சனாவின் நிலைமை இன்னும் மோசம். எண்டோமெட்ரியாஸிஸ் என்றார்கள். ஃபெலோப்பியன் டியூப் பிளாக்கேஜ் என்றார்கள். அவள் உடலளவிலும் மனதளவிலும் மிகவும் நொந்துபோயிருந்தாள்.

இறுதியாக இருவரும் *IVF* என்னும் மாபெரும் செயல்முறையை நாடினார்கள். டெஸ்ட் டியூப் பேபி என்பார்கள். முதல் படியாக, பெண்ணுக்கு சில ஹார்மோன் மருந்துகளைக் கொடுப்பார்கள். இயல்பாக ஒவ்வொரு பெண்ணுக்கும் மாதம் ஒரு கருமுட்டை மட்டுமே உற்பத்தியாகும். அவளுக்குக் கொடுக்கப்படும் ஹார்மோன் மருந்துகள் காரணமாக அவளுக்கு ஒரே மாதத்தில் பத்து கருமுட்டைகள் வரை உற்பத்தியாகும். பின்னர் ஃபாலிகுலர் ஆஸ்பிரேஷன் என்கிற சிறிய அறுவை சிகிச்சை. அனஸ்தீஸியா கொடுக்கப்பட்டு, பெண்ணின் பிறப்புறுப்பின் வழியாக சிறிய ஊசியை நுழைத்து, அல்டராசவுண்ட் துணையுடன் கருமுட்டைகளை சேகரிப்பார்கள். ஏற்கனவே சேகரிக்கப்பட்ட ஆணின் விந்தணுக்கள் கருமுட்டைகளோடு இணைக்கப்படும். இதைத்தான் டெஸ்ட் டியூப் பேபி என்கிறார்கள். டெஸ்ட் டியூப் என்று சொல்லப்பட்டாலும், இது பெட்ரி டிஷ் எனப்படும் சிறிய கண்ணாடி டப்பாவில் இணைக்கப்படுகிறது. பின்னர் ஒரு வாரகாலம் வரை கருக்கள் மருத்துவர்களால் கண்காணிக்கப்படும். இந்த நீண்ட செயல்முறையில் பெண்ணிடமிருந்து பெறப்பட்ட எட்டு - பத்து கருமுட்டைகள் பாதிக்கு மேல் குழந்தையாக மாறத் தகுதியற்றவையாகிவிடும். கடைசியாக தேறிவரும்

கருக்களில் இருந்து ஒன்று அல்லது இரண்டினைத் தேர்ந்தெடுத்து பெண்ணின் கருப்பையில் செலுத்துவார்கள். அதன் பிறகு இரண்டு வாரங்கள் வரை காத்திருக்க வேண்டும். அந்தக் காத்திருப்பின் முடிவு என்னவாக வேண்டுமானாலும் இருக்கலாம். தோல்வி அடைந்துவிட்டால் பெண் அதிலிருந்து உடல்ரீதியாகவும் மனரீதியாகவும் மீண்டு வர சில காலம் எடுக்கும்.

இதுதான் *IVF* செயல்முறையின் ஒரு சுழற்சி. இந்த ஒரு சுழற்சிக்கு ஒன்றரை லட்சம் முதல் மூன்று லட்சம் வரை செலவாகும். அர்ச்சனா இதுபோல நான்கு சுழற்சிகளைக் கடந்திருந்தாள். ஐந்தாவது முறையாக அவளிடமிருந்து கருமுட்டைகள் சேகரிக்கப்பட்டன. இம்முறை கல்ச்சர் டெஸ்ட் பார்த்தபோது அவை நல்லமுறையில் வளர்ந்து கொண்டிருப்பதாக கைனோ மருத்துவர் கீதா, அர்ச்சனாவிடம் சொன்னார்.

"அப்படின்னா இந்த முறை கண்டிப்பா குழந்தை பிறந்துடுமா டாக்டர்" என்றாள் அர்ச்சனா.

அந்தக் கேள்விக்கு உலகில் உள்ள எந்த மருத்துவராலும் நூறு சதவிகிதம் உறுதியளிக்க முடியாது. *IVF*ன் மொத்த சக்ஸஸ் ரேட்டே முப்பது - நாற்பது சதவிகிதம் தான்.

"லெட்ஸ் ஹோப் ஃபார் குட்", என்று புன்னகைத்தாள் கீதா.

மணிகண்டன் இதுதான் கடைசி முயற்சி என்று ஏற்கனவே தீர்மானித்து வைத்திருந்தான். ட்ரீட்மெண்ட், ட்ரீட்மெண்ட் என்று அவன் அவனுடைய மொத்த பொருளாதாரத்தையும் இழந்திருந்தான். ஊரில் உள்ள நிலபுலன்களை எல்லாம் விற்றுத் தீர்த்தாயிற்று. அதுகூட இரண்டாம் பட்சம்தான். அவன் முழுமையாக சோர்வடைந்திருந்தான். இந்த நீண்ட மருத்துவ செயல்முறைகளால் அவன் வாழ்க்கையே தேங்கிப் போய்விட்டது. இந்தமுறை குழந்தை பிறந்துவிட வேண்டும். பிறந்துவிடும் என்று நம்புகிறான். இல்லை என்றால் எடுத்துப் போட்டுவிட்டு அடுத்த வேலையைப் பார்க்க வேண்டும்.

கடவுளோ தற்செயலா அதன் உத்தரவுப்படி அர்ச்சனாவின் வயிற்றில் ஐந்தாவது முறை கரு தங்கிவிட்டது. மணிகண்டன் அந்த மகிழ்ச்சியைக் கொண்டாடவில்லை. அவனுக்குள் ஒரு பயம். எப்பொழுது வேண்டுமானாலும் என்ன வேண்டுமானாலும்

நிகழலாம். குழந்தை பிறந்தபிறகு அவனை / அவளை கையில் வாங்கியபிறகு எல்லா மகிழ்ச்சியையும் சேர்த்து வைத்துக் கொண்டாடுவேன் என்று காத்திருந்தான். மனைவிக்கு வளைகாப்பு கூட நடத்தவில்லை.

இரவும் பகலுமாக அவளைப் பாதுகாத்துக்கொண்டிருந்தேன். தை மாதம் முதல் தேதிக்குள் குழந்தை பிறந்துவிடும் என்று தேதி கொடுத்திருந்தார்கள். இன்னும் அதிகபட்சம் இரண்டு அல்லது மூன்று வாரங்கள். வெற்றிக்கோட்டை நெருங்கிக்கொண்டிருந்தான் மணிகண்டன். அந்த சமயத்தில்தான் நடக்கக்கூடாத விஷயங்கள் எல்லாம் நடந்து அவன் சிறையில் அடைக்கப்பட்டிருக்கிறான்.

# 34

ஜேம்ஸ் சிறையிலிருந்த நேரம் ஜி ஃபோர்ட் நிறுவனம் அவர்களை வெளியே எடுப்பதற்காக பிரயத்தனங்கள் எடுப்பதாகத் தெரிந்துகொண்டான். ஆனால் நாட்கள் ஆக ஆக ஒன்றும் நகர்வதாக இல்லை. அப்புறம் விசாரித்தபோது ஜி ஃபோர்ட் நிறுவனத்தின் முனைப்பு அவர்களை மீட்பதைவிட கப்பலை மீட்பதே என்று தெரிந்தது. காவல்துறை ஜி ஃபோர்ட் நிறுவனத்திடம் ஏழு கோடி ரூபாய்க்கு டீல் பேசியிருக்கிறது. ஏழு கோடி என்பது அன்றைய தேதிக்கு மிகப்பெரிய தொகை. இறுதியில் கேஸை சுமுகமாக முடித்து, கப்பலையும் கைதிகளையும் மீட்க ஐந்து கோடி வரை இறங்கி வந்திருக்கிறார்கள். அதுவும் ஜி ஃபோர்ட் நிறுவனத்திற்குக் கட்டுப்படி ஆகாத காரணத்தினால் ஜேம்ஸ் சிறையிலேயே அல்லாட வேண்டியதாகிவிட்டது.

அங்கே பிரிட்டிஷில் ஜேம்ஸுக்கு நீதி வேண்டி கையெழுத்து இயக்கங்கள் நடைபெற்றுக்கொண்டிருந்தன, "சேவ் ஜேம்ஸ்" கேம்பெயின் செய்துகொண்டிருந்தார்கள், மீடியாக்கள் ஜேம்ஸைப் பற்றி கட்டுரைகள் எழுதினார்கள். ஒரு பக்கம் இவ்வளவு விஷயங்கள் நடைபெற்றுக்கொண்டிருக்க இங்கிலாந்து அரசும் வெளியுறவுத் துறை அமைச்சரும் பெரிதாக அலட்டிக்கொள்ளவில்லை. அநேகமாக இந்திய அரசியலை விட பிரிட்டிஷ் அரசியல் மோசமானதாக இருக்கும் என்று அந்நாளில் தெரிந்துகொண்டான்

ஜேம்ஸ். ஒருவேளை பிரிட்டிஷ்காரர்களிடம் இருந்துதான் இந்த கேடுகேட்ட அரசியலை இந்தியர்கள் கற்றிருப்பார்கள் என்றுகூட அவனுக்குத் தோன்றியது. மொத்தத்தில் அவன் அப்போதைக்கு வெளியே வருவதற்கான அறிகுறி எதுவும் தென்படவில்லை.

கிட்டத்தட்ட நான்கு மாத சிறை வாசத்திற்குப் பிறகு காவல்துறை அவர்கள் மீது சார்ஜ்ஷீட் போட்டது. எப்படி எழுதினாலும் அவர்கள் மீது சுமத்தப்பட்ட குற்றத்தை *A4* சைஸ் தாளின் அரை பக்கத்தில் குறிப்பிட்டு விடலாம். ஆனால் காவல்துறையோ இரண்டாயிரம் பக்கங்களுக்கு மேல் சார்ஜ் ஷீட் போட்டிருந்தது. அநேகமாக சார்ஜ் ஷீட் போடுவதற்காக ஒரு மரத்தையே கூட வெட்டியிருக்கலாம் என்று ஜேம்ஸுக்குத் தோன்றியது. இரண்டாயிரம் பக்கங்கள் முழுக்க கட்டுக்கதைகள், காவல்துறையின் பிரஸ்தாபங்கள். இந்தியாவில் எல்லாரும் பொய் சொல்கிறார்கள். காவல்துறையினர், வழக்கறிஞர்கள், சிறைக்காவலர்கள். ஜேம்ஸுக்கு இவையெல்லாம் பழகிவிட்டது. அவனுக்கு பெயில் கிடைக்கும் என்கிற நம்பிக்கையே போய்விட்டது.

ஆறு மாத காலங்களுக்குப் பின் அவர்களுக்கு பெயில் கிடைத்தது. ஒரு வழியாக மூட்டை முடிச்சுகளைக் கட்டிக்கொண்டு சிறையிலிருந்து வெளியே வந்தார்கள். ஜி ஃபோர்ட் நிறுவனம் அவர்களுக்காக ஒரு பேருந்து ஏற்பாடு செய்திருந்தது. அப்பொழுது அங்கே வந்த மீடியா கூட்டத்தைப் பார்த்தபோதுதான் அவர்களின் வழக்கு எவ்வளவு பெரியது என்றே அவனுக்குத் தெரிந்தது.

அமெரிக்க தொலைக்காட்சி நிறுவனம் ஒன்று அவர்கள் வெளியே வந்ததும் ஆளுக்கொரு கோப்பை பெப்ஸி கொடுத்து உபசரித்தது. அந்த ஒரு கோப்பை குளுகுளு பெப்ஸி ஸ்வர்க்கத்திற்கு ஒப்பானது. அந்த பெப்ஸியின் முதல் மிடறு சுவையை தன் வாழ்நாள் முழுக்க மறக்கமாட்டான் ஜேம்ஸ்.

ஜி ஃபோர்ட் நிறுவனம் அவர்களை சென்னையிலேயே மிகப்பெரிய ஹோட்டலான ராடிஸன் ப்ளூவில் தங்கவைத்தது. ஜேம்ஸுக்கு அன்றைய தினம் ஷவர் குளியல், சுடுதண்ணீர், பஞ்சு மெத்தை எல்லாமே புதிதாக இருந்தது. காலையில் ஒருமுறை மாலையில் ஒருமுறை என்று ஸ்டேஷனுக்குப் போய் கையெழுத்துப் போட்டுவிட்டு வரவேண்டும். அதற்கும் ஜி ஃபோர்ட் வண்டி அனுப்பிவிடும். ராஜவாழ்க்கை வாழ்ந்துக்கொண்டிருந்தார்கள்.

ஜி ஃபோர்ட் நிறுவனத்திற்குக் கட்டுப்படி ஆகவில்லை. சில வாரங்களில் அவர்களை அங்கிருந்து மாற்றி ஒரு இரண்டாம் தர ஹோட்டலில் தங்க வைத்தது. அமெரிக்கர்கள் அவர்களுடைய தூதரகம் சார்பாக நல்ல ஹோட்டலில் தங்கிக்கொண்டார்கள். ஜேம்ஸும் எஸ்டோனியர்களும் மட்டும் ஒன்றாகத் தங்கினார்கள். ஒரு கட்டத்தில் ஜேம்ஸுக்கு யாரோடும் ஒத்துப்போகவில்லை. அவன் ஒரு மூன்றாம் தர மேன்ஷனைக் கண்டுபிடித்து அங்கே அவன் மட்டும் தனியாகத் தங்குவதற்கு ஒரு ஏஸி அறையை எடுத்துக்கொண்டான்.

ஏஸி அறை என்றுதான் பெயர். சில சமயங்களில் அது சிறையை விட மோசம் என்று ஜேம்ஸ் நினைப்பதுண்டு. ஜேம்ஸால் வெளியூருக்குப் போக முடியாது. எங்கேயும் வேலை செய்யவும் முடியாது. ஏதோ உறவினர்கள், நண்பர்கள், சில *NGO* அமைப்புகள் அனுப்பும் பணத்தை வைத்துப் பிழைப்பை ஓட்டிக்கொண்டு இருக்கிறான். அவனுக்கு வெளியே போகவே பிடிக்கவில்லை. எங்கே போனாலும் ரோட்டிலேயே மல, ஜலம் கழிக்கும், பிச்சை எடுக்கும் உள்ளூர் ஆசாமிகள். நிறைய நேரம் அறைச்சுவரையே வெறித்துப் பார்த்தபடி அமர்ந்திருப்பான். பகல் வேளைகளில் பக்கத்திலிருந்த ஷாப்பிங் மாலுக்கு போய் உட்கார்ந்திருப்பான். மாலையில் சில சமயம் மட்டும் பாருக்கு செல்வான்.

முதல்முறை பாருக்கு போயிருந்தபோது என்னென்ன பியர் இருக்கின்றன என்று சிப்பந்தியிடம் கேட்டான் ஜேம்ஸ். அவன் நான்கைந்து பெயர்களை ஒப்பித்தான். அதில் பிரிட்டிஷ் எம்பயர் என்கிற பெயரைக் கேட்டதும் ஜேம்ஸுக்குள் ஒரு சிலிர்ப்பு. நம்முடைய தேசம் இங்கிருந்து அகன்று ஐம்பது ஆண்டுகளுக்கு மேல் ஆகிவிட்டன. இன்னும் நம் ஆட்சியின் மாண்பை மனதில் வைத்துக்கொண்டு அதனை கௌரவிக்கும் வகையில் ஒரு பியர் பிராண்டா என்று அதை ஆர்வத்துடன் ஆர்டர் செய்தான்.

பியர் வந்தது. ம்ஹூம். குடிக்கக் கூட இல்லை. அதற்குள் ஜேம்ஸுக்கு பிரட்டி எடுக்க ஆரம்பித்துவிட்டது. மூக்கைப் பிடித்துக் கொண்டு ஒரேயொரு மிடறு குடித்துப் பார்த்தான். அவ்வளவுதான். சிப்பந்தி ஏதோ ஒரு கோபத்தில் பியர் டேப்புக்கு பதில் வேறு எங்கேயோ வைத்து நிரப்பியிருக்கிறான் என்று சந்தேகப்படும்படி கண்றாவியாக இருந்தது அது. பிரிட்டிஷ் எம்பயர் மட்டுமல்ல.

அவன் தமிழ்நாட்டில் குடித்துப் பார்த்த கே.எஃப், இரண்டாயிரம், ஐயாயிரம் எல்லாமே அதே மூத்திரம்தான். அன்றிலிருந்து ஜேம்ஸ் தமிழ்நாட்டில் உற்பத்தியாகும் எந்த மதுவையும் தொடக்கூடாது என்று சபதம் பூண்டான்.

# 35

கிருபாவின் ராத்திரி பகல் பாராத உழைப்பின் காரணமாக லலிதாவிற்கு நாட்கள் தள்ளிப் போனது. இந்த ரணகளத்தில் கிளுகிளுப்பு என்பார்களே. அந்த மாதிரி இருவருக்குமே அந்நாட்கள் கலவரமாக இருந்தன. அதே சமயம் பையன் பிறந்தால் என்ன பெயர், பெண் பிறந்தால் என்ன பெயர் என்று அசட்டுத்தனமாக விளையாடிக்கொண்டார்கள். முதல் ஒருவாரம் வரை அது இயல்பான தாமதம் என்று அவர்கள் நம்பிக்கொண்டிருந்தார்கள். இரண்டாவது வாரம் பதற்றம் அதிகரித்தது. மூன்றாவது வாரம் லலிதா வெங்கடேசனுக்குத் தெரியாமல் போய் பரிசோதனை செய்துகொண்டு வந்தாள். உறுதியாகிவிட்டது.

கிருபா இருவரும் சேர்ந்து வெளியூருக்கு எங்கேயாவது போய் பிழைத்துக்கொள்ளலாம் என்று ஆலோசனை சொன்னான். லலிதா அதனை ஆமோதிக்கவில்லை. தூர்தர்ஷனில் நிரோத் நிரோத் என்று தலை தலையாக அடித்துக்கொள்கிறார்கள். கடைக்கு கடை கதவுகளில் ஷட்டர்களிலும் குதிரை படம் வரைந்து மஸ்தி என்று எழுதியிருக்கிறார்கள். கொஞ்சம் பாதுகாப்பாக இருந்திருக்கலாம். இப்பொழுது என்ன செய்வது கலைப்பதற்கு இருவருக்கும் விருப்பம் இல்லை.

பெண் புத்தி பின் புத்தி. லலிதா வேறு விதமான கணக்கு ஒன்றினைப் போட்டாள். அவளது திட்டத்திற்குத் தகுந்தபடி

காய்களை நகர்த்தினாள். அதன்படி அடுத்த ஒன்றரை மாதங்களுக்கு எல்லாம் சரியான திசையில் சென்றது.

என்ன இருந்தாலும் வெங்கடேசன் படித்தவன். கலவியில் வேண்டுமானால் அவன் தேர்ந்தவன் இல்லாமல் இருக்கலாம். கல்வியில் தேர்ந்தவன். அவன் ஒரு ஆடிட்டர் வேறு. கணக்கில் தவறிழைக்க வாய்ப்பே இல்லை. சீக்கிரமே விஷயத்தைக் கண்டுபிடித்துவிட்டான்.

அந்தச் சிக்கலை அவன் ஹேண்டில் செய்த விதமே அலாதியானது. அவனுக்கு அந்த மூன்றாம் நபர் யாரென்று யூகிப்பதில் எந்த சிரமமும் இல்லை. அதே சமயம் அது அவன்தான் என்பதைக் கண்களால் பார்த்து உறுதிப்படுத்திக்கொள்ள விரும்பவோ, ஆதாரங்களுடன் நிரூபிப்பதற்கோ அவன் விரும்பவில்லை. அது அவனுக்கு வேண்டாத மன உளைச்சல். அவன் இன்னமும் லலிதாவை காதலிக்கிறான். லலிதா இல்லாமல் அவனால் சர்வைவ் செய்ய முடியாது. அவனிடம் உள்ள பொருட்செல்வம் எல்லாம் அவன் சம்பாதித்தது என்றாலும் லலிதா இல்லாமல் அது சாத்தியப்பட்டிருக்காது. அதனால் லலிதாவை மீட்கும் வழியில் இறங்கினான்.

முதலில் கிருபாவை அழைத்தான். அவனுக்கு கிருபாவைப் பார்க்கும்போது கோபம் பொத்துக்கொண்டு வந்தது. வெங்கடேசன் ஷத்ரிய குணம் கொண்டவன் அல்ல. சாணக்கியன். மேலும் இப்பொழுது கிருபாவை ட்ரிக்கர் செய்வது வேண்டாத வேலை. கிருபாவிடம் ஊரில் ஒரு டெத். நானும் மேடமும் ஒரு வாரம் இருக்க மாட்டோம். நீ வேலைக்கு வர வேண்டாம் என்று நாசூக்காகச் சொல்லி அனுப்பினான். கிருபாவிடம் இப்படிச் சொன்ன விஷயம் லலிதாவுக்குத் தெரியாத மாதிரி பார்த்துக்கொண்டான்.

லலிதாவை ஒரு வார காலத்திற்குத் தேவையான உடைகளை பேக் செய்யச் சொன்னான். ஃபோர்ட் எஸ்கார்ட்டில் அவளையும் லக்கேஜையும் அள்ளிப்போட்டுக் கொண்டு கிழக்கு கடற்கரை சாலைக்கு வண்டியைச் செலுத்தினான். ஃபிஷர்மேன்'ஸ் கோவ். அன்றைய தேதிக்கு சென்னையின் ஆடம்பரமான ரெஸார்ட். கடற்கரையைப் பார்த்தபடி அமைந்திருந்த வில்லாவை புக் செய்து அழைத்துச் சென்றான்.

*"சர்ப்ரைஸ் ! அடுத்த ஒன் வீக் இங்கதான் தங்கப் போறோம்"*

லலிதாவுக்கு ஒன்றும் புரியவில்லை. மலங்க மலங்க விழித்தாள். வெங்கடேசனிடம் ஏற்பட்டிருந்த இந்த திடீர் மாற்றம் அவளை கவலைகொள்ள வைத்தது.

வெங்கடேசன் இரண்டு விஷயங்களை பாலபாடம் மாதிரி மனதில் நிலைநிறுத்திக்கொண்டான். லலிதா எந்தத் தவறும் செய்யவில்லை. லலிதாவுக்கும் அவனுக்கும் இப்பொழுதுதான் கல்யாணம் ஆகியிருக்கிறது. அவர்கள் ஹனிமூனுக்கு வந்திருக்கிறார்கள்.

லலிதா எந்தத் தவறும் செய்யவில்லை என்பது ஓரளவிற்கு சரிதான். ஆங்கிலத்தில் ஸ்டாக்ஹோல்ம் சிண்ட்ரோம் என்பார்கள். ஒரு நபருடன் தொடர்ந்து ஒன்றாக இருக்கும்போது அவர் மீது காதல் தோன்றுவது இயல்புதான். கடைசி சில மாதங்களை எடுத்துக்கொண்டால் லலிதாவின் அருகாமையில் வெங்கடேசன் இருந்ததை விட கிருபாவே அதிகம் இருந்திருப்பான். அதிலும் எந்த மடையனாவது கொடைக்கானலில் விரகதாபத்திலிருக்கும் மனைவியை வேலைக்காரனோடு விட்டுவிட்டு வருவானா. அதனால் அதில் அவனுடைய தவறும் அடங்கியிருந்தது என்பதை ஏற்றுக்கொண்டான்.

மேலும் லலிதாவை திருமணம் ஆன புதிதில் காதல் செய்த தினங்களை நினைவுகூர்ந்தான். அதில் பத்து சதவிகிதம் கூட அவன் இந்நாட்களில் காட்டுவதில்லை. ஆண்களைப் பொறுத்தவரையில் பெண்கள் டிராஃபி போல. அதனை வெற்றி பெற்று வீட்டு ஷோகேஸில் பூட்டி வைத்துக்கொண்டால் போதும்.

அடுத்த இரண்டு நாட்களுக்கு வெங்கடேசன் லலிதாவைத் திளைக்க திளைக்க காதல் புரிந்தான். ஒரு பெண்ணின் காதலை மீட்க அவளுடனான பழைய சுகமான நினைவுகளைக் கொஞ்சம் கிளறிவிட்டுத் தீ மூட்டினால் போதும். அதன்பிறகு அது கொழுந்துவிட்டு எரியத் துவங்கிவிடும்.

இரண்டு நாட்கள். லலிதாவின் உள்ளத்தையும் உடலையும் வேறு எந்த உத்தமபுத்திரனுடைய நினைவும் வராதபடி முழுமையாக ஆக்கிரமித்தான் வெங்கடேசன். இரண்டாம் நாள் இரவு அவளைத் தன் கதகதப்பான அணைப்பில் வைத்துக்கொண்டு,

*"லலிதா, என்னிடம் ஏதாவது மறைக்கிறாயா?"* என்றான்.

லலிதாவுக்கு அதிர்ச்சி.

"ஏதாவது இருந்தால் சொல்லிவிடு. நமக்குள் எந்த ஒளிவுமறைவும் வேண்டாம்."

லலிதா என்ன சொல்வது, எதுவரை சொல்வது, சொன்னால் அதன் விளைவுகள் என்னென்ன என்று அரை நொடிக்குள் ஆயிரம் குழப்பங்கள்.

"உனக்கு இது கடைசி வாய்ப்பு என்று நினைத்துக்கொள். நீயாகவே சொல்லிவிட்டால் அது எவ்வளவு பெரிய தப்பாக இருந்தாலும் மன்னித்துவிடுகிறேன்."

லலிதாவுக்குப் புரிந்துவிட்டது. குபுகுபுவென்று அழத்துவங்கி விட்டாள்.

வெங்கடேசன் லலிதாவின் தோள்களைப் பிடித்துத் தேற்றினான்.

"நீ எதுவும் சொல்ல வேண்டாம். உனக்கு நான்கு நாட்கள் டைம். எல்லாவற்றையும் அழித்துவிடு. புது வாழ்க்கையைத் தொடங்கலாம். ஆனால் எல்லாவற்றையும் அழித்துவிட வேண்டும்."

நான் சொல்வது புரிகிறதா என்பதுபோல அவளைப் பார்த்தான்.

அன்றிரவு அவளிடமிருந்து அவன் எந்த முடிவையும் பதிலையும் எதிர்பார்க்கவில்லை. அவளைத் தன்னுடைய அணைப்பில் உறங்க வைத்தான். மறுநாள் காலை எதுவுமே நடக்காத மாதிரி கடைசி நாற்பத்தெட்டு மணிநேரங்களாக பொழிந்துகொண்டிருந்த காதலைத் தொடர்ந்தான்.

லலிதா குற்ற உணர்வில் புழுங்கிக்கொண்டிருந்தாள். கிருபாவை நினைத்துப் பார்த்தாள். அவனிடம் என்ன சொல்வது. அவனை மறக்க முடியுமா. குழந்தையை எப்படி? ஒரு கலைடாஸ்கோப்பை சுழற்றுவது போல அவளது எண்ணங்கள் மாறி மாறி விதமான சித்திரங்களை சேர்த்துப் பார்த்தது.

சாம, தான, பேத, தண்டம் என்பது சாணக்கியர் வகுத்த ராஜதந்திரம். ஒருவரிடம் ஒரு காரியம் ஆகவேண்டும் என்றால் முதலில் அவரிடம் சமாதானமாகப் பேச வேண்டும். அதில் வழிக்கு வரவில்லை என்றால் பொருள் ஆசை காட்டி வழிக்குக் கொண்டுவர வேண்டும். மூன்றாம் படிநிலை, அவரை மிரட்டுவது. கடைசி ஆயுதம் - வன்முறை.

வெங்கடேசனுக்கு வன்முறை தேவைப்படவில்லை. சாமம் மட்டுமே போதும்தான். இருப்பினும் இரண்டாவது அஸ்திரமாக அவன் சாமத்துடன் தானத்தையும் பேதத்தையும் சேர்த்துக் குழைத்து கையில் எடுத்தான்.

"லலிதா, உனக்கு இது எவ்ளோ கஷ்டமா இருக்கும்ன்னு எனக்கு நல்லா புரியுது. ஆனா ரெண்டுல ஏதாவது ஒண்ணைத் தேர்ந்தெடுத்துதான் ஆகணும் இல்லையா?"

லலிதா மௌனமாக இருந்தாள். அவளுக்கு நேற்றிலிருந்து பேச்சே வரவில்லை. கண்ணீரால் மட்டும்தான் பதில் சொல்லிக்கொண்டிருக்கிறாள்.

"உனக்கு யாருடன் வாழ விருப்பமோ அவர்களுடன் நீ தாராளமாக வாழலாம். ஆனால் யாராச்சும் ஒருத்தர்தான். அந்த ஒருத்தர் யாருன்னு நீயே முடிவு பண்ணிக்கோ."

வெங்கடேசன், கிருபாவின் பெயரைக்கூட உச்சரிக்கவில்லை.

"ஆனால் அந்த ஒருத்தர் நான் இல்லைன்னு முடிவு பண்ணிட்டா என் முன்னாடி வாழாதே. எங்கேயாவது கண் காணாத இடத்துக்கு ஓடிப் போயிடு. இந்த டைவர்ஸ் கிய்வர்ஸ் எல்லாம் வேண்டாம். உனக்கும் அசிங்கம் எனக்கும் அசிங்கம்."

அப்படி கிருபாவுடன் செல்வதென்றால் தன்னுடைய தரப்பிலிருந்து எந்தப் பொருளுதவியும் கிடைக்காது என்பதையும், தன்னுடைய லீகல் டீமின் பலத்தையும் பேச்சினிடையே சொல்லாமல் சொல்லிவிட்டான்.

"ஒருவேளை நீ என்னுடன் வாழ்வதென்று முடிவு செய்துவிட்டால் உனக்கு இப்பொழுது கிடைக்கின்ற மரியாதையும், அன்பும் வாழ்நாள் முழுக்கக் கிடைப்பதற்கு நான் உத்தரவாதம் தருகிறேன். பழசைப் பத்தி ஒருநாளும் பேச மாட்டேன். ஆனா நீ சுத்தமா வரணும்."

"அப்புறம் உனக்கு யாராலும் எந்தத் தொந்தரவும் வராத மாதிரி பாத்துக்க வேண்டியதையும் என் பொறுப்புல விட்டிரு."

வெங்கடேசன் தன் தரப்புகளை முடித்துவிட்டு அவளிடமிருந்து பாதுகாப்பான தூரத்திற்கு விலகிக்கொண்டான். இனி முடிவெடுக்க வேண்டியது லலிதா. அவளுக்கு யாரைத் தேர்வு செய்வது

என்பதில் எந்தக் குழப்பமும் இல்லை. அவளது கவலை எல்லாம் குழந்தையைப் பற்றிதான்.

அடுத்த நான்கு நாட்கள் அவர்கள் அங்கேதான் தங்கியிருந்தார்கள். பெரிய பெரிய உணவகங்களில் சர்வர் உணவைப் பரிமாறியபின் மேஜைக்கு அருகிலிருந்து அகன்றுவிடுவார். ஆனால் வாடிக்கையாளர்களுக்கு உறுத்தாதபடி கூப்பிடு தொலைவில் நிற்பார். அந்த மாதிரி வெங்கடேசன் லலிதாவை விட்டு சற்று தொலைவில் விலகி அவளுக்கு வேண்டிய சுதந்திரத்தைக் கொடுத்துக் கொண்டிருந்தான். ராத்திரி வேளைகளில் அவளை அணைத்துக்கொண்டான்.

கடைசி நாள். லலிதா அதற்கு மேல் யோசிப்பதற்கு ஒன்றுமில்லை. வெங்கடேசன் அவளை அப்படி வீழ்த்திவிட்டான்.

சென்னை ஒரு மாநகரம். வெங்கடேசன் லலிதாவுடன் வேறொரு ஏரியாவில், வேறொரு வீட்டில் குடியேறினான். அவன் உறுதியளித்தபடி அவன் பழையது எதையும் கிளறவில்லை. முக்கியமாக அவன் லலிதாவுக்கு எந்தக் கட்டுப்பாடும் விதிக்கவில்லை. முன்பைப் போலவே ஆஃபீஸ் போகிறான், வருகிறான், வெளியூர் போய் நான்கைந்து நாட்கள் தங்குகிறான். ஆனால் லலிதா கிருபாவை மீண்டும் தொடர்புகொள்ள எந்த முயற்சியும் எடுக்கவில்லை.

இது வெங்கடேசன் - லலிதாவின் கதை. இன்னொரு பக்கம் கிருபா என்ன நடந்தது என்றே தெரியாமல் திசையற்று நின்றுகொண்டிருந்தான். பிரிவாற்றாமையின் வகைகளிலேயே கொடுமையானது ஏன் பிரிந்தோம் என்று தெரியாமல் பிரிவதுதான். அவனது வாழ்க்கையில் அப்படியொரு உணர்வை, வலியை அவன் எதிர்கொண்டதே இல்லை. ஒருவேளை இப்படி நடந்திருக்குமோ, அப்படி நடந்திருக்குமோ என்று லட்சக்கணக்கான தியரிக்களை அவன் மனதிற்குள்ளேயே எழுதிப்பார்த்தான். டாக்டர் ஸ்ட்ரேஞ் தோற்றுவிடும் அளவிற்கு அத்தனை நிகழ்தகவுகளைச் சிந்தித்துப் பார்த்தான்.

வெங்கடேசன் விஷயத்தைக் கண்டுபிடித்துவிட்டார் என்பது மட்டும் அவனுக்குத் தெரிந்தது. லலிதாவை அவனால் தொடர்பு கொள்ளவே முடியவில்லை. லலிதா வயிற்றில் அவனது குழந்தை எப்படி இருக்கிறது. தவித்துக்கொண்டிருந்தான். திடீரென ஒரே

நாளில் எல்லாமும் அவன் கையை விட்டுப் போயிருந்தது. வருமானமும் நின்று போயிற்று. தெருத்தெருவாக லலிதாவைத் தேடி அலைந்தான். யார் யாரிடமோ கேட்டுப் பார்த்தான்.

கடைசியாக ஒருநாள் தூரத்தில் வைத்து லலிதாவைப் பார்த்தான். அவ்வளவுதான் லலிதாவைப் பார்த்தாயிற்று. எல்லா சிக்கல்களும் தீர்ந்தது. உடனே அவளிடம் போய் பேசி அவளை அழைத்துக் கொண்டு அப்படியே போய்விடலாம் என்று நினைத்துக் கொண்டு நெருங்கினான். லலிதாவின் பார்வை அவன் மீது பட்டது. ஒரு நொடி தான். எந்தச் சலனமும் இல்லாமல் லலிதா முகத்தைத் திருப்பிக்கொண்டாள். அதாவது வாழ்நாளில் அப்படி ஒருவனை இதுவரைக்கும் பார்த்ததே இல்லை என்பது போலவும் இனிமேலும் பார்க்க விரும்பாதவள் போலவும் முகத்தைத் திருப்பிக்கொண்டாள். கிருபாவுக்கு அந்த நிமிடம் அவனது உடலில் இருந்து உயிரை மட்டும் உருவி எடுத்தது போலிருந்தது. லலிதா வயிற்றில் குழந்தை என்ன ஆனது?

# 36

சுனாமிக்கு பிந்தைய பதினொராம் நாள்.

நாளைக்கு கிருபாகரனின் வழக்கு கோர்ட்டுக்கு வருகிறது. அநேகமாக அவன் சிறையில் தங்கப்போகும் கடைசி இரவு அதுவாகத்தான் இருக்கும். மணிகண்டனும் ஜேம்ஸூம் கிருபாவுக்கு அறிவுரை சொல்லிக்கொண்டிருந்தார்கள். அவர்கள் இருவரையும் விட கிருபாவுக்கு அறிவுரைக்கும் தகுதி அன்பரசுக்குக் கொஞ்சம் கூடுதலாகவே இருந்தது. அன்பரசுக்கு துவக்கத்திலிருந்து கிருபாவைப் பார்க்கும் போதெல்லாம் அவனது பிரதியைப் போலவே தெரியும். இருவருக்கும் அத்தனை உருவ ஒற்றுமை.

நான்கு பேரும் பேசிக்கொண்டிருந்த சமயம் எஸ்.பி. சீனிவாசன் அங்கு வந்தார்.

"என்னப்பா இன்னும் தூங்கலையா" என்றார் நான்கு பேரையும் பார்த்து.

பொதுவாக சீனிவாசன் ராத்திரி வேளைகளில் சிறைத் தொகுதிக்கு வர மாட்டார். அப்படியே வந்தாலும் அத்தனை தன்மையாகப் பேசமாட்டார். அன்றைக்கென்று அவர் ஏதோ நல்ல மூடில் இருந்தார். ஒருவேளை பூஸ்ட் குடித்திருக்கலாம்.

"இல்ல சார். நாளைக்கு கிருபாவுக்கு கோர்ட் சார். அதான் பேசிட்டு இருக்கோம்" என்றபடி நான்கு பேரும் சிறைக்கம்பிகளுக்கு அருகில் எழுந்து வந்தனர்.

"அப்படியா. அப்படியே அடுத்தடுத்து எல்லாரும் போயிடணும்ப்பா/ திரும்பவும் இங்க வர்றதையே யோசிச்சுப் பார்க்கக்கூடாது. புரிஞ்சுதா" என்று மிரட்டும் தொனியில் சொல்லிவிட்டு ஜேம்ஸை பார்த்தார். அவனுக்கு மட்டும் அவரால் எதுவும் சொல்ல முடியவில்லை. சீனிவாசன் சிகரெட்டை எடுத்துப் பற்ற வைத்தார்.மணிகண்டன் பீடியை எடுத்து உதட்டில் வைத்தான். சீனிவாசன் சிகரெட்டை அவனிடம் கொடுத்து நெருப்பை பகிர்ந்துகொண்டார்.

"தூக்கம் வரலை சார், ஏதாவது கதை சொல்லுங்க சார்..."

"கதையா?" சீனிவாசன் சிரித்துக்கொண்டார்.

"கொருக்குப்பேட்டை குமார் கதை சொல்லட்டுமா?"

"சொல்லுங்க சார்" நால்வரும் குழந்தைகள் ஆனார்கள்.

"இங்கதான். இந்த ஜெயில்ல வச்சுதான் குமாரை போட்டாங்க. ஒரு ஆறு மாசம் இருக்கும்" சீனிவாசன் தொடங்கினார்.

"தொண்ணூத்தி ஒண்ணுல இருந்து தொண்ணூத்தி ஆறு வரைக்கும் பொற்காலம். ஜனங்களுக்கு இல்ல. எம்.எல்.ஏ.களுக்கு. அந்த டைம்ல பதிவில இருந்த எல்லாருக்கும்தான்."

அப்போது தமிழ்நாட்டில் இரும்புப் பெண்மணியின் ஆட்சி. அந்த அம்மையாரின் மீது டான்சி ஊழல் வழக்கு பதிவாகியிருந்தது. அதனை அப்போதைய எதிர்க்கட்சி தீவிரமாக முன்னெடுத்துக் கொண்டிருந்தது. அக்கட்சியின் மூத்த வழக்கறிஞர் ஒருவர் வழக்கை வழிநடத்திக் கொண்டிருந்தார்.

"ஒருநாள் ராத்திரி. அந்த அட்வகேட்டோட ஆஃபீஸுக்கு திடீர்னு பத்து, பதினஞ்சு பேர் வராங்க, குமார்தான் அந்த கேங்கோட லீட்"

உள்ளே புகுந்த குமாரின் ஆட்கள் வழக்கறிஞரை கண்டபடி வெட்டிச் சாய்த்தனர். கிட்டத்தட்ட மரணம். அப்படி நினைத்துக்கொண்டு குமாரும் அவனது ஆட்களும் அங்கிருந்து கிளம்பினார்கள். ஆனால் அந்த வழக்கறிஞர் சாகவில்லை. இருபத்தி ஆறு இடங்களில் வெட்டுக்காயங்களுடன் உயிர்பிழைத்தார்.

"குமாரு ஏற்கனவே பெரிய ரௌடிதான். ஆனா, அப்பத்தான் மொதமுறையா எதிர்க்கட்சியோட பார்வை அவன் மேல பட்டுச்சு"

"சார், எங்க ஏரியா நாராயணனை விட பெரிய ரௌடியா சார் அவர்", அன்பரசு கேட்டான்.

"சரியா போச்சு போ, உங்க நாராயணனுக்கு அண்ணனையே போட்டவன் அவன்"

1980 காலகட்டத்தில் கொருக்குப்பேட்டைப் பகுதியில் ஒரு சின்ன இரும்புப்பட்டறை வைத்து நடத்திக்கொண்டிருந்தவன்தான் இந்த குமார்.

"குமாருக்கு எம்.ஜி.ஆரை. ரொம்பப் பிடிக்கும். அதைவிட ஜெயலலிதாவை ரொம்பப் பிடிக்கும்."

"மஞ்சுளா, லதால்லாம் பிடிக்காதா சார்" என்றான் மணிகண்டன்.

"ரொம்ப முக்கியம்"

அப்பொழுது கட்சிக் கூட்டங்களுக்கு காசு கொடுத்து ஆள் சேர்க்கும் வேலையையும் அவன் உபரியாக செய்துகொண்டிருந்தான்.

"குமார் கொஞ்சம் முன்கோபி. அவன்ட்ட யாராவது ராங்கா பேசுனா அவன் கைதான் மொதல்ல பதில் சொல்லும்"

அப்படி கொஞ்சம் அடிதடி என்று அந்த ஏரியாவில் சிறிய ரௌடியாக ஃபார்ம் ஆனான் குமார். அந்த காலகட்டத்தில் ஏழுமலைன்னு ஒரு பெரிய ரௌடி. அவரது வலது கையாக இணைந்தான் குமார்.

"ஏழுமலைக்கும் ராதாகிருஷ்ணனுக்கும் ஒரு பிரச்சனை. அதான் நீ சொன்னியே. அந்த ஆளோட அண்ணன்."

ஒரு கட்டத்தில் ஏழுமலையை ராதாகிருஷ்ணன் படுகொலை செய்துவிடுகிறார். தன் கேங் லீடரை கொன்றவனைப் பழிவாங்கியே ஆகவேண்டிய சூழல் குமாருக்கு. அவன் ராதாகிருஷ்ணனை படுகொலை செய்தான்.

"அப்பவே அவன் சாக வேண்டியவன். ஆனா அவன் பாண்டியன்ட்ட போய் சேர்ந்துட்டான்."

அப்பொழுதெல்லாம் சென்னை ஹார்பர் யாருடைய கண்ட்ரோலில் இருக்கிறதோ அவர்தான் பெரிய ரௌடி. ஹார்பருக்குள் கிரேன், டிராக்டர், லேபர் காண்டிராக்ட் துவங்கி ஸ்க்ராப் எடுப்பது வரை அது மிகப்பெரிய பிஸினஸ். அத்தொழிலில் அப்பொழுது

உச்சத்தில் இருந்தவர் பாண்டியன். ராதாகிருஷ்ணன் கொலைக்குப் பிறகு பாண்டியனிடம் போய் சேர்ந்துகொண்டான் குமார்.

"இவன்தான் கோவக்காரனாச்சே. பாண்டியனுக்கும் இவனுக்கும் கூட ஒத்துப்போகல. கோவத்துல போட்டுட்டான்."

"கொலையே பண்ணிட்டாரா சார்."

பாண்டியனின் கொலைக்குப் பிறகு சென்னையின் பிரபல ரௌடியாக உருவெடுத்தான் குமார். அதே சமயம் எம்.ஜி.ஆரின் மரணத்திற்குப் பிறகு அம்மையாரின் தீவிர விசுவாசி ஆகிப்போனான் குமார்.

"விசுவாசின்னா மத்தவங்க மாதிரி இல்லப்பா. அந்தம்மாவ பத்தி அவங்க கட்சிக்காரனே தப்பா பேசுனா கூட குமாருக்கு கோவம் வந்துடும். அப்புறம் கைலதான் பேசுவான்."

1991ம் ஆண்டு அம்மையார் ஆட்சிக்கு வந்தார். அப்பொழுதிலிருந்து அவரது கட்சியின் அதிகாரபூர்வ அடியாளானான் குமார். அதனுடன் சாம, தான, பேத, தண்ட முறைகளில் அம்மையாரின் கட்சிக்கு ஆள் சேர்க்கவும் செய்துகொண்டிருந்தான்.

"அந்த டைம்ல அந்தம்மா இல்லாத ஆட்டூழியம்லாம் பண்ணுச்சு. அதுல ஒண்ணுதான் டான்ஸி கேஸ். அப்பதான் நான் சொன்ன அட்வகேட் அஸால்ட் கேஸ் நடந்தது".

குமார் வழக்கறிஞரைத் தாக்கிய வழக்கு சி.பி.ஐ.க்கு மாற்றப்பட்டாலும் கூட அம்மையாரின் ஆட்சி என்பதால் குமார் பாதுகாப்பாக இருந்தான்.

"1996 எலக்ஷன். எல்லாமே தலைகீழா மாறுச்சு. டி.எம்.கே. ஆட்சிக்கு வந்துடுச்சு."

தி.மு.க. ஆட்சிக்கு வந்ததும் அவர்களுக்கு எதிரானவர்கள் மீதான வழக்குகள் தோண்டி எடுக்கப்பட்டன. அதில் குமார் மீதான வழக்குகளும் கையில் எடுக்கப்பட்டன.

"ஒண்ணு ரெண்டு இல்லப்பா. கிட்டத்தட்ட இருபது, இருபத்தஞ்சு கேஸ். அவன் மேல. அதுல முக்கியமா ராதாகிருஷ்ணன் மர்டர், லம்பா மணி மர்டர், அட்வகேட் அஸால்ட்."

ராதாகிருஷ்ணன் படுகொலை வழக்கில் குமார் மீதான குற்றம் நிரூபிக்கப்பட்டு அவன் ஆயுள் தண்டனை பெற்றான். அடுத்தடுத்து

வெவ்வேறு வழக்குகளில் தீர்ப்பு வந்தது. சிலவற்றில் விடுதலை கிடைத்தது. இன்னொரு கொலை வழக்கிலும் ஆயுள் தண்டனை பெற்றான்.

"டி.எம்.கே பீரியட்ல வெளிய இருக்குறத விட உள்ள இருக்குறதே ஸேஃப்ன்னு குமார் சொல்லிக்கிட்டான். ஆனா அவனே நெனச்சாலும் அவனால வெளிய வந்திருக்க முடியாது அப்ப."

இரட்டை ஆயுள் தண்டனையை மீறி ஒரு நபர் சிறையை விட்டு வருவதெல்லாம் சாதாரண விஷயம் கிடையாது. ஒரு தண்டனைக் குற்றவாளி பரோலில் வெளியே செல்ல வேண்டுமென்றால் கூட முறைப்படி கடிதம் கொடுத்து அனுமதி வாங்க வேண்டும். இரண்டு தண்டனை என்றால் இரண்டிற்கும் தனித்தனியாக அனுமதி பெற வேண்டும். அதனால் சிறையிலிருந்து வெளியே வருவது அவனுக்கு சாத்தியமில்லாத ஒன்றாக இருந்தது.

"ஃபர்ஸ்ட் ஃபர்ஸ்ட் அவனை வேலூர்லதான் போட்டாங்க. அங்க போயும் அவன் சும்மா இல்ல. யாராச்சும் அம்மாவ பத்தி தப்பா பேசுனா ஜெயில்ன்னு கூட பாக்காம அடிக்கப் போயிடுவான்."

"அவங்க அம்மாவையா சார்."

அவன் அவ்வளவு தீவிரமாக ஆதரித்து வந்த அம்மையாரே அவனை ஒரு கட்டத்தில் கைவிட்டுவிட்டார். அம்மையாருக்கு அவரைக் காத்துக்கொள்வதே பெரும்பாடாக இருந்தது.

"குமாருக்கு இது எதுவுமே தெரியாது. அவனைப் பொறுத்தவரை அம்மாவ யாராச்சும் ஏதாவது பேசிட்டா அடிக்கணும். அவ்ளோதான்."

குமார் சிறையில் அவ்வப்போது பிரச்சனைகள் செய்து வந்ததால் அவ்வப்போது அவன் வெவ்வேறு சிறைகளுக்கு மாற்றப்பட்டான்.

"இனிமே ஜெயில்தான்னு முடிவாயிடுச்சு. அதனால அவன் ஜெயில்ல ரௌடியாயிடலாம்ன்னு முடிவு பண்ணான்."

குமார் எந்தச் சிறைக்குச் சென்றாலும் அந்தச் சிறையில் கஞ்சா, பீடியில் ஆரம்பித்து சோப்பு, சீப்பு வரை எல்லாமே அவன் வழியாகத்தான் கைதிகளுக்குச் சென்றது. அதன் மூலம் உள்ளே இருந்தபடியே பெரிய வருமானம் அடையத் துவங்கினான் குமார்.

"இப்பதான் ஒரு வருஷத்துக்கு முன்னாடி அவன செண்ட்ரலுக்கு மாத்துனாங்க. அப்பதான் அவனை ஃபர்ஸ்ட் டைம் பாத்தேன். வயசானாலும் ஹீரோ மாதிரி இருந்தான்."

குமாருக்கு அப்போது வயது நாற்பத்தைந்திற்கு மேல். ஆறடி உயரம். சுருட்டை முடி. கறுப்பு நிறம். ஆனாலும் ஜீன்ஸ் பேண்ட், பூட்ஸ் கால்கள் என ஸ்டைலான ரௌடி.

"இங்க வந்தும் அவன் ஆட்டம் கொறையல. இங்கயும் அவன்தான் வியாபாரம் பாப்பேன்னு வந்து நின்னான். அப்ப ஆரம்பிச்சது தான் பிரச்சனை."

சென்னை மத்திய சிறையில் அடைக்கப்பட்ட குமார் அங்கேயும் தன்னுடைய ஆதிக்கத்தை செலுத்த விரும்பினான். அது ஏற்கனவே சென்னை சிறையில் தொழில் செய்துகொண்டிருந்தவர்களுக்குப் பிடிக்கவில்லை.

"ஒருநாள் மத்தியானம்... உன் பேர் வச்சவன்தான். குமார்ட்ட பேச்சு கொடுத்திருக்கான்," அன்புவை சுட்டிக் காட்டியபடி சொன்னார் சீனிவாசன்.

அரசியல் பின்புலம் இல்லாத, சாதாரண சிறைக்கைதிகள் மூன்று பேர். சிறையின் சமையல் கூடத்திலிருந்த தட்டு, கரண்டி போன்றவற்றையே ஆயுதமாகக் கொண்டு குமாரை வெட்டி வீழ்த்தினார்கள்.

"அவன் பேசிட்டுருக்கப்பவே அவன் கூட்டாளிங்க ரெண்டு பேர் பொருள எடுத்துச் சொருவிட்டாங்க."

குமாரின் இறுதிச்சடங்கு கொருக்குப்பேட்டையில் பெரிதாக நடந்தது. ஆனால் அவன் சார்ந்த கட்சியிலிருந்து அவனைப் பெரிதாகக் கண்டுகொள்ளவில்லை.

"அவ்ளோதான்பா லைஃப். அதனால நீங்கள்லாம் வெளில போய் ஒழுங்கா இருந்துக்கணும் சரியா," அறிவுரைக்கும் தொனியில் முடித்தார் சீனிவாசன்.

ஜேம்ஸுக்கு இந்த நேட்டிவ் நார்த் மெட்ராஸ் கதையில் விருப்பம் இல்லாததால் அவன் ஏற்கனவே தூங்குவதற்குச் சென்றிருந்தான். மற்ற மூவரும் கூட சீனிவாசனை வழியனுப்பிவிட்டு தூங்குவதற்காகக் கலைந்தார்கள்.

# 37

**சு**னாமிக்கு பிந்தைய பன்னிரண்டாம் நாள்.

இன்று கிருபாகரனின் வழக்கு கோர்ட்டுக்கு வருகிறது. ஆனால் வேடிக்கை என்ன தெரியுமா ? கிருபாகரன் வழக்கு நடைபெறும் சமயத்தில் சிறையில்தான் இருப்பான். அவனது சார்பாக இலவச சட்ட மையத்தின் வழக்கறிஞர் செல்வராஜ் வாதாடுவார். நீதிமன்றத்தில் என்ன நடக்கிறது என்றுகூட கிருபாகரனுக்குத் தெரியாது.

கிருபாகரன் மீண்டும் சிறைக்கு வருவானா இல்லையா என்று சொல்ல முடியாது. அவனது வழக்கு ஒப்பீட்டளவில் சிறியது. அதனால் சுலபமாக பெயில் கிடைத்தாலும். ஒருவேளை தண்டனை கிடைத்தாலும் அதிகபட்சம் ஓராண்டு காலம் சிம்பிள் ப்ரிஸன்மெண்ட். ஆனால் அப்படி எதுவும் நடந்து விடக்கூடாது என்றுதான் மணிகண்டன் இத்தனை அவசரமாக கிருபாவிற்கு பெயில் ஏற்பாடு செய்கிறான்.

தண்டனை கிடைத்தால் கிருபாவை கன்விக்ட் வார்டுக்கு மாற்றிவிடுவார்கள். அங்கே அவரவர் செய்த குற்றங்களுக்குத் தகுந்தபடிதான் பிளாக் பிரிப்பார்கள் என்றாலும் காலை ஆறு மணி முதல் மாலை ஆறு மணி வரை எல்லாக்கைதிகளும் ஒரே வளாகத்தில்தான் இருப்பார்கள். அங்கே இருக்கும் கொலையாளிகள் மற்றும் ஆர்கனைஸ்ட் குற்றவாளிகளுக்கு

மத்தியில் யார் உள்ளே போனாலும், அவன் வெளியே வரும்போது எல்லா குற்றங்களையும் கற்றுக்கொண்டுதான் வருவான்.

மணிகண்டன் கூட இந்த பத்து நாட்களுக்குள் வெளியே போய் நோட்டு அடிக்கும் குரூப்பில் சேரலாமா துப்பாக்கி கடத்தும் குரூப்பில் சேரலாமா என்று அலை பாய்ந்துகொண்டிருக்கிறான். கிருபாவுக்கென யாரும் இல்லை. அவன் சிறையில் இருக்கும் ஒவ்வொரு நாளும் அவனுக்கு ஆபத்துதான். மணிகண்டன் இருக்கிற வரைக்கும் பரவாயில்லை. அவனோ எப்படியும் ஒன்றிரண்டு வாரங்களில் பெயில் வாங்கிவிடுவான். அதன் பிறகு யார் கிருபாவை பாதுகாப்பது.

கிருபாவின் வழக்கு எழும்பூர் நீதிமன்றத்தில் விசாரணைக்கு வந்தது. ஆனால் அவனது வழக்கு லிஸ்டில் பின்னாடி இருந்திருக்கக்கூடும். காலை செஷன் முழுக்க அவனது வழக்கு விசாரணைக்கு அழைக்கப்படவில்லை. மதியமும் நேரமாகிக்கொண்டே போக, கடைசியாக மாலை நான்கு மணி வாக்கில் அவனது வழக்கு கையில் எடுக்கப்பட்டது. இலவச சட்ட மையத்தின் சார்பாக அட்வகேட். செல்வராஜ் ஆஜராகியிருந்தார். அதிக நேரம் எடுத்துக்கொள்ளவில்லை. கிருபாவிற்கு அபராதத் தொகையுடன் ஜாமீன் கிடைத்தது.

மணிகண்டன் தனது ஆட்களின் மூலம் அபராதத்தொகையைக் கட்டுவதற்கு ஏற்பாடு செய்திருந்தான். கிருபாகரன் இப்பொழுது சுதந்திரப் பறவை. அவன் ஒரு கையெழுத்து மட்டும் போட்டுவிட்டு வெளியே போய் சுதந்திரக்காற்றை சுவாசிக்கலாம். சிறையில் அவனது துணிமணிகள், பொருட்கள் ஏதாவது இருந்தால் எடுத்துக் கொள்ளலாம். கிருபாவிடம் உடைமைகள் என்று சிறையில் எதுவும் இல்லை. அவன் போட்ட பேண்ட் சட்டையுடன் உள்ளே வந்தான். அதையும் வந்த தினமே கிழித்துவிட்டார்கள். சிறைக்கு வரும் கைதிகள் வரும்போது அவர்களுடைய வீட்டிலிருந்து உடைகள் கொண்டு வரலாம். ஆனால் திரும்பப் போகும்போது பெரும்பாலானவர்கள் உடைகளை அப்படியே போட்டுவிட்டுப் போய்விடுவார்கள். அந்த உடைகளை மாற்றுத் துணி இல்லாமல் உள்ளே வந்து சிக்கிக்கொள்ளும் அன்பரசு, கிருபா போன்றவர்கள் பயன்படுத்திக் கொள்வார்கள். அன்பரசு கொடுத்த சட்டை, பேண்ட்தான் கிருபா போட்டிருந்தான். அன்பரசு போட்டிருந்த

உடைகள் அதற்கு முன்பு சிறைக்கு வந்து சென்ற வேறு யாரோ ஒரு கைதியுடையது.

மணிகண்டன் கிருபாவின் தோள்களில் தட்டிக்கொடுத்தான், "கிருபா, எல்லாத்தையும் மறந்துடு. வெளிய போய் புது வாழ்க்கையைத் தொடங்கணும்."

அன்பரசு கிருபாவைக் கட்டிக்கொண்டான், "இன்னொரு தடவை இப்படிலாம் யோசிக்கக் கூடாது சரியா?"

ஜேம்ஸ், "பீ எ பிரேவ் மேன் கிருபா. ஆல் த பெஸ்ட்" என்று கைகுலுக்கினான்.

கிருபா சென்னை மத்திய சிறையிலிருந்து வெளியேறினான்.

# 38

அன்புள்ள ஜேம்ஸ்,

இந்தக் கடிதம் உனக்கு மகிழ்ச்சியைத் தரும் என நம்புகிறேன்.

உன்னை குறும்புக்கார காதலனாய் பார்த்திருக்கிறேன். சாகஸங்கள் செய்யும் இளைஞனாய் பார்த்திருக்கிறேன். அன்பான கணவனாக. பொறுப்புள்ள குடும்பத்தலைவனாக. உனது வாழ்க்கையின் ஒவ்வொரு அத்தியாயத்திலும் உடன் இருந்திருக்கிறேன். இப்பொழுது நீ ஒரு போராளியாக இருக்கிறாய். இப்பொழுதும் நான் உன்னுடன்தான் இருக்கிறேன். கலங்காதே.

நாம் திருமணம் செய்துகொள்வதற்கு முன்பு வாரம் ஒருமுறை க்ரெஸ்வெல்லில் இருந்து சேஸ்விக் வரை ஐம்பது மைல்கள் என்னைப் பார்ப்பதற்காகக் கடந்து வருவாயே நினைவிருக்கிறதா? அந்த ஒருநாளின் நினைவுகளைக் கொண்டுதான் எஞ்சியிருக்கிற வாரநாட்களைக் கழிப்போம். அப்பொழுது நீ நாமிருவரும் ஒரே வானத்தின் கீழேதான் இருக்கிறோம். நீ பார்க்கிற வானத்தைதான் நானும் பார்க்கிறேன் என்று சொல்லி என்னைத் தேற்றுவாய். அதே வார்த்தைகளைத்தான் நான் உனக்குச் சொல்லப்போகிறேன். அண்ணாந்து பார். நீ பார்க்கிறாயே வானம். அதே வானத்தை தான் நானும் பார்த்துக்கொண்டிருக்கிறேன். கலங்காதே.

அன்பாளனே, நீ பாராசூட் படையில் சேர்ந்த போது நான் எவ்வளவு பெருமிதப்பட்டேன் என்று உனக்கு நினைவிருக்கும்.

அதே அளவிற்கு வருத்தப்படவும் செய்தேன். உன்னுடைய பாதுகாப்பு குறித்துதான். அது வரைக்கும் நான் பாராசூட் படை என்றால் விமானத்திலிருந்து பாராசூட்டில் குதிப்பவர்கள் என்று விளையாட்டாக நம்பிக்கொண்டிருந்தேன். உனது பாராசூட் படை பயிற்சிகளைப் பற்றி கேள்விப்பட்டபோது கலங்கிப் போனேன். ஆனால் உனது தன்னம்பிக்கை அலாதியானது. அந்தக் கடுமையான தேர்வுகளைக் கடந்து நீ தேர்ச்சி பெற்றாய். அதேபோல இப்பொழுதும் நீ உனது கடினமான தினங்களைக் கடந்து வருவாய். கலங்காதே.

நீ ஆஃப்கனுக்கு சென்றாய். போர்க்களம் புகுந்தாய். மரணத்திற்கு அருகே சென்று முத்தமிட்டு விட்டுத் திரும்பி வந்தாய். அதே போல இப்பொழுதும் திரும்பிவிடுவாய். கலங்காதே. திரும்பி வா. திரும்பி வந்து முத்தமிடு.

நமக்குத் திருமணமான கொஞ்ச நாட்களிலேயே என்னைத் தனியாக விட்டுவிட்டு ஈராக் சென்றாய். போரெல்லாம் வேண்டாம் என்று உன்னை கெஞ்சினேன். நான் இரும்பைப் போல வலிமையானவன் எனக்கு ஒன்றும் ஆகாது என்றாய். நீ சொன்னது உண்மைதான். சொன்னபடி வலிமையாகத் திரும்பி வந்தாய். அன்றிலிருந்து உனது வலிமை எனக்குத் தொற்றிக்கொண்டது. நானும் இரும்பைப் போல வலிமையானவள். நீ திரும்பி வரும்வரை உடைந்துவிடாமல் காத்திருக்கிறேன். கலங்காதே.

உன்னை முன்பை விட தீவிரமாகக் காதலிக்கிறேன். உன் மீதான காதலை எல்லாம் இந்த சிறிய கடிதத்தில் கொட்டிவிட முடியாது. எனது காதலை எல்லாம் சிறுகச் சிறுக சேர்த்து வைத்துக் காத்திருக்கிறேன். சீக்கிரம் வா கண்ணா!

இப்படிக்கு,
உன் அன்பு மனைவி லிஸா

# 39

நான் மணிகண்டனின் சிறை அத்தியாயத்தைப் பற்றி எழுதப்போகிறேன் என்று அவனிடம் சொன்னபோது அவன் அதனை எப்படி எடுத்துக்கொள்வான் என்று எனக்கு சங்கடமாக இருந்தது. எனக்குத் தெரியும். அவன் வாழ்க்கையில் அது ஒரு வலி மிகுந்த அத்தியாயம். அதை அவன் மறக்கவும், மறைக்கவும் தான் விரும்புவான் என்று எதிர்பார்த்தேன். ஆனால் அவன் எந்த எதிர்ப்பும் இன்றி மனமுவந்து ஒப்புக்கொண்டான். ஒப்புக்கொண்டது மட்டுமில்லாமல் நான் எப்பொழுது அழைத்து சிறை குறித்த சந்தேகங்கள் கேட்டாலும் சலிக்காமல் பதில் சொன்னான்.

அதே சமயம் இந்த விஷயம் கார்த்திகேயன் என்கிற இருவருக்கும் பொதுவான நண்பனின் காதுகளுக்குப் போனது. அவன் என்னிடம் வந்து, "ஏன், என் கதையெல்லாம் எழுத மாட்டியா ?" என்றான்.

கார்த்திகேயன் ஒரு இணைய எழுத்தாளன். அவன் குஸ்திக் கதைகள் என்று அவ்வப்போது இணையத்தில் எழுதி வந்தான். அதற்கென்று ஒரு தனி வாசகப்பரப்பு இருந்தது. அக்கதைகள் அவனது சொந்த அனுபவங்களா அல்லது கற்பனையா என்று தெரியவில்லை. அவற்றில் ஒன்றிரண்டை எடுத்து உன் புத்தகத்தில் சொருகிவிடு என்று கார்த்திகேயன் என்னிடம் கேட்டான்.

ஒருவேளை வரவேற்பு அதிகமாக இருந்தால் அவனது குஸ்திக் கதைகள் தனி புத்தகமாக வெளிவரும்.

கார்த்திகேயன் ஒரு முன்னாள் குத்துச்சண்டை வீரன்!

ம்ஹுூம் நீங்கள் நினைப்பது போல இல்லை. குஸ்தி என்றால் அது குஸ்தி இல்லை. அதற்கு வேறொரு அர்த்தம். அநேகமாக அவனது குஸ்தி கதைகளுக்கென தனி வொக்கபிலரி ஒன்றினை அவன் வைத்திருந்தான். அது அவனுக்கும் அவனது வாசகர்களுக்கு மட்டும் புரிந்த தனிமொழி. கார்த்திகேயனுடைய குஸ்திக் கதைகள் சிலவற்றை படித்துப் பார்த்தேன். ஒவ்வொரு கதையின் துவக்கத்திலும் ஒரு நீண்ட பீடிகை. இதை பதினெட்டு வயதுக்குட்பட்டவர்கள் படிக்கக் கூடாது, கண்ணியமானவர்கள் படிக்க வேண்டாம் அப்படி இப்படி என்று. அவனது பீடிகைகளைப் பார்த்ததும் நான் பயந்தே போய்விட்டேன். ஒருவேளை நிறைய சென்ஸார் செய்ய வேண்டி வருமோ என்றுதான். ஆனால் உள்ளே படித்தபிறகு தான் தெரிந்தது அவனது கதைகளில் சிக்கன் பீஸே இல்லை. முட்டை கூட கிடையாது. நியாயமாக அவன் அவனது கதைகளுக்கு குஸ்கா கதைகள் என்றுதான் பெயர் சூட்டியிருக்க வேண்டும். திலீப், பெருமாள், கொக்கரக்கோ, ஹெய்ஸன்பர்க் என்றெல்லாம் பெயர் சூட்டிக்கொள்வது போல கார்த்திகேயன் அவனது கதாநாயகனுக்கு அய்யாசாமி என்று பெயர் வைத்திருந்தான்.

கார்த்திகேயனின் குஸ்கா கதைகளில் இருந்து சில சாம்பிள்கள்

## குஸ்திக்கதை #1 - தொண்ணூறு டிகிரி

ஒருமுறை அய்யாசாமிக்கு ரிட்டையர்ட் மிலிட்டரி ஆஃபீஸர் ஒருவர் பழக்கமானார். மஹாதியானத்தில் அய்யாசாமிக்கு பல ரகங்களைக் கற்றுக்கொடுத்தவர். ஒரு கால் கல்லு ரம்மை கிண்ணத்தில் ஊற்றி அதில் இரண்டு வாழைப்பழங்களை நறுக்கிப் போட்டு அரை மணிநேரம் ஊறவைத்து விடுவார். அப்புறம் பழத்துண்டுகளை மட்டும் முள்கரண்டி கொண்டு குத்திக் குத்தி சாப்பிடுவார். திரவமாகக் குடிப்பதை விட இப்படி சாப்பிட்டால் மப்பு அதிகம் கிடைக்குமாம். கோவாவில் இருந்து ஃபெனி வாங்கி வருவார். கேரளா ஸ்டைல் ஃபீப் கறி சமைத்துத் தருவார். ஃபெனியும் ஃபீப்பும் ஒன்றாகக் கிடைத்தால் சரத்குமார் - நக்மா

மாதிரி செம மேட்ச். அய்யாசாமி அவனுடைய குஸ்திக் கதைகளை அவரிடம் சொல்லும்போது மிலிட்டரி பதிலுக்கு அவருடைய குஸ்திக் கதைகளைச் சொல்வார். அந்தக் காலத்தில் அவருடைய குஸ்திக் கதைகளை எல்லாம் கேட்டால் அய்யாசாமிக்கு தானெல்லாம் ஒன்றுமே இல்லை என்கிற தாழ்வு மனப்பான்மை தோன்றும். மிலிட்டரி அந்த அளவிற்கு சேட்டைக்காரர். ஒருமுறை மிலிட்டரி ஊருக்குப் போய்விட்டு வந்தபின் அய்யாசாமியிடம் ஒரு மாத்திரையைக் கொண்டு வந்து கொடுத்தார்.

"தம்பி, இது உற்சாக மாத்திரை. செம பெர்ஃபார்மன்ஸ் தரும். நல்ல அட்மாஸ்பியர்ல ட்ரை பண்ணு. நின்னு பேசும்" என்றார்.

அய்யாசாமிக்குக் கடுமையான குழப்பம். எந்தக் கிளியை வைத்து முயற்சிப்பது என்றுதான். இந்தக் கிளியா? அந்தக் கிளியா? இல்லை, இரண்டு கிளிகளையும் அழைத்து ட்ரிபிள்ஸ் ஆடலாமா?

சரியான நாளே அமையவில்லை. ஒரு வாரமாக மாத்திரை அலமாரியிலேயே கிடந்தது. வாட்ச் கட்டும்போது, தலை வாரும்போது, நான் இங்கே இருக்கேன் என்று அட்டெண்டன்ஸ் போட்டுக்கொண்டே இருந்தது.

ஞாயிற்றுக்கிழமை வந்தது. இன்றைக்கு எப்படியாவது குஸ்தி போட்டே ஆகவேண்டும் என்று அய்யாசாமியிடம் ஒரு வெறி. மாலையில் வேறு அய்யாசாமியுடன் பணிபுரியும் நண்பரின் திருமண வரவேற்பு இருந்தது. ஆறு மணிக்கெல்லாம் மற்ற நண்பர்கள் அய்யாசாமியின் அறைக்கு வந்துவிட்டு அங்கிருந்து நிகழ்வுக்குப் போகலாம் என்று திட்டம். காலையில் கிளியை வரச்சொன்னாலும் மதியம் வரைக்கும் குஸ்தி போட்டுவிட்டு, கொஞ்ச நேரம் ரெஸ்ட் எடுத்துவிட்டு மாலை நிகழ்வுக்குப் போய்விடலாம்.

மீண்டும் எந்தக் கிளி என்கிற குழப்பம். கடைசியில் எந்தக் கிளி அய்யாசாமியின் ஆட்டத்திற்கு ஈடு கொடுக்குமோ அந்தக் கிளி தேர்ந்தெடுக்கப்பட்டது. வழக்கமாக அந்தக் கிளியுடன் குஸ்தி செய்தாலே அய்யாசாமிக்கு நாக்கு தள்ளிவிடும். இன்று ஓவர்டைம் செய்து கிளியை அசத்த வேண்டும் என்று முடிவு செய்தார் அய்யாசாமி. ஞாயிறு காலையிலேயே கிளியை அறைக்கு வரச்சொல்லி உறுதிப்படுத்திக்கொண்டார் அய்யாசாமி. மாலை நிகழ்வுக்கு நண்பர்கள் அனைவரும் ஒரே கலர் பட்டு

வேட்டி - சட்டை அணிவது என்று முடிவு செய்திருந்தார்கள். சனிக்கிழமையே வேட்டி - சட்டையை இஸ்திரி போட்டு வாங்கி வைத்திருந்தார் அய்யாசாமி.

உரித்த கோழியைப் போல முழு உடலையும் சவரம் செய்துகொண்டார் அய்யாசாமி. வாசனைத் திரவியங்களை மேலே பூசிக்கொண்டு கிளியைத் தொடர்பு கொண்டால், "ஊர்ல இருந்து சொந்தக்காரங்க வந்திருக்காங்க. கொஞ்சம் லேட்டாகும்" என்றது.

"சரி, சீக்கிரம் வா" என்று சொல்லிவிட்டு சற்று கண்ணயர்ந்தார் அய்யாசாமி. எழுந்து பார்த்தால் மணி பன்னிரண்டு.

மீண்டும் கிளியை அழைத்து, "என்னாச்சு ? ஏன் இப்படி படுத்துற?" என்று கடிந்துகொண்டார் அய்யாசாமி.

"ரெண்டு மணிக்கு வந்துடுவேன். ஸாரி ஸாரி" என்று கொஞ்சியது கிளி.

நேரம் வேறு இல்லை. ஆறு மணிக்கு சரியாக வந்துவிட வேண்டும் என்று நண்பர்களிடம் முன்கூட்டியே சொல்லி வைத்திருந்தார் அய்யாசாமி.

மதியம் சாப்பிட்டுவிட்டு சரியாக இரண்டு மணிக்கு கிளியை அழைத்தார். "கிளம்பிட்டே இருக்கேன். அரை மணிநேரத்துல அங்கே இருப்பேன்" என்றார்.

மிலிட்டரி வேறு குஸ்திக்கு அரை மணிநேரம் முன்பு மாத்திரையை எடுத்துக்கொள்ள சொல்லியிருந்தார். ஒரு மாத்திரை தான் போட வேண்டும். அய்யாசாமியோ அவருடைய உருவத்தைக் கருத்தில் கொண்டு ஒன்றரை மாத்திரைகளை விழுங்கினார். மணி இரண்டரை ஆகிவிட்டது. கிளியைக் காணவில்லை. அய்யாசாமிக்கு கிலி. அழைக்க அழைக்க கிளி அழைப்புகளை துண்டித்துக்கொண்டே இருந்தார்.

இதற்கிடையில் மாத்திரையின் விளைவாய் அய்யாசாமிக்கு தொண்ணூறு டிகிரி கோணத்தில் நிற்க ஆரம்பித்துவிட்டது. படுத்துக்கொண்டே கொடி ஏற்றலாம் என்று நினைக்கும் அளவிற்கு.

அய்யாசாமிக்கு பதற்றம். கை, காலெல்லாம் நடுங்கத் துவங்கிவிட்டது. அப்பொழுது கிளியிடமிருந்து ஒரு குறுந்தகவல்.

"சாரிடா, எங்க அத்தைப் பொண்ணைப் பார்க்க மாப்பிள்ளை வீட்ல இருந்து வந்தாங்க. பொண்ணு பிடிச்சுப்போய் பூ வைக்க ஆரம்பிச்சிட்டாங்க. என்னால இன்னைக்கு வர முடியாது. இன்னொரு நாள் பார்க்கலாம்."

அய்யாசாமியின் தடியில் இடி விழுந்தது போலிருந்தது. அவர் இயல்பானாலும் கூட அது இயல்பாகவே இல்லை. அய்யாசாமி எப்பொழுதுமில்லாமல் ஜட்டியெல்லாம் போட்டு, அதற்கு மேல் இறுக்கமான ஜீன்ஸ் பேண்ட் அணிந்து பார்த்தார். கொஞ்சம் பரவாயில்லை.

ஆபத்துக்கு பாவமில்லை என்று இரண்டாம் கிளியையும் அழைத்துப் பார்த்துவிட்டார். அன்றைக்கென்று பார்த்து அந்தக் கிளி அதன் பாய்ஃபிரெண்டுடன் வெளியே போயிருந்தது.

இதுமாதிரி கடினமான சூழல்களில் அய்யாசாமிக்கு உதவி செய்யக் கூடிய உற்ற நண்பன் ஒருவன் இருந்தான். அது வேறு யாருமில்லை, அய்யாசாமியின் காங்கிரஸ் சின்னம்தான். அவனது உதவியை நாடிப் பார்த்தார்.

அய்யாசாமி எவ்வளவு முயன்றும் கதைக்கு ஆகவில்லை. இடது கை வலித்து வலது கை, வலது கை வலித்து இடது கை என்று மாறிக்கொண்டிருந்ததே தவிர வேலை முடியவில்லை. அய்யாசாமிக்கு உடலெல்லாம் வியர்த்துக் கொட்டத் துவங்கிவிட்டது. ஒரு காளை மாட்டைக் கொண்டு வந்து முயற்சி செய்திருந்தால் அந்நேரத்திற்கு பாலே கறந்திருக்கலாம்.

நன்றாக வெந்நீர் போட்டு லிங்காபிஷேகம் செய்துப் பார்த்தார். ஒரு மாற்றமும் இல்லை. மணி ஆறை நெருங்கிக்கொண்டிருந்தது. வேட்டியைக் கட்டிப் பார்த்தால் அதன்மீது ஒரு கூடாரம் தெரிந்தது. ஜீன்ஸ் போட்டாலும் நண்பர்கள் கோபித்துக்கொள்வார்கள். மாத்திரை விஷயத்தை வெளியே சொல்லவும் முடியாது. நீண்ட நேரம் யோசித்து ஒரு துணியை எடுத்து தொடையோடு கட்டிக்கொண்டு, அதன் மேலே ஒரு ட்ரங்க், அதன் மேலே ஒரு டெனிம் ஷார்ட்ஸ், அதன் மேலே வேட்டி கட்டி ஒரு மாதிரி அடஜஸ்ட் ஆகியிருந்தது.

அதற்குள் நண்பர்கள் வந்துவிட்டார்கள். நல்லமுறையில் கிளம்பி வெளியே வந்தால் தாங்கித் தாங்கி நடக்கும்படி ஆகிவிட்டது.

நண்பர்கள் என்னவென்று கேட்டால், "உக்காருற இடத்துல கட்டி மச்சான்" என்று சொல்லி சமாளித்தார் அய்யாசாமி.

மண்டபத்திற்குப் போய் கடைசி வரிசையில் பாதுகாப்பாக உட்கார்ந்துகொண்டார் அய்யாசாமி. திருமண வீடு என்றால் குழந்தைகள் இங்கும் அங்கும் ஓடிக்கொண்டு இருப்பார்கள் இல்லையா? அப்படி ஒரு குண்டுப்பையன் ஓடிவந்து அய்யாசாமியின் மடியில் தொபுக்'கென்று உட்கார்ந்தான். அய்யாசாமிக்கு சப்தநாடியும் ஒடுங்கிவிட்டது.

சமாளித்துக்கொண்டு அங்கிருந்து வேறு இடத்திற்கு மாறினார் அய்யாசாமி. நண்பர்கள் யார் வந்தாலும் உட்கார்ந்த இடத்தில் இருந்தபடியே கையை உயர்த்தி வணக்கம் வைத்து சமாளித்துக் கொண்டிருந்தார்.

எட்டு மணிக்கு அய்யாசாமிக்கு இயற்கையிடமிருந்து அழைப்பு. இடது காலைத் தூக்கி வலது காலின் மீதும், வலது காலைத் தூக்கி இடது காலின் மீதும் போட்டு கட்டுப்படுத்த முயன்றார். ம்ஹூம். தட்டுத் தடுமாறி கழிப்பறைக்குச் சென்று எல்லா செட்டப்பையும் கழற்றி தொட்டியை காலி செய்தார். மீண்டும் பழைய மாதிரி எல்லாவற்றையும் செட்டப் செய்து முடிக்க பதினைந்து நிமிடங்கள் ஆனது.

சாப்பிடும் இடத்திற்குப் போனால் அங்கே ஒருவர் பின்னால் ஒருவர் நிற்கும் அளவிற்குக் கூட்டம். தனக்கு முன்னால் அமர்ந்து சாப்பிடுபவரின் மீது பாகங்கள் எதுவும் பட்டுவிடாமல் கவனமாகக் காத்திருந்து சாப்பிட்டு முடித்தார் அய்யாசாமி.

இரவு பத்து மணி. ஒருவழியாக அறைக்கு வந்து எல்லாவற்றையும் கழற்றிப் போட்டால் அதே தொண்ணூறு டிகிரி ! ஒரு எண்பத்தி ஒன்பது, எண்பத்தி எட்டு அளவிற்குக் கூட குறையவில்லை. அய்யாசாமிக்கு கண்ணீரே வர ஆரம்பித்துவிட்டது.

கொடி ஏற்றப்பட்ட நிலையிலேயே தூங்க ஆரம்பித்துவிட்டார். காலையில் எட்டு மணிக்கு கிளியிடமிருந்து அழைப்பு வந்தது.

"சொந்தக்காரங்கலாம் ஊருக்கு போயிட்டாங்க. இப்ப வரட்டுமா"

பதிலுக்கு அய்யாசாமி ஒரேயொரு வார்த்தைதான் சொன்னார், "அடங்கொம்மாள!"

## குஸ்திக்கதை #2 - கன்னடத்துப் பைங்கிளி

அய்யாசாமி பணிபுரிந்த நிறுவனத்தில் வேலை நிமித்தம் அடிக்கடி வெளியூர் செல்ல வேண்டியிருக்கும். டெல்லி, திருவனந்தபுரம், ஐதராபாத், விருதுநகர், ஈரோடு என்று சுற்றுப்பயணத்திலேயே இருப்பார் அய்யாசாமி. அப்படியொரு முறை வெளிமாநிலப் பயணம் மேற்கொள்ள வேண்டியிருந்தது. அவசரம் என்பதால் அன்ரிஸர்வ்டில் பயணம் செய்யும்படி ஆகிவிட்டது. அய்யாசாமி முதல் ஆளாக ரயிலில் ஏறி சீட் பிடித்து உட்கார்ந்துவிட்டார். அப்பொழுது ஒரு கிளி ரயிலில் ஏறியது. அதன் மூக்கைப் பார்த்ததும் அது கன்னடத்துக் கிளி என்று தெரிந்துவிட்டது. அது எப்படி மூக்கைப் பார்த்துக் கண்டுபிடித்தார் என்று கேட்கக்கூடாது. அதுதான் அய்யாசாமியின் எக்ஸ்பீரியன்ஸ். கிளியுடன் ஒரு தாத்தா மற்றும் பேரன் வந்திருந்தார்கள்.

ரயில் கிளம்பியதும் கூட்டம் பிதுங்கப் பிதுங்க கழிவறை வரைக்கும் ஆட்கள் நிற்கிறார்கள். அவ்வளவு கூட்டத்திலும் அய்யாசாமியும் கன்னடத்துக் கிளியும் பார்வை பரிமாற்றம் செய்துகொண்டார்கள். அண்ணலும் நோக்கினார். அவளும் நோக்கினாள். கூடவே கிளியின் தாத்தாவும் நோக்கியதால் நாசூக்காக எழுந்து தாத்தாவிற்கு இருக்கையை தானம் செய்தார் அய்யாசாமி. பேரன் தாத்தாவின் மடியில் அமர்ந்துகொண்டான்.

அய்யாசாமி கூட்டத்தோடு கூட்டமாக கன்னடத்துக் கிளிக்கு நெருக்கமாகப் போய் நின்றுகொண்டார். கிளி சிணுங்கியது. முனங்கியது. அய்யாசாமிக்கு பயங்கர டென்ஷன். ரயில் தமிழ்நாடு எல்லையைத் தாண்டி கர்நாடகா எல்லைக்குள் நுழைந்தது. நள்ளிரவு தாண்டி ஏதோ ஒரு பெயர் தெரியாத ஸ்டேஷனில் வண்டி நின்றது. கன்னடத்து கிளி, தாத்தாவையும் பேரனையும் அழைத்துக்கொண்டு இறங்கியது. அய்யாசாமிக்கு வருத்தம். கிளியிடம் பேசுவதற்குக் கூட சமயம் வாய்க்கவில்லை. அவ்வளவு கூட்டத்தில் எப்படி.

அப்பொழுது அய்யாசாமி மனதில் ஒரு சிந்தனை தோன்றியது. இப்பொழுது விட்டால் கன்னடத்துக் கிளியை வாழ்நாள் முழுக்க பார்க்கவே முடியாது. எனவே அங்கேயே இறங்கி ராத்திரியோடு ராத்திரியாக ஒரு குஸ்தியைப் போட்டுவிட்டு விடிந்ததும் கிளம்பலாம் என்று ஒரு யோசனை. ஆனால் நாளை காலை

மைசூரில் இருக்க வேண்டும். இல்லையென்றால் வேலையே போனாலும் போய்விடும். என்ன செய்வது என்று ஒரு நிமிடம் மனதிற்குள் பாலமன் ஆப்பய்யா பட்டிமன்றம் நடத்திப் பார்த்தார் அய்யாசாமி. வேலையை விட கிளியே முக்கியம் என்று முடிவெடுத்து கன்னடத்துக் கிளிக்கு பின்னாலேயே அந்தப் பெயர் தெரியாத ஸ்டேஷனில் இறங்கினார்.

இறங்கிவிட்டுப் பார்த்தால் கிளியைக் காணோம். தாத்தாவையும் காணோம். பேரனையும் காணோம். ரயில் கிளம்பிவிட்டது.

அய்யாசாமிக்கு என்ன செய்வதென்றே தெரியவில்லை. சரி, ஊருக்குள் சென்று பார்ப்போம். கிளி சிக்கினாலும் சிக்கும் என்று நடையைக் காட்டினார். ஸ்டேஷனை விட்டு வெளியே வந்தால் தெருவில் ஒரு விளக்கு வெளிச்சம் கூட இல்லை. சுற்றிலும் மாந்தோப்பு. பையை எடுத்துக்கொண்டு நடந்தார் அய்யாசாமி.

இரண்டு கி.மீ. நடந்து போன பிறகு ஊர் தெரிந்தது. அப்படியே ஒரு தெருவுக்குள் நுழைந்ததும் நாய் குரைக்கத் துவங்கியது. அந்த நாயின் சிக்னல் கேட்டு அந்த ஊரிலிருந்த இருபத்தைந்து நாய்களும் குரைக்க ஆரம்பித்துவிட்டன. நாய்களின் சத்தம் கேட்டு ஊர்க்காரர்கள் ஒவ்வொருவராக வர ஆரம்பித்துவிட்டார்கள். அய்யாசாமிக்கு நடுங்க ஆரம்பித்துவிட்டது. அங்கிருந்து ஓட ஆரம்பித்ததும் இருபத்தைந்து நாய்களும் அவரைத் துரத்த ஆரம்பித்தன. அய்யாசாமியின் ஓட்டத்தையும் பையையும் பார்த்துவிட்டு, திருடன் என்று நினைத்த ஊர்க்காரர்கள் ஒரு மரத்தில் கட்டிவைத்து அடி பிளந்துவிட்டார்கள்.

உள்காயம், வெளிக்காயம் என்று அய்யாசாமியை ரணகளமாக்கிவிட்டு, அதற்குப்பின் என்ன ஏதென்று விசாரித்தார்கள். அய்யாசாமிக்கு கன்னடத்தில் ஒரு வார்த்தை கூட தெரியாது. தமிழில் பேசினான். அதற்கும் சேர்த்து இரண்டு அடி போட்டார்கள். அப்புறம் கூட்டத்திலிருந்து தமிழ் பேசும் புண்ணியவான் ஒருவன் வந்தான். அய்யாசாமிக்கு அவனைப் பார்த்ததும் தலைக்கு பின்னால் சக்கரம் சுற்ற, தாமரைப்பூ மேலே தகதகக்க வரம் கொடுக்க வந்த சாமி மாதிரி தெரிந்தது. அய்யாசாமி அவர் யார், எங்கே போகிறார் என்பதைச் சொல்லிவிட்டு இந்த ஸ்டேஷனில் தெரியாமல் இறங்கிவிட்டேன் என்று மட்டும் சொல்லி சமாளித்தார்.

முதலில் அவர்கள் அய்யாசாமியை நம்பவில்லை. பயணச்சீட்டையும் ஆஃபீஸ் ஐடி கார்டையும் காட்டியதும் நம்பி கயிற்றை அவிழ்த்துவிட்டு துரத்தினார்கள். அய்யாசாமி அவர்களிடம் வாங்கிய அடியில் ரத்தக்கண்ணீர் எம்.ஆர்.ராதா மாதிரி தவழ்ந்துகொண்டே மீண்டும் ஸ்டேஷனுக்கு வந்தார். இந்த உடம்பை வைத்துக்கொண்டு இன்னும் ஒரு மாதத்திற்கு யாரிடமும் குஸ்திபோட முடியாது என்று நினைத்துக்கொண்டே தள்ளாடியபடி பிளாட்ஃபார்மில் நுழைந்தால் அங்கே கன்னடத்துக் கிளி!

கிளிக்கு மாந்தோப்பில்தான் வீடு. அய்யாசாமி இறங்கியதைப் பார்த்துவிட்டு தாத்தாவையும் பேரனையும் வீட்டில் விட்டுவிட்டு வரச் சென்றிருக்கிறது. அதற்குள் அய்யாசாமி அவசரப்பட்டு ஊருக்குள் போய் செமத்தியாக வாங்கிவிட்டு வந்திருக்கிறார்.

அய்யாசாமி அந்தக் கன்னடத்துக் கிளியிடம் ஒரேயொரு வார்த்தைதான் சொன்னார், "அடங்கொம்மாள!"

# 40

ஜேம்ஸ் ஒருமுறை பாரில் ஒரு பெண்ணை சந்தித்தான். அவளது பெயர் மோனா. அவளும் பிரித்தானிய பேரரசைச் சேர்ந்தவள் தான். பரஸ்பர பெயர் பரிமாற்றத்திற்குப் பிறகு அவள் ஜேம்ஸைப் பற்றி கேட்டாள். ஜேம்ஸ் யாரிடம் அவனுடைய கதையைச் சொன்னாலும் அவர்கள் அவனை சந்தேகப் பார்வை பார்ப்பது போலவே தோன்றும். சிலர் அவனது பெயரைப் போட்டு கூகுளில் தேடுவார்கள். இந்திய ஊடகங்களில் அவனைப் பற்றி எழுதிய கட்டுக்கதைகள் முதலில் வரும் அதனைப் படித்துவிட்டு ஒதுங்கிக்கொள்வார்கள். அவன் ஒவ்வொருவரிடமும் போய் பிரிட்டிஷ் ஊடகங்களில் அவனைப் பற்றி வந்துள்ள செய்திகளை எடுத்துக் கொடுக்கவா முடியும். மோனா அவனது கதையைக் கேட்டதும் தனக்கு நேரமாகிவிட்டது என்று கிளம்பிவிட்டாள். அவ்வளவுதான் இனி அவளைப் பார்க்க முடியாது என்று நொந்துகொண்டான் ஜேம்ஸ். அவனுக்கு அவளை மிகவும் பிடித்திருந்தது. சுத்தமான ஆங்கிலம் பேசினாள். அழகாகவும் இருந்தாள்.

ஆச்சர்யமாக அடுத்தநாள் மீண்டும் மோனா வந்தாள். இம்முறை கூடுதல் அழகாக இருந்தாள். நிறைய பேசினாள். வெட்கப்பட்டாள். வெட்கப்படும்போது அவளது இடது கரத்தைக் கொண்டு முகத்தை மூடிக்கொள்வது அவளது மேனரிஸம். அப்படி ஒருமுறை அவள்

மூடிக்கொண்டபோது ஜேம்ஸ், நான் பார்க்க வேண்டும் என்று சொல்லி அவளது கரத்தைப் பற்றிக்கொண்டான். சென்னை என்கிற நரகத்தில் காலடி எடுத்து வைத்ததில் இருந்து அவன் யாருடைய கரங்களையும் இப்படி பற்றிக்கொண்டதில்லை. அவனுக்கு அப்போது அந்த ஸ்பரிஸம் தேவையாக இருந்தது. இருவரும் அடிக்கடி சந்திக்கத் துவங்கினார்கள். கிளப்புகளுக்கு போய் ஆட்டம் போட்டார்கள். இவனுடைய செலவுகளையும் சேர்த்து அவள்தான் பார்த்துக்கொண்டாள்.

ஒருமுறை கிளப்பில் மோனாவுடன் டான்ஸ் ஆடிக்கொண்டிருந்தபோது, நடுவில் டான்ஸை நிறுத்திவிட்டு அவளைப் பார்த்தான். அவளும் நோக்கினாள். அவளின் பால் இரண்டு அங்குலம் முன்னே வந்தான். அவள் எந்த எதிர்ப்பையும் காட்டாமல் காத்திருந்தாள். ஜேம்ஸ் அவளது உதடுகளில் முத்தமிட்டான். முதல் முத்தம். அதில் அத்தனை காதல் இருந்தது. முத்தமிட்டபின் அவளது கண்களையே உற்று நோக்கினான். சுற்றி ஆடிக்கொண்டிருந்த இந்திய, இந்தியரல்லாத பிரஜைகளை அவர்கள் சட்டை செய்யவில்லை. இரண்டாவது முத்தம். இம்முறை இதுவரை அவன் சேர்த்து வைத்திருந்த அத்தனை காமத்தையும் சேர்த்து மூர்க்கமாக முத்தமிட்டான்.

ஜேம்ஸூம் மோனாவும் காதல் புரியத்துவங்கினார்கள். ஒன்றாகச் சேர்ந்து சாப்பிட்டார்கள். சத்யம் தியேட்டர் இருட்டில் ஆங்கிலப் படம் பார்த்து இடையிடையே முத்தமிட்டுக் கொண்டார்கள். கடற்கரைக்குச் சென்றார்கள். ஆனால் எங்கே போனாலும் தமிழ்நாட்டு மக்கள் அவர்களையே குறுகுறுவென்று பார்ப்பதை மட்டும் நிறுத்தவே இல்லை. ஜேம்ஸ் அந்த ஒரு விஷயத்துக்காக மட்டும் தமிழர்களை அடியோடு வெறுத்தான். துரதிர்ஷ்டவசமாக அவன் அவளைத் தன்னுடைய மேன்ஷனுக்கு அழைத்துச் செல்லவும் முடியாது. தவித்துக்கொண்டிருந்தான். ஒருபுறம் கோர்ட்டில் அவனது வழக்கு நடந்துகொண்டிருந்தது.

டிசம்பர் 2004. இருதரப்பு வாதங்கள் முடிந்து மாட்சிமை தாங்கிய நீதிபதி அவர்கள் தீர்ப்பு வழங்கத் தயாராகிவிட்டார். கிறிஸ்துமஸ் மற்றும் புத்தாண்டு விடுமுறையை மனதில் வைத்துக்கொண்டு தீர்ப்பை மட்டும் ஜனவரி மூன்றாம் தேதிக்கு ஒத்திவைத்தார். ஜேம்ஸ் இரண்டு விதமாக யோசித்தான். நீதிபதி உடனே தீர்ப்பளித்து விடுதலை என்று சொல்லிவிட்டால் கிறிஸ்துமஸை

சொந்த ஊருக்குப் போய் சந்தோஷமாகக் கொண்டாடலாம். மாறாக தண்டனை என்று சொல்லிவிட்டால் முடிந்தது கதை. இப்பொழுது சுவாசித்துக் கொண்டிருக்கும் அரை விடுதலை கூட இல்லாமல் கிறிஸ்துமஸ் அன்று சிறையில் புழுங்கிக் கொண்டிருக்க வேண்டிவரும். அவனுக்கு இந்திய நீதித்துறையின் மீது நம்பிக்கையே இல்லை. அதனால் நீதிபதி தீர்ப்பை ஒத்திவைத்தது அவனது நலத்திற்காகத்தான் என்று நினைத்துக்கொண்டான்.

மோனா அவனை பெங்களூருக்கு அழைத்துச் சென்றாள். பெங்களூர் ஒப்பீட்டளவில் வெப்பம் குறைவாக இருந்தது. கொஞ்சம் நாகரிகமடைந்த மக்கள். குறுகுறுவென பார்க்கும் கண்கள் குறைவு.

கிறிஸ்துமஸ் இரவு. நகரமே திருவிழாக் கோலம் பூண்டிருந்தது. யாரும் உறங்குவதாக இல்லை. எம்.ஜி.ரோட்டிலும் பிரிகேட் ரோட்டிலும் பெண்கள் குட்டிக் குட்டி உடைகளில் பெரிய பெரிய அங்கங்களைக் காட்டியபடி இயேசுவின் பிறப்பிற்காகக் காத்திருந்தார்கள். ஜேம்ஸும் மோனாவும் அதிகம் வெளியே சுற்றவில்லை. அவர்கள் சென்னையிலேயே போதுமான அளவிற்கு சுற்றித் தீர்த்துவிட்டார்கள். மோனா அவனை முன்கூட்டியே பதிவு செய்து வைத்திருந்த ஹோட்டல் அறைக்கு அழைத்துச் சென்றாள்.

பதினான்காவது மாடியில் இருந்த அந்த அறைக்கு சாவி இல்லை. கடனட்டை போல இருந்த ஒன்றை கைப்பிடிக்குக் கீழே காட்டியதும் திறந்துகொண்டது. உள்ளே சென்றதும் கால் நொடி கூட தாமதம் செய்யாமல் இருவரும் கட்டிக்கொண்டார்கள். எத்தனை கால காத்திருப்பு. அன்றிரவு ஜேம்ஸை விட மோனா அதிக மூர்க்கமாக இருந்தாள். அவனை ஷூவைக் கூட கழட்ட விடாமல் கட்டிலுக்குத் தள்ளி அவன்மீது பாய்ந்தாள். ஒவ்வொன்றையும் கழட்டிக் கொண்டிருப்பது அனாவசியம், நேர விரயம். அத்தியாவசிய பகுதிகளில் மட்டும் ஆடைகளைக் களைந்து மோனா ஜேம்ஸின் மீது ஏறி அமர்ந்து... மோனா அமெரிக்க கௌபோய் படங்களின் ரசிகை... அவனைத் தன்மீது செலுத்திக் கொண்டு துரிதமாக இயங்கி, முயங்கினாள். பதினைந்து நிமிடங்களுக்கு முன்னால் சமர்த்தாக பெங்களூர் வீதிகளில் வலம் வந்தவர்கள். இப்பொழுது விட்டத்தைப் பார்த்து பெருமூச்சு விட்டுக்கொண்டிருக்கிறார்கள்.

மோனா பாருக்கு அழைத்து ஃப்ரட்டலி ஒரு பாட்டில் ஆர்டர் செய்தாள். இருவரும் பாத் டப்பில் ஒன்றாகக் கிடந்தார்கள். நடந்து முடிந்தவற்றைப் பற்றி அவர்கள் பேசிக்கொள்ளவில்லை. இனி நடக்கப் போவதைப் பற்றி நினைக்கவும் இல்லை. அந்த நொடியை, அந்த நாளை, அந்த இரவை உபயோகமாக கழிப்பதுதான் குறிக்கோள்.

ஃப்ரட்டலி வந்து சேர்ந்தது. இருவரும் பால்கனியில் அமர்ந்து இந்த அர்த்த ராத்திரியிலும் ஊர்ந்துகொண்டிருக்கும் பெங்களூர் வாகனங்களைப் பார்த்தபடி பருகினார்கள்.

"மோனா"

"ம்ம்ம்"

"என்ன நடந்தாலும் என்னுடன் இருப்பாயா?"

"சந்தேகத்திற்கு இடமில்லாமல்."

"வருடங்கள் கடந்தாலும்?"

"எத்தனை வேண்டுமானாலும் கடக்கட்டும்."

"அந்த வானத்தைப் பார்."

"ம்ம்ம்..."

"நீயும் நானும் அந்த ஒரே வானத்திற்குக் கீழேதான் இருக்கப் போகிறோம்."

மோனா எழுந்து வந்து அவனைத் தன் மாரோடு சேர்த்து அணைத்துக் கொண்டாள்.

"ஆம், ஆண்டாண்டு காலம் ஆனாலும்..."

சில சமயங்களில் ஆண்களுக்கும் மார்பு ஸ்பரிஸம் தேவைப்படுகிறது. ஜேம்ஸ் இரண்டு தலையணை சுகத்தில் உறங்கியிருந்தான். கூடவே மோனாவும்.

நள்ளிரவு தாண்டியிருக்கும். மோனா தூக்கம் களைந்து எழுந்தாள். ஜேம்ஸை கொஞ்சம் நகர்த்தினாள். விழித்துக்கொண்ட ஜேம்ஸ், "இயேசு கிறிஸ்து பிறந்துவிட்டார்" என்று முனங்கியபடி மோனாவை இழுத்து முத்தமிட்டான். இம்முறை மோனாவிற்கு அவசரம் எதுவுமில்லை. ஆடைகளைக் களைய வேண்டிய அவசியமும்

இல்லை. ஏனெனில் ஏற்கனவே அவர்கள் ஒரு போர்வைக்குள் இரு தூக்கமென, இயேசு கிறிஸ்து பிறக்கும்போது இருந்த உடையில் இருந்தார்கள்.

ஜேம்ஸ் துவண்டு போயிருந்தான். மோனா அவனுக்கு லிங்க வழிபாடு செய்தாள். கீழிருந்து முனை வரை வளப்படுத்தினாள். மீண்டும் கீழிருந்து முனை வரை. மீண்டும் மீண்டும் என்று இந்த சுழற்சியை அவள் நிதானமாக சில நூறு முறைகளாவது செய்துகொண்டிருக்க, ஜேம்ஸ் கர்த்தரை சப்தமாக அழைத்துக்கொண்டிருந்தான்.

ஜேம்ஸுக்கு பட்டுக்கோட்டை கல்யாண சுந்தரத்தைத் தெரிந்திருக்க வாய்ப்பில்லை. எம்.ஜி.ஆரையும், என்.எஸ்.கிருஷ்ணனையும் தெரிந்திருக்காது. அவனுக்கு ஒன்று மட்டும் தெரிந்தது - உலகத்திலே பயங்கரமான ஆயுதம்: நாக்கு !

கிறிஸ்துமஸ் துவங்கி புத்தாண்டு வரை ஜேம்ஸும் மோனாவும் பெங்களூரில் ஒன்றாகத் தங்கியிருந்தார்கள். நேரம் கிடைக்கும் போதெல்லாம் பயங்கரமான ஆயுதத்தைக் கொண்டு மாறி மாறி போரிட்டார்கள். எல்லாப் போரிலும் இருவரும் சமமாக வெற்றி பெற்றார்கள்.

இதற்கிடையே சுனாமி ஒன்று தெற்காசிய நாடுகளைத் தாக்கி செய்திகளில் பரபரப்பாக இருந்தது. சென்னை கடுமையாக பாதிக்கப்பட்டிருக்கிறது என்று ஜேம்ஸ் அறிந்துகொண்டான். சென்னை என்கிற பாழாய்ப் போன ஊரே கடலுக்குள் மூழ்கி அழிந்தால் என்ன என்று அவன் யோசித்துக்கொண்டான். உணர்வுகளும் புணர்வுகளுமாக ஒருவார காலம் உருண்டோடியது.

அவனது தீர்ப்புநாள் நெருங்கிவிட்டது. அதற்கு அவன் சென்னையைத் தாண்டி தமிழ்நாட்டின் தென்மூலையில் இருக்கும் தூத்துக்குடிக்குச் செல்ல வேண்டும். பெங்களூரில் இருந்து தூத்துக்குடிக்கு நேரடி விமானம் இல்லை. சென்னை வந்து, அங்கே மோனாவைப் பிரிந்தான். இனி எப்போது அவளைப் பார்ப்பான் என்பதை இந்திய நீதித்துறை முடிவு செய்யும். பின்னர் அங்கிருந்து தூத்துக்குடிக்குப் பறந்து, நாளைய தீர்ப்புக்காகக் காத்திருந்தான்.

# 41

சுனாமிக்கு பிந்தைய பதிமூன்றாம் நாள்.

சிறையிலிருந்து வெளிவந்த கிருபாகரன் ஒரு விஷயத்தில் மட்டும் தெளிவாக இருந்தான். தன்னுடைய விபரீதக் கற்பனைகளை எல்லாம் ஒதுக்கி வைத்துவிட்டு லலிதாவை நேரடியாகச் சந்திக்க வேண்டும். அவனுக்கு அவள் மீது இன்னமும் நம்பிக்கை இருந்தது.

அன்றைய தினம் விடிந்ததும் கிருபா அவனது பழைய நண்பன் மூர்த்தியின் ஆட்டோவை எடுத்துக்கொண்டு வெங்கடேசனின் அலுவலகம் முன்பு போய் காத்திருந்தான். ஒன்பது மணி தாண்டியதும் பணியாளர்கள் ஒவ்வொருவராக வரத்துவங்கினர். ஒன்பதரை. வெங்கடேசன் வருவதாகத் தெரியவில்லை. ஒருவேளை வெளியூர் எங்கேயாவது போயிருந்தால்? சரியாக ஒன்பது நாற்பதுக்கு வெங்கடேசனின் கார் வந்தது. கிருபா தூரத்திலேயே கவனித்துவிட்டான். டிரைவர் யாருமில்லை. வெங்கடேசனே தான் ஓட்டிக்கொண்டு வந்தான். டிரைவர் இருந்திருந்தால் காரை திரும்ப ஓட்டிச் சென்றிருப்பான். இனி வெங்கடேசனின் வீட்டைக் கண்டுபிடிக்க வேண்டுமெனில் லஞ்ச் டைம் வரை அங்கேயே காத்திருந்தாக வேண்டும். கிருபாவுக்கு அது பிரச்சனையில்லை. கடந்த ஒருவாரமாக அவன் சுவரையும், தரையையும், மரங்களையும் பார்த்துக்கொண்டுதான் நாள் முழுக்கக் கடத்தினான். தான் எதற்காகக் காத்திருக்கிறோம், என்ன செய்யப் போகிறோம் என்று அவனுக்குத் தீர்மானமாகத் தெரியவில்லை.

"அய்யா, என்னை மன்னிச்சிடுங்கய்யா. தெரியாம பண்ணிட்டேங்கய்யா..."

ஒருவேளை வெங்கடேசன் நிஜமாகவே மன்னித்துவிட்டு மீண்டும் வேலையில் சேர்த்துக்கொண்டால், அப்பொழுதாவது நேர்மையாக நடந்துகொள்வானா, அவனால் அப்படி நடந்துகொள்ள முடியுமா, லலியால் இயல்பாக இருக்க முடியுமா, மீண்டும் ஏதாவது எசகு பிசகாக நடந்துவிட்டால் என்ன செய்வது?

"அய்யா, லலியை என்கிட்டே கொடுத்துடுங்கய்யா. நானும் லலியும் எங்கேயாவது உங்க கண்படாத இடத்துக்குப் போயிடுறோம்."

யோசித்துப் பார்க்கவே அபத்தமாக இருந்தது. அப்படிக் கேட்டதும் லலிதா அவளது துணிகளை எல்லாம் ஒரு பெரிய சூட்கேஸில் போட்டுக்கொண்டு வந்து நின்று வெங்கடேசனின் பதிலுக்காகக் காத்திருப்பாளா. வெங்கடேசன்தான் எங்க இருந்தாலும் நல்லா இரும்மா என்று அனுப்பி வைப்பாரா. அனுப்பி வைத்தால் லலியை அழைத்துக்கொண்டு எங்கே போவது.

"அய்யா, நான் செஞ்சது தப்புத்தாங்கய்யா. கடைசியா ஒருமுறை மேடமை பார்த்துவிட்டுப் போய்விடுகிறேன்."

"லலிதா, இங்க வாயேன். யாரு வந்திருக்காங்கன்னு பாரு. உன்னை ஒருமுறை பார்க்கணுமாம்."

ச்சே, அப்படியெல்லாம் எந்த மடையனாவது செய்வானா?

வெங்கடேசன் நம்மைப் பார்த்தும் போலீஸை அழைப்பான். என்ன பெரிய போலீஸ் ? செண்ட்ரல் ஜெயிலையே பார்த்தாச்சு. இரண்டடி தூரத்தில் சாவையும் பார்த்தாச்சு. தூக்கில் போட்டால் கூட பரவாயில்லை.

ஆனால் இப்படி சின்னச் சின்ன கேஸுக்கெல்லாம் தூக்கில் போட மாட்டார்கள். மர்டர் கிர்டர் பண்ணால் ஜெயிலில் போடுவார்கள்.

பேசாமல் வெங்கடேசனைப் போட்டுத் தள்ளிவிட்டால் என்ன ? அப்பொழுது லலிதாவுக்கு எந்த நாதியும் இருக்காது. கூப்பிட்டால் அவள் வந்துதானே ஆகவேண்டும்.

கிருபாகரனின் மனது மரத்துக்கு மரத்துக்கு தாவிக்கொண்டிருந்த குரங்கு போல இருந்தது.

"லலி, சீக்கிரம் கிளம்பு. நம்ம ரெண்டு பேரும் கேரளா போயிடலாம். இல்ல, வேண்டாம். கொடைக்கானலில் பார்த்தோமே பூம்பாறை. அங்கே ஒரு சின்ன வீடு கட்டி நீயும் நானும் மட்டும். அப்புறம் நம்ம பாப்பா..."

மதியம் ஒன்றரை இருக்கும். வெங்கடேசன் வெளியே வந்து காரை எடுத்தான். கிருபாவும் தயாரானான். ஆட்டோவை ஸ்டார்ட் செய்தான். வெங்கடேசனின் எஸ்கார்ட்டை எஸ்கார்ட் போல பின்தொடர்ந்தான்.

கடைசியாக வெங்கடேசனின் கார் ஒரு தனி வீட்டைச் சென்றடைந்தது. வெங்கடேசனே இறங்கிச் சென்று கதவைத் திறந்தான். செக்யூரிட்டி யாருமில்லை. கார் உள்ளே சென்றதும் கிருபா ஆட்டோவை ஓரம் கட்டிவிட்டு ஒரு கிங்ஸ் வாங்கிப் பற்ற வைத்தான். இப்பொழுதே உள்ளே சென்று வெங்கடேசனை போட்டுத் தள்ளிவிட்டு லலிதாவை அழைத்துக்கொண்டு சென்றுவிடலாமா. ஒருவேளை இப்பொழுது போய் கதவைத் தட்டினால் லலிதாதான் கதவைத் திறப்பாள். அவளைப் பார்த்ததும் அப்படியே கட்டிப்பிடித்து... கிங்ஸ் சுட்டது.

இன்னொன்றை வாங்கிப் பற்ற வைத்தான். ஒருவேளை வெங்கடேசன் கதவைத் திறந்தால்...? அவனது காலில் விழுவது போல விழுந்து அப்படியே இழுத்துப் போட்டு... இழுத்துப் போட்டு என்ன... கையில் எதுவும் இல்லையே. ஆட்டோவின் டூல் கிட்டில் இருக்கும் ஸ்பானர் நினைவுக்கு வந்தது. அவன் அப்படியெல்லாம் யோசித்துக் கொண்டிருந்தது அவனுக்கே வினோதமாக இருந்தது. எதற்கும் இருக்கட்டும் என்று ஒரு ஸ்பானரை எடுத்து இடுப்பில் சொருகிக்கொண்டான்.

கிட்டத்தட்ட ஒன்றேகால் மணிநேரம் கிங்ஸூம் சிந்தனையுமாக இருந்த கிருபாவின் காத்திருப்பு முடிவுக்கு வந்தது. வெங்கடேசனின் ஃபோர்ட் எஸ்கார்ட் மீண்டும் அலுவலகம் நோக்கிக் கிளம்பியது.

கிருபாவிற்கு இப்பொழுது இதயம் படபடவென அடித்துக் கொண்டது. வெங்கடேசனின் வீட்டை நோக்கி நடந்தான். கதவு உள்பக்கமாகப் பூட்டியிருந்தது. நிச்சயம் லலிதா உள்ளேதான் இருக்கிறாள். காலிங் பெல் ஸ்விட்சை அழுத்தினான். அநேகமாக அவள் வெங்கடேசன் எதையாவது மறந்துவிட்டு திரும்ப வருகிறான் என்று நினைத்திருக்கக்கூடும். கதவு உடனடியாகத் திறந்தது.

ஆனால் அவள் கிருபாவை அங்கே எதிர்பார்த்திருக்கவில்லை.

சில நொடி தடுமாற்றத்திற்குப் பிறகு கதவை அவசரமாக மூட எத்தனித்தாள். கிருபா துரிதமாக கதவுக்கும் சுவருக்கும் இடையே காலை நுழைத்தான். லலிதா அந்தப்பக்கம் இருந்து கதவை மூடிவிட முயன்றுகொண்டிருந்தாள். கிருபா தன் பலத்தை பிரயோகித்து கதவை ஒரு தள்ளு... லலிதா உள்ளே போய் விழுந்த சமயம், கிருபா இடுப்பில் சொருகி வைத்திருந்த ஸ்பானர் கீழே விழுந்தது.

இருவரும் ஒருவரை ஒருவர் பார்த்துக்கொண்டார்கள். லலிதா இப்பொழுது நிதானமானாள். கிருபாவை எதிர்கொண்டு கடப்பதைத் தவிர வேறு வழியில்லை என்பதை அவள் புரிந்துகொன்டாள். மாறாக, கிருபா பதற்றமடைந்தான். ஸ்பானரை கொண்டு வந்ததின் பின்னாலிருந்த அபத்தம் அவனுக்குப் புரிந்தது.

சற்றே நீண்ட மௌனம். லலிதா எழுந்து புடவையை சரிசெய்து கொண்டாள். கிருபா கதவை பிடித்துக்கொண்டே நின்றிருந்தான். உள்ளே வா என்று அவளாகவே அழைக்காத வரை இங்கே தான் நிற்க வேண்டுமெனத் தீர்மானம்.

"கிருபாகரன்... இதுக்கப்புறம் நம்ம மீட் பண்ணிக்கிறது சரியா இருக்காது. இனிமே இங்க வராதீங்க."

கிருபாவிற்கு இதயத்தின் மீது ஒரு எடைக்கல்லைத் தூக்கி வைத்தது போலிருந்தது. அவள் சொன்ன சொற்களை விட அவள் தந்த திடீர் மரியாதையும் அன்பற்ற பார்வையும் அவனைத் தடுமாறச் செய்தது.

அவனைக் கண்டபோதெல்லாம் வெட்கச்சிரிப்பு சிரித்த அந்த கண்கள் எங்கே?

"என்ன ஆச்சு லலி?"

"ப்ளீஸ், என்னை இனிமே அப்படி கூப்பிடாதீங்க."

லலிதாவின் வார்த்தைகளில் கடுமையும் தீர்க்கமும் தெரிந்தன.

"சரி, என்ன ஆச்சு? உன் ஹஸ்பெண்ட்டுக்கு தெரிஞ்சு ஏதாவது பிரச்சனை ஆகிடுச்சா?"

"அவரை இதுல இழுக்காதீங்க. இது நானா எடுத்த முடிவு."

"அதான் ஏன்?"

"ஏன்னு கேட்டா என்ன அர்த்தம். வேண்டாம்ன்னு சொன்னா விட்டுடுங்க."

கிருபா மெதுவாக நெருங்கி அவள் வயிற்றைத் தொடப் போனான்.

"கிட்ட வராதீங்க."

"இல்ல, நம்ம குழந்தை..."

"அது இப்ப என் வயித்துல இல்லை. கலைச்சுட்டேன்."

"..."

"என்கிட்ட எதுவும் கேக்காதீங்க. தயவு செஞ்சு இங்க இருந்து கிளம்புங்க", லலிதா கிட்டதட்ட அழத் தயாராகிவிட்டாள்.

கிருபா அவளை அப்படிப் பார்ப்பதை விரும்பவில்லை. எல்லாம் முடிந்துவிட்டது. லலிதாவிடம் பேசி எந்தப் பிரயோஜனமும் இல்லை.

எதுவும் பேசாமல் கதவுகளிடமிருந்து பின்வாங்கினான். அதற்காகவே காத்திருந்த லலிதா முன்னே வந்து, "இனிமே என்னைத் தேடி வராதீங்க" என்று சொல்லிவிட்டு கதவை அறைந்து மூடினாள்.

அதுதான் கிருபா காதில் விழுந்த கடைசி வார்த்தை. எத்தனையோ நிராகரிப்புகளையும் அவமானங்களையும் சந்தித்திருக்கிறான். ஆனால் லலிதாவின் நிராகரிப்பை அவனால் ஏற்றுக்கொள்ளவே முடியவில்லை.

ஆட்டோவை ஸ்டார்ட் செய்தான். ரோட்டிலிருந்த வாகனங்கள் அவன் கண்களுக்கு மங்கலாகத் தெரிந்தன. அவற்றின் ஒலியெல்லாம் கனவிற்குள் கேட்டது போலிருந்தது. மூர்த்தியின் வீட்டுக்குப் போய் ஆட்டோவை நிறுத்தினான். மூர்த்தி அங்கே இல்லை. சாவியை அவன் வீட்டில் கொடுத்துவிட்டு இலக்கில்லாமல் நடக்கத்துவங்கினான்.

லலிதா சொன்ன வார்த்தைகள் மட்டும் அவனது காதுகளில் மீண்டும் மீண்டும் ஒலித்துக்கொண்டே இருந்தன. நடந்து நடந்து காசிமேடு மீன்பிடித் துறைமுகப் பகுதியை வந்தடைந்தான். சின்னச் சின்ன வீடுகள், குறுகலான சந்துகளைக் கொண்ட மீனவக்குப்பத்தைக் கடந்தான். தெருவோரம் அமர்ந்து கதைகள்

பேசிக்கொண்டிருந்த மனிதர்கள் அவனைப் பார்த்து கேலி செய்வது போலிருந்தது. கிருபா அவர்களின் முகங்களை நிமிர்ந்து பாராமல் கடந்து கடற்கரையைச் சென்றடைந்தான். கடலலைகள் வந்து வந்து அவனிடம் இறைந்துவிட்டுச் சென்றன.

லலிதா இப்படியெல்லாம் நினைப்பவள் இல்லை. இந்த வெங்கடேசன்தான் எதையாவது சொல்லிக் கொடுத்திருப்பான். குழந்தை? அவளேதான் விருப்பமில்லாமல் கலைத்திருப்பாளா? கிருபாவுக்கு லலிதாவுடன் வாழ்ந்த மொத்த வாழ்க்கையும் கேலிப்பொருளாகத் தோன்றியது.

கிருபாவின் காதுகளுக்கு லலிதாவின் கடைசி வார்த்தைகள்தான் கேட்டுக்கொண்டே இருந்தது. அது கேட்பது நிற்க வேண்டுமென்றால் எதற்குள்ளாவது போய் காதுகளை மூடிக்கொள்ள வேண்டும். இப்படியெல்லாம் நினைத்துக்கொண்டே கிருபா கடலுக்குள் இறங்கி நடக்கத்துவங்கினான். முதலில் வேண்டாம் போ, வேண்டாம் போ என்று அவனைத் தள்ளிய கடல், அவனது உறுதியைக் கண்டு அவனை அரவணைத்துக் கொண்டது.

கிருபாவின் மனதிற்குள் அவனுக்கு நினைவு தெரிந்த நாட்களிலிருந்து கடைசியாக லலிதாவை கடைசியாகச் சந்தித்தது வரை ஒரு அவசர ஃபிளாஷ்பேக் ஓடியது. அம்மா, அப்பா, ஸ்கூல், மெட்ராஸ், ஹோட்டல், ஆட்டோ, டாக்ஸி, வெங்கடேசன், லலிதா, கொடைக்கானல், முதல் கூடல், குழந்தை, செண்ட்ரல் ஜெயில், மணிகண்டன், ஜேம்ஸ், அன்பரசு... கடலும் உடலும் ஒன்றோடொன்று போரிட்டு, சில நிமிடங்களில் பெருங்கடல் வென்றது!

# 42

தினசரி செய்தித்தாளைத் திறந்தால் குறைந்தபட்சம் இரண்டு தற்கொலை செய்திகளையாவது பார்க்க முடிகிறது. காதல் தோல்வி, கடன் தொல்லை, தேர்வில் தோல்வி, வரதட்சணைக் கொடுமை, வேலைப்பளு என வெவ்வேறு காரணங்களுக்காக மனிதர்கள் தற்கொலை செய்துகொள்கிறார்கள். தற்கொலை ஆண் / பெண், வயது, ஏழை / பணக்காரன், நகரம் / கிராமம் என்று பாரபட்சம் காட்டுவதில்லை. விலங்குகள் தற்கொலை செய்துகொள்வதில்லை. ஏனெனில் விலங்குகளுக்கு இல்லாத ஒன்று மனிதர்களிடம் உள்ளது - மனசு!

மனசு என்று சொல்லப்படும் இந்தக் கண்ணிற்குத் தெரியாத பொருள் மிகவும் சிக்கலானது - அதற்குள் கவலை, ஆற்றாமை, கோபம், ஏமாற்றம், இயலாமை, விரக்தி போன்ற ஏராளமான உணர்வுகள் உள்ளன.

யோசித்துப் பார்த்தால் தற்கொலை செய்துகொள்ளும் ஒவ்வொருவரும் ஏதோ ஒரு சிக்கலை நிரந்தரமாக முடிப்பதாக நினைத்துக்கொண்டே தற்கொலை செய்துகொள்கிறார்கள். உதாரணமாக, ஒருவர் எல்லையை மீறி கடன் வாங்கிவிட்டார். இனி தான் வாழ்நாள் முழுக்க சம்பாதித்தாலும் அக்கடனை அடைக்க முடியாது. தற்கொலை செய்துகொண்டால் சிக்கல்

தீர்ந்தது என்று நினைத்துக்கொள்வதுதான். ஆனால் ஒவ்வொரு மனிதனின் தற்கொலைக்குப் பின்பும், அவரது நண்பர்கள், உறவினர்கள், பெற்றோர், வாழ்க்கைத்துணை, குழந்தைகள் என குறைந்தது பத்துப் பேர் வரை மனதளவில் பாதிக்கப்படுகிறார்கள். ஒரு முடிவு. அந்த ஒரேயொரு முடிவு அவரது குடும்பத்தின் சூழலையே ஒரே இரவில் புரட்டிப் போட்டுவிடுகிறது.

ஒவ்வொரு தற்கொலைச் செய்தியைக் கடக்கும்போதும் இதற்கெல்லாமா தற்கொலை செய்துகொள்வார்கள், இதெல்லாம் ஒரு விஷயமா என்று தோன்றுகிறது. *Suffering is very personal. Let him / her suffer* என்பார்கள்.

தற்கொலை செய்துகொள்ள முயல்பவர்கள் பெரும்பாலும் சாக விரும்புவதில்லை. முந்தைய வாக்கியம் சற்று குழப்பமாக இருக்கிறது அல்லவா. ஒருவேளை இதைப் படித்துக்கொண்டிருக்கும் நீங்கள் வாழ்க்கையில் ஒருமுறையாவது தற்கொலைக்கு முயன்றிருந்தால் இதன் பின்னால் உள்ள உளவியல் உங்களுக்கு ஏற்கனவே தெரிந்திருக்கலாம். மனிதர்கள் உட்பட எல்லா விலங்குகளுக்கும் *survival instinct* என்கிற அடிப்படை குணம் உண்டு. ஒரு வாகனம் நம் மீது மோதுவதுபோல வந்தால் நகர்ந்துகொள்கிறோம். பாம்பைக் கண்டால் பயந்து ஓடுகிறோம். இவையெல்லாம் *survival instincts.* ஒரு மனிதன் தற்கொலை செய்துகொள்ள முடிவு செய்தால் அவன் / அவள் இந்த *survival instinct* என்று சொல்லப்படுகிற உயிர்வாழும் ஆசையைக் கடந்தாக வேண்டும்.

தற்கொலை செய்துகொண்டு மாண்டவர்கள் கடைசி நொடியிலாவது இந்த உயிர்வாழும் ஆசையை உணர்ந்திருக்கலாம். தூக்கு மாட்டிக்கொள்பவர்கள் கடைசியாக தூக்கில் ஏறுவதற்கு பயன்படுத்திய நாற்காலியை எட்டி விட்டுவிடுவார்கள். அது கால்களுக்கு எட்டும் தொலைவிலேயே இருந்தால் சாகும் முன்பு அவர்களை அறியாமலே அதன் மீது காலை வைத்துத் தப்பித்துக் கொள்வார்கள். தீக்குளித்து, தண்ணீரில் மூழ்கி, விஷம் குடித்து இப்படி எல்லா முறைகளிலும் சாவதற்கு முன் வாழ்வதற்கு ஏதாவது வழி இருக்கிறது என்று மனித மனம் கடைசியாக ஒருமுறை தேடிப் பார்க்கவே செய்யும். கழுத்தை நெரித்தால் மனிதன் இறந்துவிடுவான். யாராவது தன் கழுத்தை தானே நெரித்துத் தற்கொலை செய்து பார்த்திருக்கிறீர்களா?

உளவியலில் இதனை *ambivalence* என்று சொல்கிறார்கள். தமிழில் ஈரகப்போக்கு. ஒரு மனிதன் சாகப்போகிறேன் என்று முடிவெடுக்கிறான். உடனே அவனது உடல் உறுப்புகள் செயல்பாட்டை நிறுத்திக்கொள்வதில்லை. உள்ளுக்குள் இருக்கும் எழுநூற்றி ஐம்பது ஸ்பேர் பார்ட்ஸும் அதனதன் வேலையைச் செய்துகொண்டேதான் இருக்கின்றன. சாவதற்கு முன் கடைசியாக ஒருமுறை பூரி - கிழங்கு சாப்பிட்டுக்கொள்கிறேன். சாகத்தானே போகிறாய்? உனக்கு ஏன் பூரி, பூர்ணிமா எல்லாம்.

பெரும்பாலான தற்கொலை மற்றவர்களுடைய கவனம் நம் மீது வேண்டும் என்பதற்காக நிகழ்த்தப்படுகின்றன. பொண்ணு வேற ஜாதி பையனை விரும்புகிறாள். விஷயத்தைக் கேள்விப்பட்டதும் தகப்பனார். என் பொணத்தைத் தாண்டி போய் கல்யாணம் பண்ணிக்கோ என்று சொல்லிவிட்டு அறையில் போய் தாழிட்டுக் கொள்கிறார். அப்பா, அப்பா, நீங்க பாக்குற மாப்பிள்ளையே கட்டிக்கிறேன் என்று மகள் சொன்னதும் அப்பா பூரணமாக திரும்பி வந்துவிடுகிறார். இது ஒரு வேடிக்கையான உதாரணம்தான்.

நாம் டிராமாட்டிக் உதாரணங்கள் இல்லாமல் சில நடைமுறை உதாரணங்களைக் காண்போம். தேர்வில் தோல்வியுற்று தற்கொலையை நாடும் ஒரு மாணவன் சாவதற்கு ஜஸ்ட் ஒரு நொடிக்கு முன் தடுத்து நிறுத்தி, அப்பா அம்மாவுக்கு நீ ஃபெயில் ஆனது பிரச்சனை இல்லை என்று சொல்லிவிட்டால் அத்தற்கொலையைத் தடுத்துவிடலாம்.

தற்கொலை என்பது ஒரு *impulsive* முடிவு. தற்கொலை முடிவெடுப்பவர்கள் அந்த முடிவை டிராஃப்டில் போட்டுவிட்டு ஒரு வாரமோ, ஒரு மாதமோ காத்திருந்து மீண்டும் அம்முடிவை பரிசீலனை செய்து பார்த்தால் தொண்ணூறு சதவிகிதம் மனம் மாறியிருக்கும்.

தற்கொலைகளைத் தடுப்பதற்குத் தேவை அதைப் பற்றிப் பேசுவதற்கு ஒரு நபர். இன்றைக்குத் தற்கொலை என்று கூகிளில் தேடினாலே உதவிக்கு அழைக்க வேண்டிய எண்கள் திரையில் ஒளிர்கின்றன.

டான் எவெரெட் என்கிற கல்லூரி விரிவுரையாளர் அமேஸான் காடுகளில் உள்ள பிரஹா என்கிற ஆதிவாசி மக்கள் கூட்டத்துடன் போய் வாழ்கிறார். எதற்கு என்றால் பைபிளை அவர்கள் மொழியில்

மொழிபெயர்க்க. மொழிபெயர்த்து? அவர்களை கிறிஸ்தவர்களாக மாற்றி மேலே போய் இயேசுநாதரிடம் பதக்கம் பெற.

சரி, அந்த அரசியலுக்குள் போக வேண்டாம். எவரெட் அங்கே போய் பிரஹா மனிதர்களைப் பார்க்கிறார். அவர்கள் சின்னச் சின்ன குடிசை அமைத்துத் தங்குகிறார்கள், தரையில் படுத்துத் தூங்குகிறார்கள், வில்லையும் அம்பையும் கொண்டு வேட்டையாடுகிறார்கள். ஆனால் எவரெட்டின் கவனத்தை ஈர்த்த விஷயம் - அவர்கள் மகிழ்ச்சியாக இருக்கிறார்கள். மிக மகிழ்ச்சியாக.

நாகரிக மனிதர்களிடம் உள்ள எதுவுமே அவர்களிடம் இல்லை. செல்போன் இல்லை, ஏஸி இல்லை, ப்ளே ஸ்டேஷன் இல்லை. ஆனால் அவர்கள் மகிழ்ச்சியாக இருக்கிறார்.

எவரெட் தன்னிடம் உள்ள ஒரு ஸ்டாண்டார்ட் ஸ்க்ரிப்ட்டை கையில் எடுக்கிறார். ஒரு முப்பது பிரஹா இன மக்களை அழைத்து ஒரு கூட்டம் போடுகிறார். தன்னுடைய தாயார் கடுமையான மன உளைச்சலில் தற்கொலை செய்துகொண்டதாகவும், தாயாரின் மரணம் தன்னைக் கடுமையாக பாதித்ததாகவும், அதிலிருந்து தன்னை கர்த்தர்தான் மீட்டெடுத்தார் என்றும் மனமுருகப் பேசினார். பேசி முடித்தபோது கண்களில் கண்ணீர். எவரெட்டுக்குத்தான். கேட்டுக்கொண்டிருந்த முப்பது பிரஹா சமூகத்தினரும் குலுங்கிக் குலுங்கி சிரித்தார்கள். ங்கொம்மாள நாங்க ஏண்டா தற்கொலை செஞ்சிக்கணும் என்றுதான்.

உண்மையில் அவர்களுக்கு தற்கொலை என்றால் என்னவென்றே தெரியவில்லை. அவர்கள் உணவுக்காக விலங்குகளைக் கொல்கிறார்கள். தங்களைத் தாங்களே மாய்த்துக்கொள்வதில்லை. எவரெட் கிட்டத்தட்ட முப்பது வருடங்கள் அவர்களுடன் வாழ்ந்தார். அவர்கள் சொன்னது உண்மைதான். பிரஹா சமூகத்தினர் தற்கொலை செய்துகொள்வதே இல்லை.

எவரெட் பிரஹா சமூகத்தினரிடம் ஏதேதோ சொல்லிப் பார்த்தார். அவர்கள் வழிக்கு வருவதாகவே தெரியவில்லை.

பதிலுக்கு அவர்கள் எவரெட்டிடம் கேள்வி கேட்டார்கள்.

"அடிக்கடி இயேசு என்கிற ஒரு நபரைப் பற்றிக் குறிப்பிடுகிறீர்களே. அவர் பார்ப்பதற்கு எப்படி இருப்பார். உங்களை மாதிரியா? எங்களை மாதிரியா?"

"தெரியவில்லை. நான் அவரைப் பார்த்ததில்லை."

"உங்கள் அப்பா பார்த்திருக்கிறாரா?"

"இல்லை."

"உங்கள் தாத்தா?"

"ம்ஹூம்."

"முன்னோர்கள் யாராவது?"

"ஒருவேளை பார்த்தவர்களைப் பார்த்திருக்கலாம்."

"அப்படியென்றால் எதற்காக அய்யா அவரைப் பற்றி இப்போது பேசுகிறீர்கள்?"

பிரஹா மக்களிடம் முன்னோர்களைப் பற்றிய கதைகள் இல்லை. பிரஹா சமூகத்தினர் நடந்து முடிந்த விஷயங்களை நினைத்துக் கவலைப்படுவதில்லை. நடக்கப்போகும் விஷயங்களை நினைத்தும் பயப்படுவதில்லை. இன்று மட்டுமே அவர்களுடைய குறிக்கோள். அவர்கள் ஜஸ்ட் வாழ்கிறார்கள். இந்த நேரத்தை, இந்த நிமிடத்தை, சந்தோஷமாக.

கடைசியாக எவரெட் தன்னுடைய தோல்வியை ஒப்புக்கொண்டார். ஒரு மதபோதகராக பிரஹா மக்களைத் தேடிச் சென்ற அவர் கிட்டத்தட்ட ஒரு தத்துவவாதியாகத் திரும்பி வந்தார்.

நேற்றைப் பற்றியும் நாளையைப் பற்றியும் கவலைப்படாமல் இன்றை மட்டும் வாழும் ஒரு விஷயத்தில் நாமெல்லாம் பிரஹா சமூகத்தினரை பின்பற்ற வேண்டும். ஒருவேளை தற்கொலைதான் செய்யவேண்டுமெனத் தோன்றினால் அதற்கு மாற்றாக கொலை செய்துவிடுங்கள் உங்கள் கடந்த காலத்தை!

# 43

சுனாமிக்கு பிந்தைய பதினேழாம் நாள்.

மணிகண்டனுக்கு இன்று ஹியரிங். அவனது வழக்கு கிருபாவினுடையது போலவோ அன்பரசுவினுடையது போலவோ எளிமையானது அல்ல. சர்வதேச மோசடி. ஆனாலும் அவனுக்கு பெயில் கிடைத்துவிடும் என்று அவன் உறுதியாக இருந்தான். ஏனென்றால் அவன் அவ்வளவு பணத்தை இறைத்திருந்தான்.

ஆனாலும் அவனுக்கு காலையிலிருந்து ஒரே பரபரப்பு. கிரிக்கெட் மாட்ச் மாதிரி அங்கே என்ன நடக்கிறது என்று உடனடியாக எல்லாம் தெரிந்துகொள்ள முடியாது. யாராவது கோர்ட் ஆர்டர் கொண்டு வருகிறார்களா என்று காத்துக்கொண்டு இருக்க வேண்டும். மாலை வரை வரவில்லை என்றால் இன்று பெயில் இல்லை என்று பொருள்.

ஒரு பக்கம் பெயில் ஆர்டர் மீதான கோர்ட் தீர்ப்பு. இன்னொரு பக்கம் குழந்தை நல்லபடியாகப் பிறந்திருக்குமா என்கிற பரிதவிப்பு. இந்த முறை மட்டும் ஏதாவது அசம்பாவிதமாக நடந்திருந்தால் எனக்கு பெயிலே வேண்டாம். நான் சிறையிலேயே கிடந்து சாகிறேன் என்று மனதிற்குள் நினைத்துக்கொண்டான்.

கோர்ட்டுக்கு டி.ஆர்.எம்.மும், அசோக்கும் சென்றிருந்தார்கள்.

கோர்ட்டில் மணிகண்டனுடைய வழக்கின் முறை வந்தது. நீதிபதி வழக்கின் தகவல்களை ஒருமுறை பார்த்தார். அவரை மணிகண்டன் தனது பரிவாரங்கள் மூலம் கோர்ட்டுக்கு வெளியே தனியே கவனித்திருந்தான். ஆனாலும் அந்த நீதிபதி மிகவும் கண்டிப்பான நபர் போல முகத்தை வைத்துக்கொண்டார். சில நிபந்தனைகளுக்கு உட்பட்டு ஜாமீன் வழங்கினார் -

வெளியூருக்கு போகக் கூடாது. பாஸ்போர்ட்டை கோர்ட்டில் சரண்டர் செய்துவிட வேண்டும்.

தினசரி காலை அயனாவரம் காவல் நிலையத்தில் ரிப்போர்ட் செய்ய வேண்டும்.

வழக்கின் சாட்சிகளை, ஆதாரங்களைக் கலைக்க முயற்சிக்கக் கூடாது.

அவ்வளவுதான். முடிந்தது. இனி மணிகண்டன் வீடு திரும்பலாம். அவனது வழக்கறிஞர் கோர்ட் ஆர்டரை எடுத்துக்கொண்டு சிறைக்கு விரைந்தார். டி.ஆர்.எம்.மும் அசோக்கும் இன்னொரு காரில் அவரைப் பின்தொடர்ந்து வந்தார்கள். மணிகண்டன் அன்பரசைச் சந்தித்துத் தன்னிடம் எஞ்சியிருந்த டோக்கன்களையும், பீடிகளையும் ஒப்படைத்துவிட்டு அங்கிருந்து விடைபெற்றான்.

மணிகண்டன் காரில் ஏறியதும், "வீட்ல எல்லாரும் சௌக்கியமா?" என்று பொதுப்படையாகக் கேட்டான்.

"நல்லா இருக்கீங்களா மச்சான்."

"நல்லா இருக்கேன்டா. அக்கா எப்படி இருக்காங்க?"

"நல்லா இருக்காங்க மச்சான்."

ஊர் உலகமே அவனிடம் பத்து வருடங்களாகக் கேட்டுக் கொண்டிருந்த அந்தக் கேள்வியை இந்தமுறை அவன் கேட்டான்.

"ஏதாவது நல்ல செய்தி இருக்கா?"

அந்த ஒரு கேள்வியைக் காதில் வாங்காததுபோல அசோக் நழுவிக்கொண்டது மணிக்கு கலக்கமாக இருந்தது. என்ன ஆச்சோ?

இருவருமே பதில் சொல்லவில்லை. செண்ட்ரலில் இருந்து காரை வால்டாக்ஸ் ரோடு பக்கம் திருப்பாமல் பூந்தமல்லி சாலை வழிக்குத் திருப்பினார்கள்.

"எங்க போறோம்?"

"சாமி கும்பிட."

மணிகண்டனுக்கு நிதானமில்லை.

"ங்கோத்தா, எங்க போறோம்ன்னு சொல்லித் தொலைங்கடா..."

கடுப்பில் டி.ஆர்.எம். அண்ணனையும் சேர்த்து டா போட்டுப் பேசிவிட்டதை உணர்ந்தான்.

"அண்ணே, நீங்களாவது சொல்லுங்கண்ணே. எங்க போறோம்."

சுதாரித்துக்கொண்டு சமாளித்தான்.

அண்ணன் தன்னுடைய அக்மார்க் சிரிப்பை உதிர்த்தார்.

"எல்லாம் நல்ல விஷயம்தான் தம்பி."

இப்பொழுது மணிகண்டனுக்குக் கொஞ்சம் ஆசுவாசமாக இருந்தது. விபரீதமாக எதுவும் நடக்கவில்லை. ஆனால் விஷயம் எந்தக் கட்டத்தில் இருக்கிறது என்று தெரிந்துகொள்ளும் ஆர்வக் குறுகுறுப்பு அவனிடம் இருந்தது. ஹாஸ்பிடலில் அட்மிட் மட்டும் செய்திருக்கிறார்களா? லேபர் வார்டுக்கு அனுப்பியிருக்கிறார்களா? அல்லது குழந்தையே பிறந்துவிட்டதா? பிறந்திருந்தால் ஆணா பெண்ணா ? பார்ப்பதற்கு அவன் ஜாடையா அர்ச்சனா ஜாடையா? இப்படி பல கேள்விகளைத் தனக்குள் கேட்டுக்கொண்டிருந்தான்.

அவன் எங்கே போகிறோம் என்று புரிந்துகொண்டான். சேத்துப்பட்டில் அவர்கள் ட்ரீட்மெண்ட் பார்த்துக்கொண்டிருந்த மருத்துவமனைக்குத்தான். ஏதோ அசோக் கொஞ்சம் சர்ப்ரைஸ் கொடுக்க வேண்டும் என்று நினைக்கிறான். அதை ஏன் கெடுப்பானேன்.

அடுத்த ஐந்து நிமிடங்களுக்குள் மருத்துவமனையைச் சென்றடைந்தார்கள். "எந்த ரூம்?" என்று கேட்டுக்கொண்டே மணிகண்டன் முன்னே ஓடினான்.

"307"

மருத்துவனை ஓ.பி.யில் காத்திருந்த பேஷண்ட்ஸ் எல்லாம் மணிகண்டன் ஓடுவதைக் கலவரமாகப் பார்த்துக் கொண்டிருந்தார்கள். மணிகண்டனின் அப்பாவும், அம்மாவும்,

சில நெருங்கிய உறவினர்களும் அவனது வருகைக்காகத் தயாராகக் காத்திருந்தார்கள். மணி அவர்கள் அனைவரையும் விலக்கிவிட்டு, அறை என் முன்னூற்றி ஏழின் கதவைத் தள்ளிக்கொண்டு உள்ளே நுழைந்தான்.

அங்கே அர்ச்சனா அழகான குழந்தையை மடியில் வைத்துக்கொண்டு அமர்ந்திருந்தாள். பெண்!

மணிகண்டன் ஓடிப்போய் இருவரையும் ஒருசேர அணைத்துக் கொண்டான். குழந்தையைப் பார்த்தான். அவள் மணிகண்டனைப் போல கொழுகொழுவென்று இருந்தாள். மணிகண்டன் குழந்தையின் கண்களைப் பார்த்தான். பார்த்துவிட்டு குழந்தைக்கு மான்விழி என்று பெயரிட்டான்.

# 44

மணிகண்டன் சிறையிலிருந்து வெளிவந்த பிறகு அவனது மகள் மான்விழிக்காக ஒரு டைரி எழுதத் துவங்கினான். அதை அவள் திருமணமாகி மறுவீட்டிற்குப் போகும்போது பரிசளிப்பதற்காக வைத்திருக்கிறான். அதிலிருந்து சில பகுதிகள் -

*18/4/2005*

அன்புள்ள மான்விழிக்கு, இன்றுடன் நீ பிறந்து நூறாவது நாள். ஒரு கேக் இல்லை, கொண்டாட்டம் இல்லை என்று உன் அம்மா சலித்துக்கொண்டாள். அது எதுவுமில்லாமல் இந்நாளை சிறப்பிப்பதற்காக நீ முதல்முறையாக குப்புறப் படுத்தாய். - அப்பா

*2/7/2005*

அன்புள்ள மான்விழிக்கு, இன்று நீ பேசுவதுபோல சப்தங்கள் எழுப்பினாய் என்று அம்மா சொன்னாள். அம்மா அவ்வாறு சொல்லிக்கொண்டிருக்கும் போதே நீ "ப்பா ப்பா" என்றாய். அது வெறும் சப்தம் என்று அம்மா சொல்கிறாள். நீ என்னைத்தான் முதலில் அழைத்தாய் என்று அப்பா வரலாற்றில் பதிவு செய்து கொள்கிறேன். - அப்பா

*10/11/2005*

அன்புள்ள மான்விழிக்கு, இன்று உனக்கு முதல்முறையாக மொட்டை அடித்து காதுகுத்தினோம். உனது தாய்மாமா அசோக் மடியில் உட்கார வைத்து, அம்மா முன்னிலையில்

இவையெல்லாம் நடந்தது. உனக்கு மொட்டை அடிக்கும்போதும் காதுகுத்தும்போதும் உனது அழுகைச் சத்தம் கேட்காத தொலைவிற்கு அப்பா சென்றுவிட்டேன். - அப்பா

*9/1/2006*

அன்புள்ள மான்விழிக்கு, இன்று உனக்கு முதல் பிறந்தநாள். பார்ட்டி ஹால் பிடித்து தடபுடலாகக் கொண்டாடினோம். நீ சிவப்பு நிற ஃபிராக்கில் தேவதை போல இருந்தாய். உனக்கு நிறையப் பரிசுப்பொருட்கள் கிடைத்தன. - அப்பா

*16/6/2007*

அன்புள்ள மான்விழிக்கு, இன்று உன்னை முதல்முறையாக உன்னை சினிமாவுக்கு அழைத்துச் சென்றோம். உன் அம்மா தீவிர ரஜினி ரசிகை. அதனால் உன்னை முதல்முறை சினிமாவுக்கு அழைத்துச் செல்லும்போது ரஜினி படத்திற்குத்தான் அழைத்துச் செல்ல வேண்டும் என்று மாதக்கணக்கில் காத்திருக்க வைத்துவிட்டாள். நீ திரையரங்கிற்கு முதலில் பயந்தாய். ஆனால் படம் தொடங்கி ரஜினி அறிமுகக்காட்சி வருவதற்குள் தூங்கிவிட்டாய். அம்மாவுக்கு வருத்தம். - அப்பா

*18/10/2008*

அன்புள்ள மான்விழிக்கு, இன்று முதல் நீ பள்ளிக்குச் செல்கிறாய். உன்னை கவிபாரதி வித்யாலயாவில் சேர்த்திருக்கிறோம். உன்னுடைய ஆசிரியை உன் கைகளைப் பிடித்து அரிசியில் ‘அ’ என்று எழுத வைத்தார். நான் அதற்கு அருகிலேயே "ப்பா" என்று எழுத வைக்க வேண்டும் என்று அடம்பிடித்தேன். - அப்பா

*10/6/2010*

அன்புள்ள மான்விழிக்கு, இன்று நாம் குடும்பத்துடன் ஏற்காடு பயணம் சென்றோம். அங்கே க்ளப் மஹேந்திரா ரெஸார்ட்டில் தங்கினோம். உனக்கு அங்கிருந்த நீச்சல் குளம் மிகவும் பிடித்துவிட்டது. முதலில் இறங்கவே அவ்வளவு பயந்தாய். அப்புறம் பயம் போன பிறகு நீச்சல் குளத்தில் இருந்து உன்னை வெளியே அழைத்து வரவே மிகவும் சிரமப்பட்டோம். அப்பாவுக்கு அம்மாவை விட்டுவிட்டு நீயும் நானும் மட்டும் ஒரு பயணம் செல்ல வேண்டுமென ஆசையாக இருக்கிறது. அம்மா இவ்வளவு

சின்னக் குழந்தையை அழைத்துக்கொண்டு ட்ரிப் போகக்கூடாது என்று சொல்லிவிட்டாள். - அப்பா

*7/4/2011*

அன்புள்ள மான்விழிக்கு, உனக்கு தம்பி பாப்பா வேண்டுமென அம்மாவிடம் கேட்டுக்கொண்டிருக்கிறேன். நீதான் பேசிப் புரிய வைக்க வேண்டும். - அப்பா

*12/5/2012*

அன்புள்ள மான்விழிக்கு, அப்பா ஆசைப்பட்டது போலவே நீயும் நானும் தனியாக முதல் பயணத்தைத் துவங்கினோம். கேரளாவில் உள்ள வர்கலா மற்றும் வாகமன் செல்கிறோம். எந்த மடையனும் இந்த இரண்டு இடங்களையும் ஒரே பயணத்தில் சேர்க்க மாட்டான். அப்பாவுக்கு உன்னுடன் கடலையும் மலையையும் ஒரே பயணத்தில் பார்க்கவேண்டுமென்று ஆசை. - அப்பா

*6/6/2013*

அன்புள்ள மான்விழிக்கு, இன்று நீ துவக்கக்கல்வி முடித்து நடுநிலைக் கல்வியில் அடியெடுத்து வைக்கிறாய். நீ சரளமாக ஆங்கிலத்தில் பேசுகிறாய். உன்னிடம் இருந்துதான் அப்பா ஆங்கிலம் பேசக் கற்றுக்கொள்கிறேன். கங்காரு என்பதை கேங்கரூ என்றுதான் அழைக்கவேண்டுமெனத் திருத்துகிறாய். - அப்பா

*6/2/2015*

அன்புள்ள மான்விழிக்கு, இன்று நீயும் நானும் என்னை அறிந்தால் படம் பார்த்தோம். உனக்கு படம் அவ்வளவாகப் பிடிக்கவில்லை. ஆனால் படத்தில் வரும் சத்யதேவ் - ஈஷா கதாபாத்திரங்கள் அப்பாவுக்கு உன்னையும் என்னையும் நினைவூட்டின. அடுத்தது எங்க போறோம் மான்விழி ? - அப்பா

*18/6/2017*

அன்புள்ள மான்விழிக்கு, நீ இன்று பெரியவள் ஆகிவிட்டாய். இது கொண்டாட வேண்டிய தினமா வருந்த வேண்டிய தினமா என்று அப்பா குழம்பிப்போயிருக்கிறேன். இனி அப்பாவால் உன்னுடன் எப்பொழுதும்போல பழக முடியாது என்று நினைக்கிறேன். நீ இனி குழந்தை இல்லை என்று நினைத்தாலே அப்பாவுக்கு அழுகை வருகிறது. - அப்பா

*29/4/2019*

*அன்புள்ள மான்விழிக்கு, உனது பத்தாம் வகுப்புத் தேர்வு முடிவுகள் இன்று வெளியாகியிருக்கின்றன. நீ ஐநூறு மதிப்பெண்களுக்கு 466 எடுத்திருக்கிறாய். அப்பாவுக்கு பெருமையாக இருக்கிறது. - அப்பா*

*7/6/2021*

*அன்புள்ள மான்விழிக்கு, நீ கல்லூரியில் சேர்ந்திருக்கிறாய். உன்னை மருத்துவராகப் படிக்க வைக்க வேண்டும் என்று அம்மாவும், பொறியியல் படிக்க வைக்க வேண்டும் என்று அப்பாவும் விரும்பினோம். ஆனால் நீ பி.ஏ. எகனாமிக்ஸ் படிக்க விரும்புகிறாய். அப்பாவுக்குக் கொஞ்சம் வருத்தம், இருந்தாலும் உன் விருப்பத்தை மீறுவதற்கு அப்பாவுக்கு விருப்பமில்லை. - அப்பா*

*21/9/2022*

*அன்புள்ள மான்விழிக்கு, இன்று மாலை உன்னுடைய கிளாஸ்மேட் அக்ஷய் உன்னை பைக்கில் கொண்டுவந்து வீட்டில் டிராப் செய்துவிட்டுப் போனான். அது மட்டுமில்லாமல் என்னிடம் வந்து அவனை அறிமுகப்படுத்திக்கொண்ட கையோடு, மான்விழி இஸ் நைஸ் நேம் அங்கிள் என்று சொல்லிவிட்டுப் போனான். எனக்கு அவனைப் பிடிக்கவில்லை. - அப்பா*

*31/10/2024*

*அன்புள்ள மான்விழிக்கு, இன்று நீ உன்னுடைய முதல் சம்பளத்தில் அப்பாவுக்கு வேட்டி - சட்டையும் அம்மாவுக்கு புடவையும் வாங்கிக் கொடுத்தாய். நீ இப்பொழுது பிறந்ததுபோல இருக்கிறது மான்விழி. ஏன் இத்தனை சீக்கிரம் வளர்ந்துவிட்டாய். - அப்பா*

*30/7/2025*

*அன்புள்ள மான்விழிக்கு, ஆடி மாசம் முடிந்ததும் உனக்கு மாப்பிள்ளை பார்க்க வேண்டும் என்று நைஸாக அம்மாவிடம் சொல்வதுபோல சொல்லிப் பார்த்தேன். உன்னுடைய முகமே மாறிவிட்டது. அநேகமாக உன் கணவனை நீயே முடிவு செய்துவிட்டாய் என்று நினைக்கிறேன். எனக்கு அவனை, மன்னிக்கவும் அவரை எப்பொழுது அறிமுகப்படுத்தி வைக்கப்போகிறாய் மான்விழி? - அப்பா*

# 45

டிசம்பர் 2006.

ஜேம்ஸ் மற்றும் அவனது குழுவினரின் ஐந்தாண்டு தண்டனைக் காலத்தில் ஏறத்தாழ இரண்டாண்டுகள் நிறைவடைந்திருந்தன. வழக்கில் தண்டனை வழங்கியபிறகு ஜி ஃபோர்ட் நிறுவனம் சார்பாக ஸ்பெஷல் கோர்ட்டில் அப்பீல் செய்திருந்தார்கள். அந்த அப்பீல் கிணற்றில் போட்ட கல் மாதிரி கிடந்தது. முழு தண்டனைக் காலம் முடிந்தால்கூட அந்த அப்பீல் அப்படியேதான் இருக்கும் என்று ஜேம்ஸுக்குத் தெரியும். சென்னை காவல்துறை - நீதித்துறையின் அலைக்கழிப்பில் நான்காண்டு காலம் உழன்றுகொண்டிருப்பவன் அவன். இதுகூட தெரியாமல் எப்படி.

அவனது குழுவில் யாராவது ரிலீஸ் பற்றிப் பேசி ஆதங்கப்படும் போது, நம்மாட்களில் யாராவது ஒருத்தர் செத்தாலொழிய நாம் தண்டனைக் காலம் முடியும் முன் ரிலீஸ் ஆகமாட்டோம் என்று விளையாட்டாகச் சொல்வான் ஜேம்ஸ்.

ஒருநாள் அவர்களுடைய குழு ஆட்களில் ஒருவரான மைக் (யூஎஸ். ஆசாமி) சாப்பாட்டுக்காக கியூவில் நிற்கும்போது மயங்கிவிட்டான். தூக்கிக் கொண்டு போய் ஓரமாக வைத்து, முகத்தில் தண்ணீர் தெளித்ததும் எழுந்துவிட்டான். ஜேம்ஸுக்கு வேடிக்கையாக இருந்தது. பொதுவாக அமெரிக்கர்களே இப்படி ஒன்றுமில்லாத

விஷயத்திற்கு சிணுங்கக்கூடியவர்கள். அதிலும் இந்த மயங்கி விழுந்த மைக் ஊரார் கவனம் தன் மீது விழுந்துகொண்டே இருக்க வேண்டும் என்று நினைக்கும் ஆள்.

ஆனால் அன்று மாலை சிறைத்தொகுதியை அடைக்கும்போது மைக் மட்டும் இல்லை. ஜேம்ஸ் மற்ற அமெரிக்கர்களிடம் விசாரித்த போது அவன் சிறை மருத்துவமனையில் அனுமதிக்கப்பட்டிருப்பதாகச் சொன்னார்கள்.

அடுத்த நாள் காலை ஜேம்ஸ் அனுமதி பெற்றுக்கொண்டு மைக்கை சிறை மருத்துவமனை சென்று பார்த்தான். ஜேம்ஸ் சென்றபோது மைக் சுய நினைவில் இல்லை. ஆக்ஸிஜன் மாஸ்க் வைத்திருந்தார்கள். அவனைச் சுற்றி நிறைய ஒயர்கள். உண்மையாகவே அவனுக்கு உடலில் ஏதோ பிரச்சனை என்று புரிந்துகொண்டான் ஜேம்ஸ். அவனுக்குக் குற்ற உணர்வாக இருந்தது. யாராவது ஒருவர் செத்துவிட்டால் எல்லாரும் ரிலீஸ் ஆகிவிடலாம் என்று அவன் விளையாட்டாகத்தான் சொன்னான். ஆனால் இப்பொழுது மைக் இருக்கின்ற நிலைமை அவனுக்கு அச்சமூட்டுவதாக இருந்தது.

மைக்கை சிறை மருத்துவமனையில் இருந்து தனியார் மருத்துவமனைக்கு (சென்னை அப்போல்லோ) மாற்றுவதற்காக ஒரு பெட்டிஷன் கொடுத்திருந்தார்கள். சில வாரங்களுக்குப் பிறகு அந்த மனு ஏற்கப்பட்டு மைக் அப்போல்லோ மருத்துவமனைக்கு மாற்றப்பட்டான். யோசித்துப் பாருங்கள். உடல்நிலை கவலைக்கிடமாக இருக்கிறது. தனியார் மருத்துவமனைக்கு மாற்ற வேண்டும் என்கிற அவசர மனுவிற்கே இரண்டு வாரங்கள் எடுத்திருக்கிறார்கள். மைக்கின் ஆயுள் கெட்டியாக இருந்த காரணத்தினால் அவன் ஜீவித்திருந்தான். இல்லையென்றால் அவன் போய்ச் சேர்ந்து திவசம் கொடுத்தபிறகுதான் அந்த மனுவை கையில் எடுத்திருப்பார்கள்.

தனியார் மருத்துவமனையில் சேர்த்தபிறகுகூட மைக்கின் நிலைமையில் பெரிய மாற்றமில்லை. மருத்துவமனையிலிருந்து வந்த தகவல்கள் எதுவும் நல்ல விதமாக இல்லை. அநேகமாக மைக் சில வாரங்களில் இறந்துவிடலாம். அது சென்னையில் நடந்தால் விவகாரம் சிக்கலாகிவிடும் என்று இந்திய நீதித்துறை கருதியது. அதன் காரணமாக அந்த வழக்கை சற்று முடுக்கிவிட்டார்கள்.

இன்னும் இரண்டு வாரத்திற்குள் இறுதித் தீர்ப்பு கொடுத்தாக வேண்டும் என்று கெடு வைத்துவிட்டார்கள்.

இந்த முறை ஜேம்ஸுக்கு பலமான நம்பிக்கை. இரண்டு வாரக்கெடு கொடுத்தபிறகு மைக்கின் உடல்நிலை முன்னேற ஆரம்பித்தது.

தீர்ப்புநாள் வந்தது. ஜி ஃபோர்ட் நிறுவனத்தின் லீகல் டீம் மட்டும் கோர்ட்டுக்குச் சென்றால் போதும் என்று சொல்லிவிட்டார்கள். அதனால் ஜேம்ஸ் மற்றும் அவனது குழுவினர் சிறையிலேயே காத்திருந்தார்கள். அவர்களிடம் எந்தத் தகவல் தொடர்பு சாதனமும் கிடையாது. ஏற்கனவே லீகல் டீமில் இருந்த அனன்யாவிடம் சொல்லி வைத்திருந்தான். அவள் சிறையின் முகப்பிலிருந்த அலுவலகத்தின் லேண்ட்லைன் எண்ணுக்கு அழைத்துத் தீர்ப்பு விவரங்களைச் சொல்வாள். அந்த ஒரு அழைப்பிற்காக அவர்கள் காத்திருந்தார்கள்.

மதியம் வரை அழைப்பு வரவில்லை. ஜேம்ஸும் இன்னும் இரண்டு பேரும் சேர்ந்து சிறை அலுவலகத்திற்குப் போய் அங்கிருந்து அனன்யாவை அழைத்தார்கள்.

"என்ன ஆச்சு?"

"லஞ்ச் பிரேக். நம்ம ஜட்ஜ்மென்ட் இன்னும் வரவில்லை."

"எவ்வளவு நேரம் ஆகும்?"

"தெரியல. இன்னைக்கு மட்டும் நாற்பது கேஸ் லிஸ்ட் ஆகியிருக்கு."

"நம்மளோட கேஸ் எத்தனையாவது?"

"நாற்பதாவது."

ஜேம்ஸ் இப்பொழுதெல்லாம் இந்த பேட் லக், விதி போன்ற விஷயங்களை நம்ப ஆரம்பித்துவிட்டான். இல்லையென்றால் ஏன் அவர்களுடைய வழக்கு நாற்பதாவதாக வர வேண்டும். அவர்கள் சிறைத் தொகுப்பிற்குச் சென்று மீண்டும் காத்திருக்கத் துவங்கினார்கள். நேரம் சென்றுகொண்டே இருந்தது. கிட்டத்தட்ட மாலை நேரமாகிவிட்டது. இதற்கு மேல் எல்லாம் தீர்ப்பு வரும் என்று அவனுக்கு நம்பிக்கையில்லை. அநேகமாக தீர்ப்பை ஒத்திப்போட்டிருப்பார்கள். அதுவும் இந்திய நீதிமன்றங்களைப் பொறுத்தவரையில் இந்த நாளைக்கு ஒத்திப்போடும் பழக்கம் எல்லாம் இல்லை. ஒத்திப்போட்டாலே இரண்டு வாரங்கள்,

மூன்று வாரங்கள். ஜேம்ஸ் வெறுத்துப்போய் தனியாகப் படுத்துக்கொண்டான். ஹென்றி என்கிற யூ.எஸ்.காரன் மீண்டும் சிறை அலுவலகத்திற்கு நடந்தான்.

கொஞ்ச நேரத்தில் ஹென்றி உற்சாகமாக ஓடிவந்தான். *"Acquitted"* என்று கத்தினான். நாயகன் படத்தில் ஜனகராஜ் கோர்ட்டில் இருந்து வெளியே வந்து, "நம்மள எதுவும் பண்ண முடியாதாம்" என்று சொல்வதற்கு சமமான தருணம் அது. வித்தியாசம் என்னவென்றால் இங்கே ஏற்கனவே இந்தியக் காவல்துறை, சிறைத்துறை, நீதித்துறை மூன்றும் சேர்ந்து அவர்களைச் செய் செய் என்று செய்திருந்தது. கடைசியாக அலுத்துப்போய் ரிலீஸ் செய்திருக்கிறார்கள். இருந்தாலும் ஜேம்ஸ் வெற்றிக்களிப்பில் துள்ளிக் குதித்தான்.

சோகம் என்னவென்றால் அந்த நாளில் ஏற்கனவே ரோல் காலுக்கான நேரம் ஆகிவிட்டதால் உடனே ரிலீஸ் செய்ய சாத்தியமில்லை. மறுநாள் காலை வரை காத்திருக்க வேண்டும். ஜேம்ஸ் உட்பட அவர்களின் குழுவில் ஒருத்தரும் அன்றிரவு தூங்கவில்லை. ஜேம்ஸ் விடியற்காலை ஆறு மணிக்கு சிறைத்தொகுதி திறந்ததும் வெளியே போய் ஜாகிங் செய்வது, உடற்பயிற்சி செய்வது என்று உற்சாகமாக இருந்தான். இந்திய சிறைக்கைதிகள் அவனை ஒரு பைத்தியக்காரன் போல பார்த்தார்கள்.

ஜி ஃபோர்ட் டீம், லீகல் அணியினர், எம்பஸி ஆட்கள் என்று எல்லோரும் வந்திருந்தார்கள். சிறை நடைமுறைகள் ஒவ்வொன்றாக முடிக்கவே காலை பதினொரு மணி ஆகிவிட்டது. இறுதியாக எஸ்.பி.சீனிவாசன் ஜேம்ஸின் கரங்களைக் குலுக்கி அவனை வெளியே அனுப்பி வைத்தார்.

# 46

சுனாமிக்கு பிந்தைய இருபத்தி இரண்டாம் நாள்.

அன்பரசு அவன் வீட்டிலிருந்து வெளியேறி மூன்று வாரங்கள் ஆகிவிட்டன. அவனது வீட்டார் அவனைத் தேடும் படலம் ஒவ்வொரு நாளாகத் தேய்ந்து, சுணங்கி, யாருக்கும் தெம்பில்லாமல் இனி மேலே இருப்பவனே ஏதாவது பார்த்து அன்பரசை அனுப்பி வைத்தால்தான் உண்டு என்கிற முடிவுக்கு வந்துவிட்டார்கள்.

அன்றைய தினம் செய்தித்தாளில் வழக்கமான கொலை, கொள்ளை, பாலியல் வன்புணர்வு, கைது செய்திகளைத் தாண்டி பதினான்காம் பக்கம் வலது கீழ் மூலையில் ஒரு சிறிய செய்தி வெளிவந்திருந்தது. அடையாளம் தெரியாத ஆண் பிணம் கரையில் ஒதுங்கி, கேட்பாரற்று அரசு மருத்துவமனை மார்ச்சுவரியில் இருப்பதாக அந்தச் செய்தி குறிப்பிட்டது. அந்தச் செய்தி அன்பரசின் குடும்பத்தினர் வட்டாரத்தில் யார் கண்ணிலும் படாமல் இருந்திருக்கலாம். ஆனால் பட்டுவிட்டது.

அன்பரசின் தூரத்து உறவினர் ஒருவர் அச்செய்தியைப் படித்துவிட்டு, நெருங்கிய உறவினர் ஒருவருக்கு தகவல் தெரிவிக்கிறார். நெருங்கிய உறவினர் அன்பரசின் அப்பாவிற்கு தகவல் தெரிவிக்கிறார். இரண்டு பேரும் சேர்ந்து மார்ச்சுவரிக்குப் போய் ஒரு எட்டு பார்த்துவிட்டு வந்துவிடலாம் என்று முடிவு செய்கிறார்கள்.

சென்னை ராஜீவ் காந்தி மருத்துவமனை பிணவறை. செய்தித்தாளைக் காட்டி விசாரிக்கிறார்கள். காண்பிக்க வேண்டும் என்றால் நூறு ரூபாய். பெற்றுக்கொண்டு பிணவறைக்கு அழைத்துச் செல்கிறார் அதன் காப்பாளர். சுவரை ஒட்டிக் கட்டப்பட்ட லாக்கர்கள் போன்ற அமைப்பு. இரண்டு லாக்கர்களைத் திறந்து பார்த்துவிட்டு இது இல்லை என்று மூடிவிடுகிறார் காப்பாளர். மூன்றாவதாக ஒரு லாக்கரை சரேலெனத் திறந்தார். அதுதான்.

மரணங்களிலேயே கொடூரமான மரணம் நீரில் மூழ்கி மரணிப்பதுதான் என்று சொல்வார்கள். அப்படி மரணித்த சடலங்கள் அதைவிட கொடூரம் நிறைந்தவை. பல்வேறு காரணங்களால் அந்தச் சடலத்தின் முக அமைப்பு முற்றிலும் மாறிப் போயிருந்தது. அதைப் பார்த்து அது இன்னார்தான் என்கிற முடிவுக்கு வருவது சாத்தியமில்லை.

நிச்சலமான அமைதியில் உறங்கிக்கொண்டிருந்த அந்தச் சடலம் யாருடையது என்று அப்பொழுது யாராலும் சொல்ல முடியவில்லை. சடலம் உடுத்தியிருந்த துணி - பச்சை நிறக் கட்டம் போட்ட சட்டை. காலரை விலக்கிவிட்டுப் பார்த்தால் அதில் அன்பரசு வழக்கமாகக் கொடுக்கும் தையல் கடையின் பெயர் பொறித்திருந்தது.

அதற்கு மேல் அந்த மார்ச்சுவரியிலும், அதைத் தொடர்ந்து அன்பரசின் வீட்டிலும் நடைபெற்ற காட்சிகளை எழுத்தில் கொண்டுவருவதற்குக் கைகள் நடுங்குகின்றன.

அடுத்த இருபத்தி நான்கு மணி நேரத்தில் அன்பரசின் இறுதிச்சடங்குகள் முடிந்திருந்தன.

அந்த இரவு அன்பரசு சென்னை மத்திய சிறையில் புரண்டு படுத்தான்.

# 47

மணிகண்டன் குழந்தை பிறந்த முப்பதாவது நாள் பெயர் சூட்டும் விழா நடத்தினான். அவனைப் பொறுத்தவரையில் அதை ஆடம்பரம் என்று சொல்ல முடியாது. ஆனால் மண்டபம் பிடித்து, பிரியாணி 65 போட்டு பெரிய அளவில்தான் செய்தான். அவனது சொந்தக்காரர்கள் நிறைய பேர் வரவில்லை. ஜெயிலுக்குப் போயிட்டு வந்தவன் என்ற காரணம்தான். விழாவுக்கு வந்திருந்தவர்கள் கூட அவன் காதுபட பேசிக்கொண்டார்கள். அவன் நிச்சயம் தப்பு செய்திருப்பான் என்றுதான் பலரும் பேசிக்கொண்டார்கள். நெருப்பில்லாமல் புகையாது என்றார்கள். இப்படி ஒவ்வொருவரும் ஒவ்வொரு விதமாக. ஒருவேளை இந்தக் கைது மட்டும் அவன் வாழ்க்கையில் குறுக்கிடாமல் இருந்திருந்தால் இந்தப் பெயர் சூட்டு விழாதான் அவனுடைய வாழ்க்கையின் உச்சபட்ச மகிழ்ச்சியாக இருந்திருக்க வேண்டும். ஒரு ஊருக்கே கறி விருந்து வைத்து பிரமாதப்படுத்தியிருப்பான்.

அவனது மத்திய அரசு ரயில்வே பணியில் அவனை இடைநீக்கம் செய்திருந்தார்கள். மீண்டும் பணியைப் பெறுவதற்கு அவன் சிறைக்கும், காவல் நிலையத்திற்கும், கோர்ட்டுக்கும், அவனது ரயில்வே அலுவலகத்திற்கும் அலைந்து திரிந்து பல டாகுமெண்ட்ஸை சமர்ப்பிக்க வேண்டியிருந்தது. அவன் மீண்டும் பணிக்குத் திரும்ப மூன்று மாதங்கள் ஆகின. அதுவரைக்கும் அவனது வருமானம் பூஜ்ஜியம்.

ஏற்கனவே அவன் குழந்தைப்பேறு மருத்துவத்திற்காக அவனது பங்கு சொத்துக்களை விற்று லட்சங்களில் செலவு செய்துகொண்டிருந்தான். ஜெயிலில் இருந்து வெளியே எடுப்பதற்கு கணக்கு வழக்கு பார்க்காமல் செலவு செய்ததில் எஞ்சியிருந்த சொத்துக்களைத் தாண்டி கடனில் வந்து நின்றது. அந்த மூன்று மாதங்களுக்கு நண்பர்களிடம் கடன் வாங்கித்தான் குடும்பம் நடத்திக்கொண்டிருந்தான். அதுவும் முன்பைப் போல இல்லை. குழந்தைக்கான செலவு என்று மட்டும் மாதம் பத்தாயிரத்தைத் தனியே எடுத்து வைக்க வேண்டியிருந்தது.

அந்த ஏரியாவில் மணிகண்டனின் அடையாளமே ஓயிட் & ஓயிட் அணிந்துகொண்டு புல்லட்டில் வந்து இறங்குவதுதான். அந்த கைது சம்பவத்திற்குப் பிறகு அவனிடம் இருந்த அந்த கம்பீரமே போயிற்று. ஏதோ இரும்புப் பட்டறையில் வேலை செய்பவன் போல ஒரு சாதாரண பேண்ட், சட்டையை அணிந்துகொள்ளத் துவங்கினான். அதே புல்லட் தான். ஆனால் அதில் பழைய வீரமில்லை. பைக்கில் இருந்து இறங்கி வீட்டுக்குள் போகும் வரைக்கும் ஹெல்மெட்டை கழற்றவே மாட்டான். தப்பித்தவறி தெருவுக்குள் நடந்துபோகும் சூழல் வந்தால்கூட குனிந்த தலை நிமிராமல் அந்தப் பகுதியைக் கடந்துசெல்வான்.

மணிகண்டன் மீண்டும் தலையெடுத்து வருவதற்குள் சில வருடங்கள் ஓடிவிட்டன. அவன் பெயிலில்தான் இருந்தான். அத்தனை ஆண்டு காலமும் அவனது வழக்கு நடைபெற்றுக் கொண்டே இருந்தது. கடைசியாக ஒன்பது வருடங்கள் கழித்து, அந்த வழக்கில் அவன் நிரபராதி அன்று தீர்ப்பு வந்தது. அவன் அந்த சந்தோஷத்தைத் தனியாக ஒரு விழா எடுத்து, நண்பர்களுக்கும் உறவினர்களுக்கும் கறிவிருந்து போட்டுக் கொண்டாடினான். அவனது மீதிருந்த களங்கம் துடைக்கப்பட்டுவிட்டது.

மணிகண்டன் இப்பொழுது ரயில்வேயில் நல்ல சம்பளம் பெற்றுக்கொண்டிருக்கிறான். அவனது பெற்றோர், மனைவி, குழந்தை மான்விழி என்று மகிழ்ச்சியாக இருக்கிறான். ஆனால் அவன் இழந்த நாட்கள், அடைந்த மன உளைச்சல், ஏற்பட்ட அவமரியாதைகளுக்கெல்லாம் யாரிடமும் பதில் இல்லை.

# 48

அன்புக்கு,

*நலமா? நான் நலம்.*

ஒரு ஸ்டாண்ட் அப் காமெடி ஷோ பார்த்துவிட்டு உனக்குக் கடிதம் எழுதுவேன் என்று நான் ஒருபோதும் நினைத்ததில்லை.

உனக்கு நினைவிருக்கிறதா ? ரிதம் படப்பாடல்கள் வெளியானபோது நீ அதன் ஆடியோ கேஸட்டை வாங்கி வந்திருந்தாய். நாள் முழுக்க மீண்டும் மீண்டும் அதன் பாடல்களைக் கேட்டுக்கொண்டிருந்தோம். எனக்கு அது குறித்து அப்பொழுது அவ்வளவாகத் தெரியாது. அதன் பாடல்கள் ஒவ்வொன்றும் ஐம்பெரும்பூதங்களை (நிலம், நீர், தீ, காற்று, ஆகாயம்) மையப்படுத்தி எழுதியிருப்பதாக நீ சொல்லித்தான் தெரிந்துகொண்டேன். அப்பொழுது அதன் பாடல்கள் அத்தனையும் நம்மிருவருக்கும் மனப்பாடம். அந்த ஆல்பத்தில் எந்தப் பாடல் அதிகம் பிடித்திருக்கிறது நீ என்னிடம் கேட்டாய். நான் தூது வருமா என்றேன். அப்பாடலில் இருந்த வைல்ட்நெஸ் எனக்குப் பிடித்திருந்தது. அந்தப் பாடலின் பெண்குரலால் ஈர்க்கப்பட்டேன். அப்பொழுது அவர் யாரென்று கூட எனக்குத் தெரியாது. உனக்கு எந்தப் பாடல் அதிகம் பிடித்ததெனக் கேட்டபோது, காற்றே என் வாசல் வந்தாய் என்றாய். நான் அதை எதிர்பார்க்கவே இல்லை. அநேகமாக

உனக்கு தனியே தன்னந்தனியே பிடித்திருக்கும் என்று யூகித்தேன். எப்படி யோசித்தாலும் காற்றே என் வாசல் வந்தாய் ஒரு சுமாரான பாடல் என்று எனக்குத் தோன்றியது. நான் அப்படி நினைத்ததற்காக உன்னிடம் மன்னிப்பு கேட்டுக் கொள்கிறேன். இந்த நிமிடத்தில் சொல்கிறேன். காற்றே என் வாசல் வந்தாய் தான் அந்த ஆல்பத்தின் மிகச்சிறந்த பாடல்.

உனக்கு நினைவிருக்கிறதா? நீதான் எனக்கு முதன்முதலில் சென்னை புத்தகக்காட்சியை அறிமுகப்படுத்தினாய். அப்பொழுதெல்லாம் புத்தகக்காட்சி காயிதே மில்லத் கலைக்கல்லூரியில் நடைபெறும். அப்போது எனக்கு புத்தகக் காட்சி போரடித்தது. உன்னிடம் அடம்பிடித்து நான் மட்டும் நைஸாக தேவி தியேட்டருக்குப் போய் பாய்ஸ் படம் பார்த்துவிட்டு வந்தேன். இப்பொழுது நான் ஒரு புத்தகக்காட்சிக்குக் கூட போகாமல் இருப்பதில்லை. அது மட்டுமில்லை. என்னுடைய ஆதர்ஸ திரையரங்கு தேவிதான்.

உனக்கு நினைவிருக்கிறதா? ஒரு பொங்கல் நாளில் பம்மல் கே. சம்பந்தம் படமும் ரெட் படமும் ஒன்றாக வெளிவந்தது. நான் அஜித் ரசிகன். நீ கமல் ரசிகன். மாணிக்கம் தியேட்டரில் ரெட் ஓடிக்கொண்டிருந்தது. ஓடியன்மணியில் பம்மல் கே. சம்பந்தம். மாணிக்கம் தியேட்டரைத் தாண்டித்தான் ஓடியன்மணிக்குப் போகவேண்டும். நான் மாணிக்கத்தைத் தாண்டும்போது ரெட் பார்க்க வேண்டுமென கேட்டேன். நீ அதற்கு டிக்கெட் கிடைக்கவில்லை என்று பொய் சொல்லி பம்மல் கே. சம்பந்தம் படத்திற்கு அழைத்துச் சென்றாய். வேண்டா வெறுப்பாக உன்னுடன் வந்து பம்மல் கே. சம்பந்தம் பார்த்தேன். இப்பொழுது சொல்கிறேன். ரெட்டை விட பல மடங்கு நல்ல சினிமா பம்மல் கே. சம்பந்தம்.

உனக்கு நினைவிருக்கிறதா ? ஒருமுறை ராஜேஷ்குமாரின் திரில்லர் நாவல் ஒன்றினைப் படித்துக்கொண்டிருந்தேன். கிட்டத்தட்ட இரண்டு மணிநேரங்களுக்கு மேல் தீவிரமாக. வேறு வேலை எதற்கும் தாவாமல் முழுமையாக அதனைப் படித்து முடித்தபோது, அவ்வளவு இண்டரெஸ்டிங்கா இருந்ததா என்று என்னைக் கிண்டல் செய்தாய். மேலும் எழுத்தாளர் சுஜாதாவின் நாவல் ஒன்றினைக் கொடுத்து என்னைப் படிக்கச் சொன்னாய். நான் அப்பொழுது அதனைச் சில பக்கங்கள் மட்டும் படித்துவிட்டு

போரடிக்கிறது என்று திரும்பக் கொடுத்துவிட்டேன். எவ்வளவு பெரிய பாவம் செய்யப் போனேன் தெரியுமா? பின்னாளில் அவரது என் இனிய இயந்திரா படித்துவிட்டு அவரது தீவிர விசிறியாகிப்போனேன்.

யோசித்துப் பார்த்தால் எனது ரசனையை மேம்படுத்தியதில் உன்னுடைய பங்கு கணிசமாக இருக்கிறது. அந்த வகையில் நீதான் நான்.

உனக்கு நினைவிருக்கிறதா? நான் சுகன்யாவை ஒருதலையாகக் காதலிக்கிறேன் என்று நீ கேள்விப்பட்டபிறகு ஒருமுறை சுகன்யா நம் வீட்டுக்கு வந்தாள். அப்பொழுது நீ என்னைப் பிடித்துக்கொண்டு சிரித்தபடி, "எப்படி இருக்குற சுகன்யா?" என்று அவளை விசாரித்தாய். ஒரு முழுச்சுற்று அன்பு. அது நடந்து ஆறேழு வருடங்களுக்குப் பிறகு அந்தக் காதல் இருதலையாகி அதற்கடுத்த மூன்று வருடங்களில் எங்களுக்கு திருமணமே நடந்துவிட்டது. எங்களுக்கு இரண்டு குழந்தைகள். முதலாவது மகள். அவள் நிலா என்று பெயரிட்டேன். இரண்டாவதாக மகன் பிறந்தபோது அவனுக்கு அன்பு என்று பெயரிட விரும்பினேன். துரதிர்ஷ்டவசமாக ஒரு குழந்தைக்கு பெயரிட இரண்டு நபர்களின் ஒருமித்த சம்மதம் தேவைப்படுகிறது. ஒன்றுமில்லை, அன்பு. உன் துயரத்தை அடிக்கடி நினைவூட்டும் பெயர் வேண்டாம் என்று எனக்குக் காரணம் சொல்லப்பட்டது. அப்பொழுது, நானே ஒரு குழந்தையைப் பிரசவித்து அதற்கு உன் பெயரை சூட்டுவேன் என்று சூளுரைத்துக்கொண்டேன். அப்போது அது மற்றவர்களுக்குப் புரியவில்லை.

நான் சொன்னபடி என்னுடைய முதல் நாவலில் உன்னை பிரசவித்தேன். இதோ எனது இரண்டாவது நாவலிலும். எனது முதல் நாவல், அன்பரசு வந்துவிட்டான் என்றுதான் துவங்கும். இந்த நாவலும் அன்பரசு வந்துவிட்டான் என்றுதான் துவங்குகிறது. அடுத்த நாவலும் கூட அன்பரசு வந்துவிட்டான் என்றுதான் துவங்கப்போகிறது. எனது ஒவ்வொரு நாவலும் உனது வருகையில் துவங்கி உனது விடைபெறலில்தான் முடியப்போகிறது அன்பு.

அன்பு, நான் அலெக்ஸ் இன் வொண்டர்லேண்ட் பார்த்துக்கொண்டிருக்கிறேன். யாராவது ஸ்டாண்ட் அப் காமெடி ஷோ பார்த்து அழுவார்களா அன்பு. ஆனால் நான் அழுகிறேன்.

நீ மட்டும் இப்பொழுது இங்கே இருந்திருந்தால் நாமிருவரும் சேர்ந்து கண்களில் தண்ணீர் வரும் அளவிற்கு சிரித்துக்கொண்டு இந்த ஷோவை பார்த்திருப்போம்.

இதை எழுதிக்கொண்டிருக்கும் இந்தத் தருணத்தில் ஒரு கரம் என்னுடைய தலையை ஆதரவாகக் கோதிவிடுகிறது. அது வேறு யாருடைய கரங்களுமல்ல. உன்னுடையதுதான் அன்பு!

என்றும் அன்புடன்,
*N.R.பிரபாகரன்*

# 49

டிசம்பர் 2006.

ஜேம்ஸ் விடுதலையாகிவிட்டான். ஆனாலும் அவனால் நாடு திரும்ப முடியவில்லை. நான்காண்டு காலம் அவனை வைத்து செய்த சென்னை, கடைசியாக ஒரேயொரு முறை செய்துகொள்ள முடிவு செய்திருந்தது. அவனது விசா பணிகளில் ஏற்பட்ட தாமதம் காரணமாக அவன் சில வாரங்களை சென்னையில் கழிக்க வேண்டியதாகப் போய்விட்டது.

ஜேம்ஸ் எதிர்பாராத விதமாக பிரிட்டிஷில் புகழ்பெற்ற தி சன் நாளிதழ் சார்பாக அவனது ஹோட்டல் செலவுகள் ஏற்றுக்கொள்ளப்பட்டது. அதுவும் ராடிஸன் ப்ளூ என்கிற உள்ளே ஜிம் எல்லாம் கொண்ட ஐந்து நட்சத்திர ஹோட்டல். அப்புறம் தி சன் நாளிதழ் அவனது மனைவியை ஸ்பான்ஸர் செய்து அழைத்து வந்துகொண்டிருக்கிறார்கள். காலையில் அவர் இங்கு வந்துவிடுவார் என்றார்கள்.

எதற்காக எலி இப்பொழுது அம்மணமாக ஓடுகிறது என்று ஜேம்ஸ் யோசித்துக்கொண்டிருந்தான். அப்புறம் அதன் பின்னால் உள்ள விஷயம் புரிந்தது. சன் நாளிதழ் ஜேம்ஸ் விடுதலையான செய்தியை விரிவாகக் கவர் செய்ய தீர்மானித்திருக்கிறது. அதில் எதுவும் தவறில்லை. ஆனால் அவனது மனைவியும் அவனும் நீண்ட நாட்களுக்குப் பிறகு சந்திப்பதை ஒரு எமோஷனல் வீடியோவாக

தயாரிக்க நினைத்தது. அதற்கான ஷூட்டிங் ஏற்பாடுகள் ராடிஸன் ப்ளூ ஹோட்டல் லாபியில் நடந்துகொண்டிருந்தது. ஜேம்ஸுக்கு அது கொஞ்சம் எரிச்சலாக இருந்தாலும், சன் நாளிதழ் அவன் சிறையில் இருந்த சமயங்களில் அவனுக்கு ஆதரவாக இருந்த நாளிதழ்களில் ஒன்று. அதனால் அதனைப் பொறுத்துக்கொண்டான். மேலும் கொஞ்சம் டிராமாட்டிக்தான் என்றாலும் இந்தக் கவித்துவமான மீள் சந்திப்பை அழகாக வீடியோ எடுத்து வைத்துக்கொள்வது அவனுக்கும் தேவை என்றுதான் தோன்றியது.

ஜேம்ஸின் மனைவி சென்னை விமான நிலையத்திற்கு வந்து சேர்ந்தாள். இன்னும் அரை மணி நேரத்திற்குள் ஹோட்டலுக்கு வந்து சேர்ந்துவிடுவாள். அதற்குள் ஜேம்ஸ்ஸையும் தயாராகியிருக்கச் சொன்னார்கள். கான்செப்ட் இதுதான். ஜேம்ஸின் மனைவி டாக்சியில் இருந்து இறங்கி ஹோட்டல் லாபிக்குள் நுழைவாள். ஜேம்ஸ் லிஃப்ட் வழியாக மேலே இருந்து லாபிக்கு இறங்கி வருவான். இருவரும் லாபியில் சந்தித்துக்கொள்ள வேண்டும். அதுவரை தேக்கி வைத்திருந்த அன்பு, காதல், கண்ணீர் எல்லாவற்றையும் எந்தத் தயக்கமும் இல்லாமல் இயல்பாக வெளிப்படுத்த வேண்டும் என்று சொல்லிக்கொடுத்தார்கள்.

ஜேம்ஸ் லாபிக்குச் சென்றபோது அங்கே மோனா நின்றுகொண்டிருந்தாள். மோனாலிஸா, அவனது மனைவி. அவன் மோனாவை கட்டிப் பிடித்துக்கொண்டு பொல பொலவென்று கண்ணீர் விட்டு அழுதான். மோனாவும் கண்ணீருடன் அவனைக் கட்டிக்கொண்டாள். தி சன் நாளிதழுக்குத் தேவையான ஃபூட்டேஜ் கிடைத்திருக்கக்கூடும். அவர்கள் மொத்தக் குழுவினரும் மோனாலிஸாவையும் அழைத்துக்கொண்டு மீண்டும் லண்டனிற்குப் பறந்தார்கள்.

ஜேம்ஸ் விடுதலையாகி ஒரு வாரகாலம் கடந்திருந்தது. தி சன் அதன் வேலை முடிந்ததும் ஜேம்ஸின் ஹோட்டல் செலவுகளை நிறுத்திக் கொண்டது. அதன்பின் அத்தனைகாலம் அவனது விடுதலைக்காகப் போராடிய நண்பர்கள் அவனது செலவை ஏற்றுக் கொண்டார்கள்.

ஜேம்ஸின் கண்களுக்கு அந்த ஒரு வாரகாலம் சென்னையே புதிதாகத் தெரிந்தது. மெரினா கடற்கரைக்குச் சென்றான்.

அவ்வளவு நீளமான கடற்கரையை அவன் வாழ்நாளில் பார்த்ததே இல்லை. சத்யம் தியேட்டருக்குப் போய் அபோகாலிப்டோ திரைப்படம் பார்த்தான். அது அவனுக்கு அவனது வாழ்க்கையை நினைவூட்டியது. எல்லாம் சரியாகப் போய்க்கொண்டிருந்த வேளையில் சிக்கக்கூடாத தரப்பினரிடம் சிக்கி, எங்கெங்கோ அலைந்து திரிந்து, மரணத்திற்குப் பக்கத்தில் வரை போய்விட்டு, இறுதியில் எதிரிகளிடமிருந்து தப்பிப்பான் அதன் நாயகன். இறுதிக்காட்சியில் அதன் நாயகன் இதுதான் என் ஊர், இதுதான் என் பெயர், நான் இங்கிருந்து எங்கேயும் போக மாட்டேன் என்று போய் நிற்பான். அந்த மாதிரி அவனும் க்ரெஸ்வெல்லுக்கு போய் நின்றுகொண்டு கத்தப்போகிறான்.

அவனது விசா கோப்புகள் தயாராகிவிட்டன. லண்டனுக்கு விமான டிக்கெட் எடுத்தாயிற்று. கடைசியாக ஒரேயொரு இடர்ப்பாடு. அந்த சமயத்தில் சென்னையிலிருந்து லண்டனிற்கு நேரடியாக விமானம் இல்லை. அஹமதாபாத்தில் சில மணி நேரங்கள் லே-ஆஃப் அங்கிருந்து ஏர்-இந்தியா விமானம் ஒன்றில் ஏறி லண்டன் சென்றிறங்க வேண்டும். அங்கிருந்து அவனது ஊருக்கு ஒரு ஐந்து மணிநேரங்கள். அடுத்த முக்கால் நாட்கள் அவன் பயணத்திலேயே செலவிட வேண்டும்.

சென்னை விமான நிலையத்தில் ஜேம்ஸை பத்திரிகையாளர்கள் சூழ்ந்துகொண்டார்கள்.

"ஜேம்ஸ், இப்பொழுது எப்படி உணர்கிறீர்கள்?"

"நிம்மதியாக. க்ளவுட் நைன் என்பார்கள். அந்த மாதிரி மேகங்களில் மிதந்துகொண்டிருக்கிறேன்."

"மீண்டும் சென்னைக்கு வருவீர்களா?"

கைகளைத் தலைக்கு மேலே தூக்கிக் கும்பிட்டான். சென்னை ஜெயிலில் புழங்கி அவன் அதைக் கற்றிருந்தான்.

"ஜி ஃபோர்ட் வேலையைத் தொடர்வீர்களா?"

"கண்டிப்பாக மாட்டேன். ராணுவத்திலும் சேர மாட்டேன். நான் எனது நாட்களை என் கிராமத்திலேயே, என் குடும்பத்துடன் செலவிட விரும்புகிறேன்."

யோசித்துப் பார்த்தால் ஜேம்ஸ் சொல்வது நியாயமாகப்பட்டது.

நாமெல்லாம் எதற்காக சம்பாதிக்கிறோம். நம்முடைய குடும்பம், குழந்தைகளுடன் சந்தோஷமாக இருக்கத்தானே? குடும்பத்தைத் தனியாக விட்டுவிட்டு வேறொரு ஊரில், வேறொரு மாநிலத்தில், வேறொரு தேசத்தில் சென்று கூடுதலாகச் சம்பாதித்து என்ன சாதிக்கப்போகிறோம். அந்தக் கூடுதல் சம்பாத்தியத்திற்காக நிறைய சந்தோஷங்களை தியாகம் செய்கிறோம். ஊதியம் குறைவு என்றாலும் உள்ளூரிலேயே குடும்பத்துடன் வாழ்வதுதான் நிம்மதியான வாழ்க்கை.

"கடைசியாக ஒரு கேள்வி. உங்கள் வாழ்க்கை வரலாறை சினிமாவாக எடுத்தால் கதாநாயகனாக யார் பொருத்தமான தேர்வு?"

"ரூடி யங்ப்ளட்!"

ஜேம்ஸ் சென்னையிலிருந்து புறப்பட்டான். அஹமதாபாத் சென்றடைந்து அங்கே அடுத்த விமானத்திற்காகக் காத்திருந்தான். ஊருக்குத் திரும்பியதும் என்னென்ன செய்ய வேண்டும் என்று அசைபோட்டான்.

முதலில் அவனுக்காகப் போராடிய நண்பர்கள் ஒவ்வொருவரையும் சந்தித்து நன்றி சொல்ல வேண்டும். ஒரு கோஸ்ட் எழுத்தாளரைப் பிடித்து அவனது கதையைப் புத்தகமாகக் கொண்டு வரவேண்டும். அந்தப் பத்திரிகையாளர் சொன்னது போல சினிமாவாக எடுத்தால் நன்றாக இருக்கும். மோனாலிசா போனில் அழைத்தாள். உத்தேசமாக எத்தனை மணிக்கு ஃபிளைட் வருகை, எந்த டெர்மினல், எந்த ஏர்லைன்ஸ் என்றெல்லாம் கேட்டுத் தெரிந்துகொண்டாள். அநேகமாக அவள் அங்கே ஒரு கோலாகல வரவேற்பை ஏற்பாடு செய்திருப்பாள்.

ஒலிபெருக்கியில் அறிவித்தார்கள், "போர்டிங் கால் ! ஃபிளைட் நம்பர் AI171. அஹமதாபாத் டூ லண்டன்."

அறிவிக்கப்பட்டதும் இந்தியர்கள் ஏதோ நான்கு வருட சிறை வாசத்திற்குப் பிறகு மனைவியைப் பார்க்கப் போகிறவர்களைப் போல முண்டியடித்துக்கொண்டு போய் வரிசையில் நின்றார்கள். ஜேம்ஸ் சிலகாலம் காத்திருந்தான். விமானத்தில் காலடி எடுத்து வைத்தான்.

*ஜேம்ஸுக்கு ஜன்னலோர இருக்கை கிடைத்திருந்தது. ஸீட் நம்பர் 11Aவா அல்லது 12Aவா என்று நினைவில்லை. அதை மட்டும் வாசகர்கள் சாய்ஸிலேயே விட்டுவிடுகிறேன்.*

*மதியம் 1:38. அந்த விமானம் ரன்வேயில் இப்படியும் அப்படியும் திரும்பி, கடைசியில் வேகமெடுத்து இந்திய மண்ணிலிருந்து நீங்கியது. ஜேம்ஸ் கண்களை மூடிக்கொண்டு முப்பது நொடிகள் கடவுளுக்கு நன்றி சொன்னான். கண்களைத் திறந்தான் !*

# 50

**சு**னாமிக்கு பிந்தைய இருபத்தி நான்காம் நாள்.

அன்பரசு திருவொற்றியூருக்கு வந்து இறங்கியதும் அவனுடைய கண்ணீர் அஞ்சலி போஸ்டரை அவனே பார்க்கும்படி ஆனது.

போஸ்டரை உற்றுப் பார்த்தான். நேற்று மாலையே எல்லாம் முடிந்துவிட்டது. இந்நேரம் சாம்பலையே கடலில் கரைத்திருப்பார்கள்.

நல்லவேளையாக அந்தச் சுற்றத்தில் யாரும் அவனைப் பார்க்கவில்லை. பார்த்தாலும் அவனை அத்தனை சுலபமாக அடையாளம் காண முடியாதபடி இருந்தது அவனது கோலம்.

இது எப்படி நடந்தது, என்ன பின்னணி, யாரை எரித்திருப்பார்கள் என்று அவனுக்கு உடனடியாக விளங்கவில்லை. அதிகம் யோசிக்கவும் அவன் முனைப்புக் காட்டவில்லை. அவனது குடும்பத்தைப் பொறுத்தவரையில் அவனது அத்தியாயம் முடிந்துவிட்டது. அது ஒருவகையில் விடுதலை என்று அவனுக்குத் தோன்றியது.

வந்த வழியாகவே மீண்டும் பேருந்தில் ஏறி செண்ட்ரல் ரயில் நிலையத்திற்கு வந்து சேர்ந்தான்.

எங்கே செல்வது?

பெங்களூர் வேண்டாம். ஏற்கனவே ஒருமுறை அவஸ்தைப் பட்டாயிற்று.

*மும்பை?*

வேண்டாம் இன்னும் தூரமாகப் போகலாம். காஷ்மீர் சென்றுவிடலாமா.

*ரயிலிலேயே வெளிநாடு செல்ல முடியாதா?*

ஏன் முடியாது. ஆனால் நேரடி ரயில் சாத்தியமில்லை. இந்திய எல்லை வரை சென்று அங்கிருந்து வேறு பேருந்து அல்லது ரயில் பிடித்துப் போகலாம்.

*எங்கே போகலாம்?*

நேபாளம், வங்காளதேசம், திபெத்... அப்புறம்.

அன்பரசு முடிவு செய்தான். அவனது மூதாதையர்கள் எங்கிருந்து வந்தார்களோ அந்த தேசத்திற்குப் போக வேண்டும் என்று. அதற்கு அவன் திப்ருகர் எக்ஸ்பிரஸைப் பிடிக்க வேண்டும். டிக்கெட் கவுண்டருக்குப் போய், "ஏக் திப்ருஹர்" என்றான். இம்முறை கவனமாக சூப்பர் ஃபாஸ்ட் ரயிலுக்கான டிக்கெட்டைக் கேட்டு வாங்கினான்.

*அப்படி அன்பரசு எங்கேதான் போகப் போகிறான்?*

*பர்மா!*

*(முற்றும்)*

References

Surviving Hell - Nick Dunn - Mirror Books

ஜெயில் மதில் திகில் - ஜி.ராமச்சந்திரன் - விகடன் பிரசுரம்

இரவல் காதலி - செல்லமுத்து குப்புசாமி - உயிர்மை பதிப்பகம்

9/11 சூழ்ச்சி வீழ்ச்சி மீட்சி - பா.ராகவன் - எழுத்து பிரசுரம்

பூக்கள் விற்பனைக்கல்ல - ஹேமா ஜெய் - Kindle Direct Publishing

தற்கொலை: தடுப்பது எப்படி?
- டாக்டர் எம்.எஸ்.தம்பிராஜா - கிழக்கு பதிப்பகம்

Next Time You Feel Suicidal... - Osho - Osho Solutions

பிரபாகரன், சென்னையைச் சேர்ந்தவர். தற்சமயம் ஒரு தனியார் வங்கியின் தகவல் தொழில்நுட்பப் பிரிவில் பணிபுரிகிறார். பிரபாகரன் 2010ம் ஆண்டிலிருந்து 2020 வரை வலைப்பதிவுகளில் ஃபிலாஸஃபி பிரபாகரன் என்கிற பெயரில் இயங்கி வந்தார். 2019ம் ஆண்டு உயிர்மை - சுஜாதா அறக்கட்டளை வழங்கிய சுஜாதா இணையதள விருதினைப் பெற்றார். இவருடைய முதல் நாவல் சிலோன் பரோட்டா. 2024 ஸீரோ டிகிரி நாவல் போட்டியின் நெடும்பட்டியலில் தேர்வாகி வெளியானது. இது இவருடைய இரண்டாவது நாவல்!

www.ingramcontent.com/pod-product-compliance
Lightning Source LLC
LaVergne TN
LVHW090327051026
849518LV00005B/1904